'SOHAMANO SURYAST' या गुजराती पुस्तकाचा अनुवाद

सुरम्य सूर्यास्त

आनंददायी वृद्धत्वाची शोधयात्रा...

दिनकर जोषी

अनुवाद
प्रतिभा काटीकर

मेहता पब्लिशिंग हाऊस

✆ +91 020-24476924 / 24460313 / Mob. No. 954500513

Email : production@mehtapublishinghouse.com

Website : www.mehtapublishinghouse.com

SOHAMANO SURYAST by DINKAR JOSHI

Originally Published in Gujrati

Translated into Marathi Language by Pratibha Katikar

सुरम्य सूर्यास्त / अनुवादित ललित

अनुवाद : प्रतिभा काटीकर

Email : author@mehtapublishinghouse.com

मराठी अनुवादाचे व प्रकाशनाचे हक्क : मेहता पब्लिशिंग हाऊस

प्रकाशक : सुनील अनिल मेहता, मेहता पब्लिशिंग हाऊस,
१९४१, सदाशिव पेठ, माडीवाले कॉलनी, पुणे - ४११०३०.

मुद्रक : ट्रिनिटी ॲकॅडमी फॉर कॉर्पोरेट ट्रेनिंग लिमिटेड

मुखपृष्ठ : सतीश भावसार

प्रथमावृत्ती : एप्रिल, २०२०

किंमत : ₹ १९५

P Book ISBN 9789353174460

E Book ISBN 9789353174477

E Books available on : amazonkindle Apple Books Google Play Books

---

प्रास्ताविक

ज्येष्ठांची वाणी

जन्मणाऱ्या प्रत्येकाच्या आयुष्याचे शिशुअवस्था, यौवनावस्था आणि वृद्धावस्था हे तीन नैसर्गिक टप्पे आहेत. बालकाची शारीरिक काळजी त्याचे पालक घेतात. यौवनावस्थेत माणूस आपली काळजी स्वत:च घेतो. तर वृद्धावस्थेत तो स्वत: आणि समाज अशा दोघांमध्ये ही जबाबदारी विभागली जाते. या तीनही अवस्थांमध्ये मानसिक आरोग्यासाठी वेगळी व्यवस्था करावी लागते. शैशवात आईवडील आणि शैक्षणिक संस्था यथामती यथाशक्ती हे काम करतात. पुढच्या दोन्ही अवस्थांत काळ, समाज आणि वाचनातून हे काम होतं. आपली वृत्तपत्रे आणि नियतकालिके वाचकांच्या मानसिक जडणघडणीत आपापल्या कुवतीप्रमाणे थोडेफार काम करत असतात. बहुतेक वृत्तपत्रे बालकांसाठी साप्ताहिक पुरवण्या किंवा बालविभाग प्रसिद्ध करत असतात. तरुणांच्या आवडीनिवडी आणि काही खास समस्या नजरेसमोर ठेऊन युवाविभाग किंवा काही खास नियतकालिकेही प्रसिद्ध होतात. विद्यार्थ्यांना त्यांच्या शिक्षणात उपयुक्त ठरतील अशी सदरेही नेमाने छापली जातात. वाचक म्हणून महिलांचा अलग वर्ग करता येणार नाही; कारण वरील युवावस्था, विद्यार्थीअवस्था किंवा शिशुअवस्थेमध्ये त्यांचा समावेश होतोच. तरीही महिलांच्या विशेषत: युवतींच्या खास आवडीचे प्रांत, आणि त्यांच्या समस्या यांना अनुलक्षून पुरवण्या किंवा विभाग प्रसिद्ध केले जातात.

वाढणारं आयुर्मान आणि घटणारा जन्मदर या दोन कारणांनी वैश्विक पातळीवर ज्येष्ठ नागरिकांच्या संख्येत वाढ होत आहे. ज्येष्ठांच्या, विशेषत: आपल्या देशातील ज्येष्ठांच्याही स्वत:च्या अशा वेगळ्या समस्या असतात, सामाजिक प्रश्न असतात,

मानसिक ताणतणाव असतात, हे आपल्याकडे अजून मान्य झालेले नाही. गुजरातमधील एकाही वृत्तपत्राने आपल्या वाचनसामग्रीत ज्येष्ठांसाठी खास असा विभाग केलेला नाही. देशातील अन्य भाषांतही बहुतांशी हीच परिस्थिती आहे. कुठेतरी कानाकोपऱ्यात एखादं लहानसं नगण्य, दुपानी, चौपानी पत्रक छापलं जात असण्याची शक्यता आहे.

दहा-बारा वर्षांपूर्वीच्या माझ्या अमेरिकेच्या प्रवासकाळात हायवेवरच्या एका पेट्रोलपंपावर एक टॅब्लॉइड आकाराचं नियतकालिक हाती लागलं होतं. त्याचं नाव होतं Senior Citizen साप्ताहिक स्वरूपात प्रसिद्ध होणाऱ्या त्या अंकात ज्येष्ठ नागरिकांसाठी भरपूर वाचनसामग्री होती. आपल्याकडच्या ज्येष्ठांच्या मानसिकतेचं एक वैशिष्ट्यं असं की त्यांना अतीत - भूतकाळ आवडतो. वर्तमानाबद्दल ते असंतुष्ट असतात. तरी आपण अगदीच जुन्या पठडीतले ठरू नये अशा भीतीनं काही ज्येष्ठजन आपण काळाबरोबरच आहोत असं दाखवणारा मुखवटा चढवून असतात खरे! इन्दुलाल याज्ञिक यांच्या आंधळी मानो कागळ (अंध आईचं पत्र) या कवितेशी ज्येष्ठ मंडळी जितकं तादात्म्य पावतात त्याच्या एक शतांश तरुणांनाही ती कविता मान्य होणार नाही. कन्हैयालाल मुनशींच्या 'मीनल अने मुंजाळ' किंवा रमणलाल देसाईंच्या 'भारेलो अग्नी' सारखी पुस्तकं - आज वाचनालयातून त्यांचं स्थान दागिन्यांसारखं असतं, पण ज्येष्ठांना त्या पुस्तकांचं वाचन जितकं प्रिय असतं - अगदी दुसऱ्यांदा, तिसऱ्यांदासुद्धा - तितकं तरुण वाचकांना नसतं. हे सगळं लक्षात घेऊन, आणि इंग्रजी भाषेतलं ते Senior Citizen डोळ्यांसमोर मॉडेल म्हणून ठेवून एखादं खास केवळ ज्येष्ठांसाठीचं मासिक निघावं यासाठी मी काही कॉर्पोरेट हाउसेस आणि वृत्तपत्रसमूहांसमोर हा विचार मांडला होता.

बहुतेक वृत्तपत्रसमूह तोट्याचं कारण पुढे करून या प्रस्तावाला संमती दर्शवत नाहीत. आपला वाचकवर्ग पन्नाशीच्या आतला असतो असंच बहुतेक वृत्तपत्रांचं मत आहे.

याच काळात 'अखंड आनंद'चे कार्यकारी संपादक श्री. प्रकाश गाला यांची भेट झाली. ज्येष्ठ नागरिकांसाठीच्या लेखनाची माझ्या मनात घोळत असलेली कल्पना मी त्यांना सांगितली. त्यावर ज्येष्ठ नागरिकांच्या समस्या आणि त्यांची मनोभूमिका नजरेसमोर ठेवून एक सलग लेखमाला 'अखंड आनंद'साठी लिहावी असं त्यांनी सुचवलं, त्याप्रमाणे संपूर्ण दोन वर्षं 'सोहामणो सूर्यास्त' (सुरम्य सूर्यास्त) या शीर्षकाखाली मी जे लेख लिहिले ते आज पुस्तक स्वरूपात प्रसिद्ध होत आहेत. लेखमाला प्रसिद्ध होत असताना शेकडो ज्येष्ठ आणि युवक वाचकांकडून कल्पनातीत प्रतिसाद आले. माझ्या जवळजवळ साठ वर्षांच्या साहित्यिक कारकिर्दीत मी गुजरातमधील बऱ्याच वृत्तपत्रांतून आणि नियतकालिकांतून धारावाहिक कादंबऱ्या

किंवा लेखमाला लिहिल्या आहेत. या सर्वांबद्दलही वाचकांच्या प्रतिक्रिया नेहमी येत असतात. मात्र 'अखंड आनंद'मधील या लेखमालेला जो प्रतिसाद मिळाला तो अभूतपूर्वच म्हणायला हवा.

आयुष्याच्या नवव्या दशकातील काही ज्येष्ठजनांनी पत्र लिहून किंवा टेलिफोन करून कळवलं की या लेखातून आम्हाला जे कळलं ते दीड-दोन दशकांपूर्वी कळलं असतं तर आमचं आजचं आयुष्य वेगळं असतं! साठी-सत्तरीच्या कित्येक ज्येष्ठांनी पत्रातून किंवा टेलिफोनवर म्हटलं की या लेखांतून तुम्ही जे काही सांगत आहात ते खरोखर आमच्या मनातलंच आहे. आम्ही फक्त ते बोलू शकलो नाही. आमच्याच विचार आणि भावनांना तुम्ही शब्दरूप दिलं आहे.

मराठी वाचकांनी माझ्या सर्वच पुस्तकांचे सहर्ष स्वागत केले आहे, याचे मला समाधान आहे. या समाधानाने प्रेरित होत आणखी एक मराठी पुस्तक 'सुरम्य सूर्यास्त' आज प्रकाशित होत आहे. या यशाचे श्रेय श्रीमती प्रतिभा काटीकर आणि मेहता पब्लिशिंग हाऊसला जाते. हे पुस्तकही वाचकांना आवडेल, अशी आशा आहे. या पुस्तकाचा हिंदी अनुवादही प्रकाशित झाला आहे.

– दिनकर जोषी,
१०२, ए-१, पार्क एव्हेन्यू,
डहाणूकर वाडी, एम.जी.रोड कांदिवली(वेस्ट),
मुंबई, ४०००६७

अनुक्रमणिका

ज्येष्ठ नागरिक-वाणी आणि व्यवहार

सीनिअर सिटिझन - ज्येष्ठ नागरिक हा जोडशब्द गेल्या दोन दशकांपासून खूप वापरात येऊ लागला आहे. हे दोन शब्द अलग अलग स्वरूपात मुळीच नवीन नाहीत. पण त्यांना एकत्र जोडल्यावर त्यातून जी अर्थच्छटा प्रकट होते ती कोणत्याही देशाच्या संस्कृतीला आणि संस्कारांना अधिक सुंदर बनवते. म्हटलं तर अर्थ तोच असतो, 'आई' म्हणा नाहीतर 'बापाची बायको' म्हणा, अर्थ किंवा वस्तुस्थिती बदलत नाही. पण आई म्हटलेलं बोलणाऱ्याच्या आणि ऐकणाऱ्याच्या दोघांच्या कानाला गोड लागतं आणि बापाची बायको म्हटलं तर दोन्ही पक्षी तोंड कडवट होतं. काल-परवापर्यंत ज्येष्ठ नागरिकांना आपल्याकडे काका किंवा मावशी म्हटलं जायचं, त्याही पुढे जाऊन काही ठिकाणी म्हातारा-म्हातारी म्हणत किंवा आजोबा-आजी यासारखे शब्दही वापरले जात. आपल्यापैकी साठी उलटलेल्या सगळ्यांना आठवत असेल की त्यांना उद्देशून पहिल्यांदा जेव्हा यापैकी एखादे संबोधन वापरले गेले, त्या वेळी कोपराच्या हाडावर - अल्नार नर्व्हवर मार लागल्यासारखं वाटलं असेल. ही भावना यथावकाश कमी होत जाते आणि हे संबोधन पचनी पडून जातं. असं झालं तरी, अशा प्रकारचं संबोधन आपल्यासाठी न वापरलं गेलं तर बरं ही भावना मनात असतेच! सीनिअर सिटिझन हे दोन्ही शब्द इंग्रजी भाषेतील आहेत आणि त्याला ज्येष्ठ नागरिक असा चपखल प्रतिशब्द असूनही हे इंग्रजी शब्द आपण स्वीकारले आहेत. यात विशेष काही बरंवाईटही नाही. भारतातील बहुतेक सगळ्याच भाषांनी याच अर्थाने हा जोडशब्द स्वीकारला आहे.

सीनिअर सिटिझन कुणाला म्हणायचं? पन्नास-साठ वर्षांपूर्वी आपल्या देशाचं

सरासरी आयुर्मान ३५ ते ४० होतं. आज ज्यांनी साठी ओलांडली आहे, त्यांना आठवत असेल की त्यांच्या बालपणी पन्नाशीच्या पुढचे वडील, काका, मामा किंवा आई, मावशी, आत्या, हे सगळे म्हातारे झाल्यासारखे वाटत. प्रकृतीने धडधाकट असले तरी त्यांना सर्रास आजी-आजोबा म्हटलं जाई आणि ते स्वत:ही आपली ओळख तशीच करून देत. पंचावन्न वर्षांचे गांधीजी किंवा सरदार पटेल कित्येक वेळा, काँग्रेसच्या अधिवेशनात किंवा अन्यत्र म्हणत असत की आम्ही आता म्हातारे झालो. स्वातंत्र्यसंग्रामाची धुरा आता तरुणांनी वाहावयाची आहे. गुजराती भाषेतील प्रसिद्ध लेखक श्री. झवेरचंद मेघाणी यांच्या 'वाङ्‌निश्चय' या कादंबरीत १७-१८ वर्षांच्या सुशीलाचे ४५ वर्षांचे थोरले काका तिच्या ४०-४२ वयाच्या जावांना ऐकवतात-

'तुम्ही ४०-४० वर्षांच्या जख्ख म्हाताऱ्या झालात. माझी लेक तर अजून फूल आहे.' ४० वर्षाची स्त्री त्या काळात म्हातारी समजली जायची. पन्नाशीची बाई बेधडक म्हणायची, 'मी आता पन्नास वर्षांची थेरडी झाले अन् मला इतकंही कळत नाही असं वाटतं तुम्हाला?'

मात्र आता चाळीस सोडा, पन्नासाव्या वर्षीही कुणाला वृद्ध म्हणता येणार नाही. आता सरासरी आयुर्मान ६३-६४ च्या घरात पोहोचलंय. वैज्ञानिक संशोधन आणि वैद्यकशास्त्राच्या विकासामुळे ही ६३-६४ची मर्यादा अगदी नजीकच्याच काळात ७० किंवा त्यापुढे गेली तर नवल वाटायला नको.

मात्र नवल या गोष्टीचं वाटतं की, सरकारी नियम आणि धोरणाप्रमाणे सीनिअर सिटिझन कुणाला म्हणायचं हे अजूनही आपल्याला नेमकं ठाऊक नाही. आंध्र प्रदेश सरकारने काही वर्षांपूर्वी सरकारी नोकरांचं निवृत्ती वय ५८ वरून कमी करून ५५ वर आणलं होतं. तसं पाहिलं तर ५८ ही वयोमर्यादा सर्व ठिकाणी स्वीकारली गेली आहे. बँकांमधून द्विस्तरीय पद्धत आहे. काही कर्मचारी वयाच्या अठ्ठावन्नाव्या वर्षी निवृत्त होतात तर काही साठीला. इंडियन एअरलाइन्स किंवा एअर इंडियासारख्या काही आस्थापनांतून ही मर्यादा ६२ आहे. असं असूनही केंद्र सरकारच्या आयकर विभागाच्या कायद्याप्रमाणे सीनिअर सिटिझन म्हणून आयकर भरताना मिळणारे फायदे वयाची पासष्टी पूर्ण केल्यावरच मिळतात. ही विसंगती समजण्यापलीकडची आहे.

नोकरीतील वयोमर्यादेमुळे ५५ पूर्ण झाल्याबरोबर निवृत्त होणारा नागरिक आयकर धोरणाचा लाभ आणखी एक दशकभर घेऊ शकत नाही. सर्वांची ६३-६४ ही सरासरी आयुर्मर्यादा लक्षात घेतली तर याचा अर्थ असा होतो की, पंचावन्नाव्या वर्षी निवृत्त झालेला माणूस आयकर धोरणातील लाभ घेण्यास पात्र होण्यापूर्वीच मृत्यू पावतो. ऐकूनच चीड येणारी ही व्यवस्था आहे. सीनिअर

सिटिझन्सना रेल्वेप्रवास आणि विमानप्रवासातही सूट देण्याचं धोरण आपल्या सरकारने स्वीकारले आहे. मात्र यासाठी असलेल्या अटी अतिशय संतापजनक आहेत. उदा. जर एखाद्या सीनिअर सिटिझनला 'तत्काल' बुकिंग हवं असेल तर अधिकचे २००-३०० रुपये भरल्याशिवाय त्याला तिकिटावर सूट मिळत नाही. विमानप्रवासातही काही काळापूर्वी एक मूर्खासारखा कायदा अमलात होता. जर एखाद्या सीनिअर सिटिझनने प्रवासाच्या सात दिवस आधी आणि जाण्यायेण्याची दोन्ही तिकिटे काढली तरच तो सूट मिळवण्यास पात्र असे. मात्र जर त्याला मुंबईहून भावनगर आणि तिथून सरळ दिल्लीला जायचे असेल तर सूट मिळू शकत नसे. रेल्वे प्रवासात तर वयाचा दाखला जवळ नसेल तर दिलेली सूट रद्द करून वर दंड आकारण्यात येतो. सुदैवाने बहुतेक तिकीट तपासनीस अशा दाखल्याचा आग्रह धरत नाहीत, पण मुळात हा दाखला बरोबर ठेवण्याच्या आग्रहाचा पुनर्विचार व्हायला हवा. पाच वर्षांखालील बालकांना तिकिटावाचून प्रवासाची मुभा देण्यात आली आहे. तसेच ५ ते १२ या वयोगटाला अर्ध्या तिकिटावर प्रवासाचा अधिकार आहे. ही मुले बहुधा आपल्या पालकांबरोबर प्रवास करतात आणि सहसा पालकांकडून पुरावा मागितला जात नाही. पुरावा नसल्यास क्वचित प्रसंगी वाग्युद्ध होण्याचा संभव असतो आणि काही वेळा या सोयीचा गैरलाभही घेतला जातो. असं असूनही जर बालकांना पुराव्यावाचून चालू शकतं, तर ज्येष्ठांसाठीही असेच असायला काय हरकत आहे? मुंबईसारख्या महानगरात ज्येष्ठ नागरिकांना अनेक वेळा महापालिकेच्या बसनेही प्रवास करावा लागतो. त्यांना बसच्या समोरच्या दारातून प्रवेश करण्याची सूट देण्यात आली आहे, पण तरीही ड्रायव्हर किंवा कंडक्टर ओळखपत्राची मागणी करू शकतात, ही अट आहेच! सत्तरी-पंचाहत्तरी गाठलेले स्त्री-पुरुष रोज देवदर्शनासाठी जात येत असतात. अशा वेळीही त्यांनी ओळखपत्र जवळ बाळगले पाहिजे ही अपेक्षा योग्य आहे का?

खरं पाहता अशा ज्येष्ठ नागरिकांना बँका, पोस्ट ऑफिस, रेल्वेच्या तिकिटाची खिडकी अशा ठिकाणी अग्रताक्रम देऊन त्यांच्याबद्दल सामाजिक आदर व्यक्त व्हायला हवा. ज्या व्यक्तीने आयुष्यातली ४०-४५ वर्षं देश व समाजासाठी स्वत:ला करता येईल ते यथाशक्ती यथामती केलं आहे, त्याच्याप्रति उत्तरावस्थेत अशा प्रकारचं सहज सौजन्य दाखवण्याने काही आभाळ कोसळणार नाही. मनुष्य स्वभाव नेहमीच विधायक नसतो, त्यामुळे अशा सोयीसवलतींचा गैरफायदा घेणारे महाभागही निघतील यात शंका नाही, पण ज्या देशाच्या लोकसंख्येत केवळ आठ टक्के ज्येष्ठ नागरिक असतील तिथे असा गैरफायदा घेणारे किती निघतील? शंभरापैकी पाच माणसे अप्रामाणिक निघाली तर त्यांच्या अप्रामाणिकपणामुळे देशाची अर्थव्यवस्था किंवा प्रशासन विस्कळीत होणार नाही. नियम कितीही

‘फुलप्रुफ’ केले तरी पाच-दहा टक्के अवैध गोष्टी करणारे निघतातच. एकच माणूस ५-१० पासपोर्टसुद्धा मिळवू शकतो हे आपल्याला ठाऊक नाही का? सीनिअर सिटिझन या जोडशब्दाने एक विशिष्ट मानसिक परिवर्तन घडवलं आहे त्याची नोंद घ्यायलाच हवी. आतासाठी ओलांडलेल्या मंडळींना आपली ओळख करून देताना संकोच वाटत नाही. ‘आता मी ज्येष्ठ नागरिक आहे’ असं सहज ताठ मानेने म्हणतात आणि तुम्ही माझ्याशी सौजन्यपूर्ण व्यवहार करायला हवा असंच जणू त्यातून ध्वनित होत असतं. आपल्याकडे ही सौजन्य संस्कृती पूर्णत: विकसित झाली नसली तरी आता ती व्यापक होत आहे ही समाधानाची बाब आहे. भगवान बुद्धांनी वैशालीच्या लिच्छवी प्रजेला जे सात मंत्र दिले होते त्यातील एक मंत्र असा होता : हे प्रजाजनहो, जोवर तुम्ही तुमच्या राज्यातील ज्येष्ठ व्यक्तींचा उचित सन्मान करत राहाल तोवर वैशाली कुणीच जिंकू शकणार नाही. तथागत बुद्धांचा हा मंत्र आजही तितकाच अर्थपूर्ण आहे.

काही वर्षांपूर्वी अमेरिकेच्या पिट्सबर्ग शहरात प्रकाशित होणारं एक वैशिष्ट्यपूर्ण साप्ताहिक माझ्या पाहण्यात आलं होतं, या साप्ताहिकाचं नाव होतं ‘सीनिअर सिटिझन’. बत्तीस पानांच्या टॅब्लॉइड आकाराच्या या नियतकालिकात ज्येष्ठ नागरिकांसाठीचं विशेष प्रकारचं वाचन-साहित्य देण्यात आलं होतं. ज्याप्रमाणे शिशूंना समजायला आणि समजावायला विशेष समज असणं गरजेचं असतं, तरुणांच्या किंवा युवकांच्या त्यांच्या वयानुरूप समस्या आणि आकांक्षा असतात त्याचप्रमाणे साठी ओलांडलेल्या मंडळींच्याही अलग गरजा असतात. पिट्सबर्गच्या या साप्ताहिकात अशा ज्येष्ठ नागरिकांच्या मानसिक समस्यांपासून ते करकपातीसारख्या आर्थिक गोष्टींवर हलकीफुलकी चर्चा करण्यात आली होती. असे वृद्धजन एकटे असतील तर त्यांना जोडीदार मिळावा या दृष्टीने ‘मॅट्रिमोनिअल’ या प्रकारच्या जाहिरातीसुद्धा होत्या. या वयस्कर मंडळींना पत्रमैत्री करता यावी यासाठी साठी ओलांडलेल्या स्त्री-पुरुषांची नावे, पत्ते, अनुभव, आवडीचे विषय, कौटुंबिक परिस्थिती, इ. माहितीलाही स्थान देण्यात आले होते. याशिवाय ज्याला गंभीर म्हणता येईल असं चिंतनात्मक साहित्य आणि अगदी हलकेफुलके विनोदही होते. अशा प्रकारचं नियतकालिक आपल्या देशातल्या एखाद्या प्रादेशिक भाषेत निघत असल्याचं ऐकिवात वा पाहण्यात नाही. आपल्याकडे ज्येष्ठ नागरिकांसाठी वाचनसाहित्य म्हणून धार्मिक ग्रंथांकडे बोट दाखवले जाते. वयाच्या साठीपर्यंत ज्यांना गीता-भागवताविषयी फारशी माहिती नाही अशांना इथून पुढच्या काळात नाइलाज म्हणून हे सगळं वाचायला सांगणं ही एक प्रकारची क्रूर चेष्टाच आहे.

ज्याप्रमाणे बालरोग वा स्त्रीरोग तज्ज्ञ असतात, पतिपत्नीच्या यौवनसुलभ प्रश्नावर सल्ला देणारे डॉक्टर असतात, त्याचप्रमाणे वृद्धांच्या शारीरिक अवस्थेविषयीही

वेगळा विचार असायला हवा. पाश्चिमात्य देशातील सामाजिक सुरक्षेसारखी कल्पना आपल्याकडे आजवर नव्हती आणि अजूनही नाही. याचं कारण असं की आपल्याकडे आजवर दोन-तीन पिढ्या सर्रास एकत्र कुटुंबात राहत असत. हे आता वेगाने अदृश्य होत चाललं आहे. आता तर मुलगा वा मुलगीही पालकांपासून अलग राहू लागले आहेत. सध्याच्या ज्येष्ठ नागरिकांच्या दृष्टीने हा संक्रमण काळ आहे. हे सगळे आपल्या बालपणी आणि तरुणपणीही संयुक्त कुटुंबात राहत होते. अशा कुटुंबातून जे व्यक्तिगत लाभ मिळत ते सर्व बहुतेक आयुष्याच्या उत्तरार्धात! सध्याचे ज्येष्ठ नागरिक जेव्हा अशा प्रकारचे लाभ मिळवण्याच्या अवस्थेत आले आहेत तेव्हा संयुक्त कुटुंबाच्या विघटनामुळे ते या लाभाला पारखे झाले आहेत. त्यांच्या बाबतीत सामाजिकपेक्षाही मानसिक समस्या अधिक निर्माण झाल्या आहेत. या समस्या आणि त्यांचे अनुषंगिक प्रश्न यावर पुष्कळ चर्चा होऊ शकते. त्याची कारणे, उपाय आणि दूरगामी परिणामांविषयी वेगवेगळ्या दृष्टिकोनातून अभ्यास करता येईल.

इंग्रजी भाषेतील एक लोकप्रिय लेखक श्री. ए. जी. गार्डिनर 'आल्फा ऑफ द प्लाउ' या टोपणनावाने वृत्तपत्रातून निबंधलेखन करत असत. आपल्या एका निबंधात त्यांनी सूर्योदय आणि सूर्यास्त दोन्हीची तुलना केली आहे. ते लिहितात, 'जसं सूर्योदयाचं स्वतःचं सौंदर्य असतं तसाच सूर्यास्तही देखणा असतो. प्रत्येक हिलस्टेशनवर याचा पुरावा सापडतो. सहलीला येणाऱ्यांसाठी अशा ठिकाणी सनराइझ पॉइंट आणि सनसेट पॉइंट अशी दोन आकर्षणाची ठिकाणे निश्चित केलेली असतात. प्रवासी या ठिकाणी सकाळी आणि संध्याकाळी दोन्ही वेळा हमखास गर्दी करतात. प्रत्येक सूर्योदय आणि सूर्यास्त तेच असले तरी नित्यनूतन भासतात. हेच तर निसर्गाचे वैशिष्ट्य आहे. मानवसर्जित सौंदर्य कितीही अनुपम असले, तरी त्याचा पुनःपुन्हा उपभोग घेतल्यास त्यातून मिळणाऱ्या आनंदात घट होते. कितीही सुंदर चित्र, शिल्प किंवा संगीत वारंवार पाहिले आणि ऐकले तर होणारी अनुभूती प्रत्येक वेळी तितकीच राहत नाही. निसर्गाबद्दल मात्र असे म्हणता येणार नाही. निसर्गदत्त सौंदर्य - मग तो सूर्योदय आणि सूर्यास्त असो वा समुद्राची भरती-ओहोटी असो, प्रत्येक वेळी तितकेच सुंदर आणि अनोखे दिसतात. मानव देह हाही निसर्गदत्त, तेव्हा त्यालाही हा नियम लागू पडतो. जीवनाचा सूर्योदय म्हणजे शिशुअवस्था रम्य आहे; तर जीवनाचा सूर्यास्त म्हणजे वृद्धावस्थाही काही कमी सुरम्य नाही!

मनाला वेदनादायक अशी एक अवस्था

कुरुक्षेत्रावरचं युद्ध संपलं आणि महाराज युधिष्ठिरांनी आरंभलेला अश्वमेध यज्ञही पूर्णत्वास गेला. त्यानंतर श्रीकृष्ण हस्तिनापूर सोडून द्वारकेला गेले आहेत. कुरुक्षेत्रावरील घटनेनंतर तब्बल छत्तीस वर्षांनी यादवी झाली आणि श्रीकृष्णाचा देहविलय झाला. छत्तीस वर्षांचा हा दीर्घ काळ श्रीकृष्णांनी एखाद्या निवृत्त वडीलधाऱ्या व्यक्तीप्रमाणे द्वारकेतच व्यतीत केला आहे. या काळात त्यांचे पुत्र आणि नातू यांनी एकाच्या पोटाला परात बांधून ऋषिमुनींची चेष्टा केली आणि शाप ओढवून घेतला. श्रीकृष्णांनी द्वारकेत मद्यनिषेधाचा कायदा केला, पण प्रत्यक्षात तो निरर्थक ठरला (गुजरातमधील दारूबंदीप्रमाणेच) त्यांच्या डोळ्यांदेखतच यादव एकमेकांशी लढून कुत्र्याच्या मौतीने मेले. श्रीकृष्णांनी हे सर्व उघड्या डोळ्यांनी पाहिलं, पण काहीही करू शकले नाहीत. एकाकी अवस्थेत पहुडले असताना जरा नावाच्या पारध्याने पशू समजून बाण मारला आणि कृष्णलीला समाप्त झाली.

छत्तीस वर्षांच्या या काळात एकदा श्रीकृष्णांनी नारदांना एकांतात विचारलं, ''हे देवर्षी, मी जे काही मिळवलं, प्राप्त केलं ते सर्व माझ्या कुटुंबीयांनाच दिलं, स्वत:पाशी काहीही राखून ठेवलं नाही, तरीही माझे हे आप्तजन माझ्यावर असंतुष्ट का आहेत? ते मला दूषणं देतात आणि माझ्या आवडीनिवडीकडे दुर्लक्ष करतात, असं का?''

उत्तरादाखल नारद म्हणाले, ''हे अच्युता, याचं कारण एकच आहे, ते म्हणजे तुम्ही स्वत:पाशी काहीच शिल्लक ठेवलं नाहीत. जे काही मिळवलंत ते सर्व आप्तजनांची क्षमता लक्षात न घेता त्यांच्यात वाटून टाकलंत, त्यामुळे त्यांच्या अपेक्षा वाढतच गेल्या.''

नारदमुनींचं हे उत्तर ऐकून चकित झालेल्या कृष्णांनी म्हटलं, ''असं असेल तर मुनिवर, मी त्यांना जे काही दिलं आहे ते आजही काढून घेऊ शकतो.''
यावर नारद म्हणाले, ''हे कृष्ण! तुम्हाला असं करता येणार नाही. करायला गेलात तर जे आत्मजन तुमच्यावर असंतुष्ट आहेत त्यांचा असंतोष आणखीनच वाढेल.''

हा श्रीकृष्ण-नारद संवाद प्रत्येक सीनिअर सिटिझनने लक्षात घेण्यासारखा आहे. वयाची साठी किंवा पासष्टी गाठेपर्यंत माणूस जे काही संपादन करतो ते सर्व त्याच्या मृत्यूनंतर त्याच्या मुलांसाठी असतं अशी परंपरा आहे. यात काही चुकीचंही नाही. स्वत:च्या हयातीत स्वत:च्या बचतीमधून योग्य वाटतील अशी सामाजिक वा धार्मिक कर्तव्ये करावीत हे चांगले आहे. व्यक्तीने आपल्या ऐपतीप्रमाणे अशा ऋणांचा स्वीकार करायलाही हवा. पण काही वेळा असं घडतं की माणूस प्रेमापोटी वा कर्तव्यपूर्तीच्या भावनेपोटी आपल्या जवळचं सर्व काही देऊन टाकतो- आपल्यानंतर त्यांचंच तर आहे म्हणून आपल्या हयातीतच सगळं वाटून टाकतो, कधी धंद्यासाठी तर कधी व्यवहाराच्या नावाखाली. अशा वेळी, आता मी कुठे पैशाअडक्याच्या व्यवहारात गुंतून पडू असा विचार आणि माझी मुलं माझ्याकडे कधीही दुर्लक्ष करणार नाहीत असा विश्वास त्याच्या मनात असतो.

क्षणभर कल्पना करू या की स्वत:जवळची पुंजी वाटून टाकल्यानंतर एखाद्या धार्मिक वा सामाजिक कार्यासाठी किंवा स्वत:च्याच काही गरजेपोटी मुलांकडे पैसे मागण्याची वेळ आली तर? चाळीस-पंचेचाळीस वर्षं आर्थिक स्वातंत्र्य उपभोगलेल्या त्या व्यक्तीला काय वाटेल? आईवडिलांची ही गरज, मागण्याची वेळच येऊ न देता मुलांनी हौसेने पूर्ण केली तर आनंदच आहे. पण आजच्या व्यवहारी जगात हा एक निखळ आदर्श आहे! काही वेळा मुलांचं आपसात पटत नसेल आणि आईवडिलांची एखादी गरज पूर्ण करण्याची वेळ आली तर ती टाळण्यासाठी त्यांच्यात स्पर्धा लागू शकते. एक मुलगा त्याच्या खऱ्याखुऱ्या आर्थिक मर्यादेमुळे ही जबाबदारी घेऊ शकत नसला तर दुसऱ्याला आईवडिलांचं असणं हीदेखील एक अधिकची जबाबदारी वाटू शकते - हे घडतं!

इथे मुलावर प्रेम किंवा विश्वास न दाखवण्याचा मुद्दा नाही. ज्या कठोर वास्तवात आपण जगत आहोत तिथे सगळ्यांनाच सुखाने आणि शांतपणे जगता येईल असा मार्ग स्वीकारणं हा सुज्ञपणा आहे. काही वेळा आर्थिकदृष्ट्या दुर्बल असलेल्या मुलाला अधिक मदत करणं हे पालकांचंही कर्तव्य ठरतं, मात्र एखादा मुलगा समर्थ असूनही उच्छृंखलतेपोटी आपल्या जबाबदाऱ्या टाळत असेल तर पालकांनी 'आम्हाला सगळी मुलं सारखी' हा सुवर्णसिद्धान्त विसरायला हवा. गूळ आणि त्याला बांधलेलं बारदान दोन्हीची किंमत सारखी मानणं हा अंधेर नगरी चौपट राजा असा प्रकार ठरेल. एका मुलाने आपल्या मर्यादित क्षमतेप्रमाणे शक्य ते सर्व

केलं आणि दुसऱ्याने क्षमता असूनही बेजबाबदारपणे हात झटकून टाकले, अशा परिस्थितीत वाटण्या करताना दोघांना सारखे धरून समान वाटण्या दिल्या तर चुकीचा पायंडा पडण्याची शक्यता आहे. माणसात सत्प्रवृत्तीपेक्षा दुष्प्रवृत्ती अधिक बळकट असते. त्यामुळे कालांतराने सगळे बारदान बनायलाच राजी असतील.

या संदर्भात मोठ्यांनी आणखी एक गोष्ट ध्यानात ठेवण्यासारखी आहे. आपल्या मुलांनी आपल्यासाठी अधूनमधून जो काही खर्च केला असेल तो शक्यतो त्यांना परत करायला हवा. उदा. एका पित्यापाशी पुरेशी बचत आहे आणि त्याच्या वैद्यकीय देखभालीसाठी लाखभर रुपये खर्च झाले आहेत. (प्रसंगी अगदी शंभरच रुपये खर्च झाले असले तरी!) हा खर्च जर मुलाने केला असेल तर ती रक्कम वडिलांनी त्याला देऊन टाकायला हवी. 'आमच्या घरात सगळं एकच आहे-एकीनंच चालतं' असं मानभावीपणे म्हणणाऱ्याला मनुष्यस्वभावाची पुरती ओळख नाही असं म्हणायला हवं. मातापित्यांसाठी केलेला या प्रकारचा खर्च जेव्हा वडिलांकडून परत केला जातो तेव्हा सुरुवातीला मुलाला थोडं अवघड वाटतं, पण नंतर तो ती रक्कम स्वीकारतो, कारण मनातून त्यालाही ते हवंच असतं. याचा आणखी एक फायदा असा की आपण खर्च केलेले पैसे परत मिळणार आहेत, असा विश्वास निर्माण झाल्याने मुलांमध्ये आपापसात असा खर्च टाळण्याची अदृश्य स्पर्धा होत नाही.

इथे एक प्रसंग आठवतो.

समाजात ज्यांचं स्थान निर्विवादपणे वरचं म्हणता येईल अशा एक जेष्ठ मित्राकडे दिवाणखान्यात बसून आम्ही गप्पा मारत होतो. या कुटुंबातल्या मुली लग्न होऊन सासरी सुखाने नांदत होत्या. दोन मुलगे जवळपासच आपापल्या कुटुंबासह अलग राहत होते. हे ज्येष्ठ पतिपत्नी आयुष्याचा उर्वरित काळ परस्परांच्या सहवासात, समाधानाने घालवत होते. आमच्या गप्पा चालू असतानाच त्यांचा एक मुलगा आईवडिलांना भेटायला आला. दोन्ही मुलं रोज आईवडिलांना भेटून जात आणि काही काम असेल तर करून टाकत. आज या मुलाने थोडा वेळ गप्पा मारून झाल्यावर वडिलांना काही औषधं दिली. ही औषधं वडिलांनी काल त्याला आणून द्यायला सांगितली होती. औषधं घेऊन वडिलांनी लगेच त्याची किंमत मुलाला दिली. मुलानेही अगदी सहजपणे पैसे खिशात टाकले. मुलगा निघून गेल्यावर न राहावून मी मित्राला विचारलेच,

"औषधासारखी गोष्ट, त्याची इतकी मामुली किंमत! ती तुम्ही त्याला लगेच दिलीत. मला याचं नवल वाटलं. असं का केलंत तुम्ही?"

किंचित हसून त्यांनी मला जणू एक वस्तुपाठ दिला. ते म्हणाले,

"असं पाहा, आमचे दोन्ही मुलगे रोज आमची विचारपूस करायला येतात. तसं

माझं सर्व काम मी करतो, पण कधीतरी गरज भासली तर त्यांनाही सांगतो. सांगितलेलं काम दोघंही न विसरता करून टाकतात. आता मी जर माझ्या कामासाठी खर्च झालेले पैसे दिले नाहीत तर आज ना उद्या त्यांच्या मनात नक्की येईल की दर वेळी पिताजी मलाच काम सांगतात आणि मलाच पैसे खर्च करावे लागतात. दुसऱ्यानेही पिताजींच्या खर्चाचा भार उचलायला हवा. बरं, माझ्याजवळ पुरेसा पैसा आहे. त्यामुळे मी पैसे परत केले म्हणजे प्रत्येक वेळी काम करताना कुणाच्याच मनात असा विचार येणार नाही. दोघंही माझं काम हौसेने करतील. शिवाय, सध्या मी जे देतोय ते माझ्या पश्चात त्यांचंच आहे की! तेच पैसे मी आधी देतोय, यात वाईट काय?''

आपल्या व्यावहारिक वर्तनातून या जेष्ठ मित्राने जो वस्तुपाठ शिकवला तो लक्षात घेण्यासारखा आहे. त्यांची विचारसरणी सद्भाव, पूज्यभाव, सख्य, स्नेह इ. सद्गुणांना छेद देणारी आहे असं वाटलं तरी त्यात माणसाची नैसर्गिक प्रवृत्ती लक्षात घेतली आहे हे मान्य करायला हवं. गोडी असेपर्यंत सगळं गोड वाटतं. पण मनात दुजाभाव आला की सगळ्या गोष्टी पैशाच्या मापाने मोजल्या जातात. गोडी टिकून राहावी यासाठीचे हे धोरण खरंच उपयुक्त आहे.

आपल्याला आवडो वा न आवडो, कौटुंबिक जीवन आणि मानवी स्वभावाच्या मर्यादा या दोन निराळ्या गोष्टी आहेत. आपल्याला असे अनेक किस्से ठाऊक असतात जिथे आप्तजनांमध्ये वरवर पाहता अतिशय स्नेहपूर्ण वातावरण असतं, एकी असते आणि बोलीभाषेत सांगायचं तर सगळे एका ताटात जेवत असतात! अशा परिवारातसुद्धा कालांतराने इतके प्रचंड अंतर निर्माण होते की एकमेकांची तोंडं पाहणं नको, अशी परिस्थिती उद्भवते आणि अशा वेळी प्रत्येक जण चांगल्या काळात आपण किती पडतं घेतलं, किती सहन केलं याचे छोटे-मोठे किस्से हिरिरीने सांगत असतो. याचा अर्थ इतकाच की सुसंवादाच्या काळातसुद्धा जे पडतं घेण्याचे वा सहन करण्याचे प्रसंग येतात, त्याची प्रत्येकाने व्यवस्थित नोंद ठेवलेली असते. फक्त त्यावरून चकचकीत मुलामा दिलेला असतो एवढंच! इथे सारं किती निराशाजनक आहे असं म्हणायचं नसून वस्तुस्थिती निर्देशित करायची आहे. शेवटी वास्तवाचा स्वीकार करूनच जगायचं असतं. त्यामुळे सगळ्यांचंच जगणं कमी बेसूर होईल असं वागण्यात शहाणपण आहे.

कौटुंबिक जीवनात परस्परांवर अविश्वास दाखवावा असा या मुद्द्याचा आशय नाही. विश्वास, स्नेह, प्रेम, जीवन सुखाचं, सुसह्य बनवतं. उत्तरावस्थेत तर त्याची विशेष आवश्यकता असते. पण जे आहे, त्याचा इन्कार करण्यात फायदा नव्हे तर नुकसान होण्याचीच शक्यता असते. श्रीकृष्णासारख्या परमपुरुषालादेखील असा अनुभव आला असेल आणि चित्तात विषाद उमटला असेल तर आपल्यासारख्या

सामान्य माणसाचं काय? मन मोकळं करायला श्रीकृष्णाला देवर्षी नारदांसारखी व्यक्ती भेटली, आपल्यापाशी कुणी नारदही नाही. श्रीकृष्णांनी जो प्रश्न नारदाला विचारला, त्या प्रश्नाने त्यांच्यासारख्या पुरुषोत्तमाच्या मनाला किती काळ वेदना दिल्या असतील!

वृद्धांच्या मनाला त्रास देणारी आणखी एक गोष्ट म्हणजे त्यांचे रिकामपण. 'तुम्हाला आता काय काम आहे?' असा प्रश्न जेव्हा एखाद्या निवृत्त ज्येष्ठ नागरिकाला विचारला जातो तेव्हा त्याचा गर्भित अर्थ इतकाच असतो की आता तुम्हाला काही काम नाही. त्यातून ध्वनित होणारा आणखी एक अर्थ असाही असू शकतो की, ज्याला काम म्हणता येईल असं काही करण्याची क्षमता आता तुमच्यापाशी राहिलेली नाही. हा ध्वनित अर्थ चुकीचा आहे. 'काम' या संकल्पनेबद्दलचा हा आपला गैरसमज आहे. ज्यात काही आर्थिक लाभ असेल त्यालाच आपण काम मानायला लागलो आहोत. खरं पाहता, आर्थिक लाभाच्या अपेक्षेवाचून करण्यासारखी कितीतरी कामे असतात हेच आपण मानायला तयार नाही. आर्थिक लाभ आपल्याला एक प्रकारचं समाधान देतो. जर समाधान वा आनंद हा अंतिम उद्देश असेल तर आर्थिक लाभावाचूनही तो साध्य करता येतो.

माझे पिताश्री वयाच्या एक्याऐंशीव्या वर्षी मृत्यू पावले. अगदी शेवटच्या श्वासापर्यंत ते कार्यरत होते. त्यांच्या आयुष्याच्या शेवटच्या आठ-दहा वर्षात आम्ही त्यांना निवृत्त होण्याचा आग्रह करत असू. तेव्हा त्यांचा प्रतिप्रश्न असे, 'निवृत्त होऊन मी काय करू? मग मला काम काय?' उत्तरादाखल आम्ही त्यांना म्हणत असू, 'आता तुम्ही आराम करा आणि सकाळ- संध्याकाळ एखाद्या मंदिरात किंवा आश्रमात सत्संगाचा कार्यक्रम असतो तिथे जात जा.'

यावर त्यांचं प्रत्युत्तर असे, 'त्या सत्संगात जे म्हातारेकोतारे जमतात ना त्यांना काही काम नाही म्हणून वेळ घालवायला ते तिथे येतात. त्यांना सत्संगात काही रस नसतो आणि अध्यात्म म्हणजे काय हेही त्यांना कळत नाही.'

पिताश्रींचं हे निरीक्षण काहीसं उतावीळपणाचं वाटलं तरी त्यात तथ्य आहे. निवृत्तीच्या काळात अध्यात्म मार्गाकडे किंवा सत्संगाकडे वळण्यात चुकीचं काहीच नाही. आपल्या आश्रमधर्म व्यवस्थेत शास्त्रांनी तसे आदेशही दिले आहेत. पण तिथे प्रत्येक व्यक्तीने आपल्या साधनांनिशी प्रवेश करायचा आहे. यासाठी पुरेशी मानसिक तयारी करायला हवी. केवळ एकत्र गोळा होऊन वेळ घालवायला मंदिराच्या सभामंडपात वा पायऱ्यांवर बसल्याने सत्संग घडत नाही.

स्वामी विवेकानंदांनी आपल्या आयुष्यातला बराच काळ प्रवास करण्यात आणि व्याख्याने देण्यात व्यतीत केला होता. हेच त्यांचं काम होतं. त्यांचे गुरू स्वामी रामकृष्ण परमहंस दक्षिणेश्वर सोडून कुठेही गेले नाहीत, किंवा त्यांनी

व्याख्यानेही दिली नाहीत. असं असलं तरी त्यांना काम नव्हतं असं म्हणता येईल? स्वामी रामकृष्ण परमहंसांनी आपल्या स्व-धर्मानुसार कामाची निवड केली होती, आणि आयुष्याच्या अखेरपर्यंत तेच काम ते करत राहिले. त्याचप्रमाणे स्वामी विवेकानंदांनीही शेवटच्या श्वासापर्यंत स्वत:चे काम केले.

आपण सर्व रामकृष्ण परमहंस वा विवेकानंद होऊ शकणार नाही. पण वयाच्या साठाव्या वर्षापर्यंत अर्थार्जनाचे काम नाइलाजाने केल्यानंतर उर्वरित काळात 'स्वत:चं काम' खऱ्या अर्थाने शोधू शकलो तर काम पुष्कळ आहे, वेळ कमी आहे.

वयाची वृद्धी आणि वार्धक्य

वयाची जेमतेम पन्नाशी गाठलेल्या एका सद्‌गृहस्थांच्या पत्नीचं निधन झालं, पदरी दोन मुलगे आणि एक मुलगी. पुढची जवळपास पंधरा वर्षं या विधुर गृहस्थाने मुलामुलींची शिक्षणं केली, त्यांची कार्यं केली, त्यांना उद्योगधंद्याला लावलं, तीनही मुलं संसाराला लागली. घर मुलानातवंडांनी भरलं, सगळे आपापल्या संसारात रमले. वडील मात्र फक्त जबाबदारीतून मुक्त झाले नाहीत, तर अगदी एकटे पडले. या एकटेपणाच्या अवस्थेत त्यांचा एका पन्नाशीच्या पुढच्या विधवा महिलेशी परिचय झाला, ओळख वाढली आणि या दोन प्रौढ व्यक्तींनी लग्न करायचं ठरवलं. बातमी त्यांच्या परिवाराला कळली आणि समाजातही प्रसृत झाली. त्याचा केवढा बोभाटा झाला! 'स्मशानात गोवऱ्या जायची वेळ आली आणि तुम्ही बाशिंग बांधायला निघाला आहात, शोभत नाही' अशा प्रकारचे टोमणेही मारले गेले. या दोघांचं म्हणणं होतं : आता आम्ही अगदी एकटे पडलो आहोत. वैधव्य तर प्राप्त झालं होतंच, पण शिरावर कितीतरी जबाबदाऱ्या होत्या म्हणून एकटेपणा बाजूला सारून मुलांच्या सुखाला प्राधान्य दिलं. आता परिस्थिती बदलली आहे. उरलेली वर्षं आम्ही एकमेकांच्या सहवासात, सहकारात, उबेत घालवली तर काय बिघडलं?

या घटनेचा विविध अंगानी विचार होणं गरजेचं आहे. वयाची पासष्टी किंवा सत्तरी ओलांडल्यावर एखादी व्यक्ती पुनर्विवाहाचा विचार करते तेव्हा तिथे लैंगिक भावनेचा पूर्णपणे अभाव नसेल पण त्याचं प्राधान्य नक्कीच कमी झालेलं असतं, ही गोष्ट सर्वप्रथम मान्य करायला हवी. इथे प्रश्न मुख्यतः व्यक्तीच्या एकटेपणाचा आहे. कुणी असाही तर्क लढवू शकतं की या वयात माणसाने मुलानातवंडात मन रमवावं किंवा देवदर्शन, धार्मिक कार्य इ. गोष्टींमध्ये वेळ घालवावा. स्पष्ट शब्दात

सांगायचं तर ही अनुभवावाचून शिकवण आहे. सध्याच्या समाजव्यवस्थेत नातवंडं तर लांब, मुलांचंदेखील स्वतःचं अलग जग असतं. उतारवयातल्या आईवडिलांशी वैचारिक साम्य राखण्याचा प्रयत्न करण्याएवढी आत्मीयता त्यांच्यापाशी नसते. त्यामुळे विवेकीपणे व्यवहार आणि सोय पाहण्याचा प्रयत्न केला जात असला, तरी दोन पिढ्यातलं अदृश्य अंतर दिवसेंदिवस वाढतंच जातं, अशा परिस्थितीत वय वाढलेल्या व एकट्या पडलेल्या वडिलांना किंवा आईला समवयस्क साथीदाराची गरज भासली तर ते अवांछनीय मानण्याचं कारण नाही. हा समवयस्क साथीदार भिन्नलिंगी असणंच अभिप्रेत असतं, कारण मनुष्यप्राण्यात भिन्नलिंगी व्यक्तीबद्दलचं आकर्षण ही एक नैसर्गिक बाब आहे.

कोणत्याही वयात पुरुषाला स्त्रीची गरज असते आणि स्त्रीला पुरुषाची.

यावर असाही युक्तिवाद होऊ शकतो की या मुद्द्यावरून लग्नाचं वय उलटून गेल्यावर केलेल्या पुनर्विवाहाने दोघांच्याही गरजांचं कायमस्वरूपी निराकरण होईल? मृत्यू केव्हा येईल हे कुणीच जाणत नाही. पाच-दहा वर्षांनी पुन्हा एकदा दोघांपैकी एकावर एकटं जगण्याची वेळ येईल आणि या काळापर्यंत त्याचं शरीर आणि मन दोन्ही अधिक दुर्बल झाले असतील. आता त्याच सगळ्या गरजा लक्षात घेऊन पुन्हा एकदा लग्न करता येईल? केव्हा ना केव्हा दोघांपैकी एकाला एकटेपणाच्या अवस्थेत राहावं लागणारंच आहे, त्यावर काही उपाय नाही. आणखी एक मुद्दा : लग्नाचं वय ओलांडल्यानंतरचे पुनर्विवाह आर्थिकदृष्ट्या स्वतंत्र आणि संपन्न असलेल्या व्यक्तीच करू शकतील. प्रसंगी आप्तस्वकीयांमध्ये अप्रिय होऊन जगण्याचे संकल्पबळही त्यांच्यापाशी हवे. सर्वांपाशी ते असत नाही. या सगळ्याची गोळाबेरीज इतकीच की अशी लग्नं फार कमी प्रमाणात होऊ शकतात. पुनर्विवाहानंतरचा सहजीवनाचा काळ प्रसंगी आप्तजनांत अप्रिय होऊनही जगता येईल. मात्र हे सहजीवन समाप्त झाल्यावर पुन्हा एकदा येणारा एकाकीपणा, वाढत्या वयाबरोबर वाढलेली दुर्बलता आणि घटलेलं संकल्पबळ या साऱ्यामुळे अधिकच जाचक होणार नाही का? पुनर्लग्नामुळे दूर गेलेले आप्तजनही आता अधिक टोमणे मारू लागतील, 'घ्या! काय मिळवलंत पुन्हा एकदा बोहल्यावर चढून?'

कित्येक वर्षांच्या सहजीवनानंतर जीवनसाथीच्या नैसर्गिक मृत्यूमुळे व्यक्ती एकटी पडते, धैर्याने सर्व कौटुंबिक जबाबदाऱ्या पार पाडते आणि मग पुनर्विवाह करते. अशा वेळी त्या व्यक्तीला आपल्या स्वर्गस्थ साथीदाराबद्दल काहीच भावना नसतील, अशी शंका उपस्थित करता येईल? शेवटी भावना ही एक गरज आहे. गरज नसेल तिथे ती वाढू शकत नाही. गेलेल्या साथीदाराबरोबर संपूर्ण प्रेमाने आणि निष्ठेसह जगल्यानंतरही त्याच्या मृत्यूनंतर साथीदार असावा अशी भावना निर्माण होऊ शकते. ही गरज बव्हंशी मानसिक असली, तरी त्यात लैंगिक भावनेचा अंशही

नसतो असं म्हणणं ही फसवणूक ठरेल. अशा वेळी पुनर्विवाह हा एकमात्र पर्याय उरतो. क्वचित प्रसंगी लग्नावाचून आणि लैंगिक भावनेचा लवलेशही नसलेला असा संबंध - अशी मैत्री दोन्ही पक्षांकडून विकसित होऊ शकते, पण या प्रकारच्या संबंधाला अनेक सामाजिक बंधने असतात. अशा बंधनात अप्रामाणिकपणे जगण्यापेक्षा पहिला प्रामाणिक पर्याय अधिक विचारार्ह ठरतो.

आपल्याकडे दांपत्यजीवनात पत्नी पतीच्या आधी निधन पावली तर तिला सुवासिनी म्हटलं जातं. पतीच्या हयातीतच, लोकभाषेत म्हणतात तसं हिरवा चुडा, मळवट लेऊन मरण येणं हे स्त्रीजीवनाचं सौभाग्य मानलं गेलं आहे. इथे एक गोष्ट विचार करण्यासारखी आहे. मुलासुनेच्या संसारात पासष्टी-सत्तरीच्या विधुर बापाचं जगणं आणि विधवा आईचं जगणं यात महद् अंतर असतं. ईश्वराने जन्मतःच स्त्रीला सहनशीलता आणि जुळवून घेण्याची क्षमता दिलेली आहे. हे दोन्ही गुण पुरुषस्वभावात कमी आढळतात. शिवाय, स्त्री स्वभावतः अंतर्मुख असते तर पुरुष बहिर्मुख. त्यामुळे विधुर झालेला वृद्ध साधनसंपन्न नसेल तर घरात अडगळ बनण्याची शक्यता अधिक असते. विधवा स्त्रीवर असा प्रसंग येण्याची शक्यता कमी. वृद्धा आपल्या सोयीने स्वयंपाकघरात जाऊन स्वतःचा चहा करून घेऊ शकते. वृद्ध पुरुषाबाबत हे इतकं सहजशक्य नसतं, वृद्धा घरातल्या नातवंडांना सांभाळून जमेल ते काम करून घराला उपयोगी ठरू शकते आणि याचं मूल्य सून-मुलगा दोघंही ओळखून असतात. परदेशात आनंदाने राहणारे कित्येक मुलगे-सुना कधी आईवडिलांना तर कधी सासू-सासऱ्यांना आग्रहाने परदेश पाहायला बोलावतात तो काळ बऱ्याच वेळा सूनबाईंच्या बाळंतपणाचा असतो.

काही वर्षांपूर्वी पन्नाशीच्या एक महिला सहज बोलता बोलता म्हणून गेल्या, 'माझी तर इच्छा आहे की तुमच्या मित्राने - तिच्या पतीने माझ्या आधी जगाचा निरोप घ्यावा.' हे बोलणं झालं तेव्हा माझे मित्रही हजर होते. मला चकित झालेला पाहून बाईंनी खुलासा केला तो असा : तुमच्या मित्राच्या सर्व गरजा मी पूर्ण करते, कपड्यालत्त्यापासून जेवायला बसताना पाण्याचं लोटीभांडं ठेवण्याचं कामसुद्धा मी आपण होऊन स्वीकारलं आहे. काही वेळा औषधं घ्यायची आठवणसुद्धा मी करून द्यावी लागते. त्यामुळे त्याचं जगणं दुःखमय होईल. त्यांच्या या सगळ्या सोयी पाहणं, गरजा सांभाळणं कुणालाच जमणार नाही. त्यांची अशी दयनीय अवस्था होण्यापेक्षा त्यांचं आधी जाणं माझ्या दृष्टीने कमी दुःखद असेल.

ही माया... प्रेम... समज... काय म्हणता येईल याला?

मानवी जीवन गुंतागुंतीचं आहे, त्यात क्लिष्टता आहे याचंच हे द्योतक आहे. त्यातही साठी ओलांडली की ही जटिलता वाढतच जाते, कमी होत नाही. गणिती पद्धतीने हे दाखवता येणार नाही. ते कळायला त्या अवस्थेपर्यंत पोहोचायला हवं,

नोबेल पारितोषिक विजेते लेखक बोरीस पास्तरनाक यांच्या 'डॉ. झिवॅगो' कादंबरीच्या नायकाच्या तोंडी एक वाक्य आहे; जीवनाच्या अंतापर्यंत जगत राहणं हा काही पोरासोरांचा खेळ नव्हे.

असं असलं तरी जीवन जगावं हे लागतंच. किती जगायचं हे ठरवायचा अधिकार आपल्याला नाही, पण कसं जगायचं हे ठरवण्याचा अधिकार देवाने आपल्याला दिला आहे. आपण या अधिकाराचा उपयोग करू शकतो. केवळ जगण्याचाच नव्हे तर जगात जे काही आहे त्या सगळ्याचा स्वीकार करून त्याचा श्रेष्ठ विनियोग करण्याचं शहाणपण म्हणजे वार्धक्य. वार्धक्य शब्दाचा वृद्धीशी संबंध आहे. वाढत्या वयाबरोबर शहाणपण, सहनशीलता, तडजोड करण्याची क्षमता हे सगळं वाढलं नसेल तर केवळ वयच वाढलं असं होईल.

दीर्घायू नेहमी स्वागतार्ह असतं असंही नाही. माणूस जेव्हा दीर्घायुषी होत जातो तेव्हा त्याचे समवयस्क आणि काही वेळा त्याचे कनिष्ठ परिवारजनही त्याच्या आधी निघून जातात. अशा वेळी जीवेत शरदः शतम् असा कुणीतरी दिलेला आशीर्वाद खरा ठरताना अतिशय एकटेपण येतं. हा एकटेपणा घालवतील असे आपल्या आवडीचे काही छंद माणसाने जीवनात जोपासायला हवेत. माणूस पन्नाशीत म्हणजे प्रौढावस्थेत येतो तोवर त्याने येणारी वृद्धावस्था व्यवस्थित जगण्यासाठी व्यावहारिक आणि वैचारिक अशा दोन्ही भूमिकेतून तयारी करायला हवी. यासाठी आपल्या आवडीचे विषय शोधून काढायला हवेत. तरुण वयात किंवा प्रौढत्वात जे आवडतं ते वार्धक्यातही तसंच आणि तितकंच आवडत नाही हेही लक्षात घ्यायला हवं.

कुठेतरी वाचलेला एक प्रसंग इथे आठवतो. अमेरिकेतील एका अत्यंत धनाढ्य परिवारातला युवक लग्नानंतर मधुचंद्रासाठी पॅरिसला गेला. रंगीन पॅरिसविषयी त्याने खूप ऐकलं होतं, पण या आधी त्याने हे शहर पाहिलं नव्हतं. पॅरिसमध्ये हे नवपरिणीत जोडपं महिनाभर राहिलं. विविध स्थळांना भेटी देण्यात महिना कसा गेला त्यांना कळलं नाही. दोघेही अमेरिकेस परतले आणि वडिलांच्या औद्योगिक साम्राज्यात सर्वोच्च ठिकाणी त्याने कामाला सुरुवात केली.

पुढची पन्नास वर्षं आपल्या उद्योगात तो इतका बुडाला की अधूनमधून तीव्र इच्छा असूनही तो पुन्हा पॅरिसला जाऊ शकला नाही. त्याने जीवनाच्या आठव्या दशकात प्रवेश केल्यावर त्याच्या मुलांनी त्याच्या औद्योजिक साम्राज्याची धुरा पूर्णपणे आपल्या खांद्यावर घेतली. आता त्याला थोडी मोकळीक सापडली. त्याने आपली पॅरिसला पुन्हा भेट द्यायची दीर्घ काळची इच्छा पूर्ण करायचं ठरवलं आणि दोघंही प्रवासाला निघाले. आता पॅरिस खूपच सुधारलं होतं. प्रशस्त हॉटेल्स, हिंडणं फिरणं, मौजमजा करणं या सगळ्यात खूपच भर पडली होती. या वृद्ध गृहस्थाने

आपल्या पहिल्या भेटीतले रोमांचक प्रसंग आठवून ते सगळं पूर्ववत अनुभवण्याचा प्रयत्न केला. पण का कुणास ठाऊक, पहिल्या भेटीसारखा अपूर्व आनंद तो मिळवू शकला नाही. त्याने आपल्या पत्नीपाशी तक्रार केली, 'डार्लिंग, हे पॅरिस आता पहिल्यासारखं राहिलं नाही; आपण पहिल्यांदा आलो त्या वेळी जी गंमत, जी मजा आली तशी आता वाटत नाही, सगळं पार बदललंय,' पत्नी शहाणी होती. किंचित हसून म्हणाली, 'इथलं काहीच बदललं नाही डिअर, सगळं तेच आहे, आपण मात्र बदललो आहोत.'

आपण बदललो असल्याच्या आंतरिक अनुभूतीचा हा मुद्दा नीट समजून घ्यायला हवा. वयाच्या पाचव्या वर्षी सागरगोटे आवडीने खेळणाऱ्या मुलीला सत्तरीच्या वयातही तो खेळ तितकाच आवडत असेल तर त्याला मनोरुग्णता म्हणायला हवं - मानसिक विकास थांबला आहे हाच त्याचा अर्थ. गंपू, गोटू आणि बंडूबरोबर लहानपणी आपण विटीदांडू वा गोष्टी ज्या हिरिरीने आणि आरडाओरडा करत खेळलो तो आनंद सत्तरी गाठल्यावर त्याच खेळात शोधण्याचा प्रयत्न करू लागलो तर त्याला मानसिक जडत्व म्हणायला हवं. सागरगोटे किंवा गोट्याच्या खेळाचं जीवनात एका विशिष्ट काळी स्थान असतं. वयाच्या पंचविशीत प्रियकर किंवा प्रेयसीवर जितकं प्रेम असतं तितकंच प्रेम पाच वर्षांच्या मुलीचं सागरगोट्यावर आणि सात वर्षांच्या मुलाचं गोट्यांवर असू शकतं हे विसरून चालणार नाही.

सत्तरी वा पंचाहत्तरी गाठलेल्या माणसाने हे नीटच लक्षात घ्यायला हवं. म्हातारपण म्हणजे दुसरे बालपण या म्हणीचा अर्थ इतकाच की बाल्यावस्थेतलं निरागसपण आणि चिंतामुक्त अवस्था वार्धक्यात पुन्हा यायला हवी. बाल्यावस्थेतल्या निरागसपणाचं आणि चिंतामुक्तीचं कारण नासमज हे असतं. आता वृद्धावस्थेत या दोन्ही गोष्टींचा जाणतेपणाने विकास करायला हवा. कुठे काही उणीव असेल, काळजीचं काही कारण असेल तरीही अनुभव, वैचारिक समृद्धी आणि व्यवहारकुशलतेच्या बळावर तशा परिस्थितीतही निरागस आणि चिंतामुक्त राहण्याचा प्रयास करायला हवा. हे एका रात्रीत जमणार नाही. यासाठी माणसाने स्वत:चं शिक्षण करायला हवं.

आपल्या देशाच्या विभाजनाच्या पूर्वसंध्येला बंगालमध्ये घडत असलेल्या भयानक जातीय दंगलीच्या वेळी महात्मा गांधी दंगलग्रस्त भागात फिरत होते. त्या वेळी वयाच्या ७९व्या वर्षी त्यांनी बंगाली भाषा, बंगाली लिपी शिकण्याचा प्रयत्न सुरू केला होता. माणसाने नवनवीन गोष्टी आत्मसात करण्याचा यत्न अगदी शेवटच्या श्वासापर्यंत चालू ठेवायला हवा, असा सोनेरी सल्ला सुज्ञ आणि विद्वान माणसं देत असतात. वय वाढलं की सामान्यत: ज्याला जटिल म्हणता येईल अशा टेक्नॉलॉजीचा वापर करून बनवलेल्या वस्तूचा वापर शिकणं किंवा स्वीकारणंही

थोडं अवघड बनतं. विशीतला तरुण ज्या सहजतेने कार ड्रायव्हिंग किंवा कॉम्प्युटर-ऑपरेशन शिकतो ती सहजता सत्तरीच्या ज्येष्ठ नागरिकाकडून अपेक्षित नाही. एखाद्या ज्येष्ठ व्यक्तीने अशा गोष्टी आत्मसात केल्या तरी ते अपवादात्मकच, त्याला सर्वमान्य नियम म्हणता येणार नाही - म्हणूही नये. आता या वयात माहिती वा ज्ञानाचा ढीग गोळा करण्याची गरज नाही, पण जे काही प्राप्त केलेलं आहे त्यात खोल उतरायचं की नाही हे कळण्याचा विवेक जरूर असायला हवा. इथे प्राप्तीचा अर्थ बँकेची खाती, शेअरबाजारातली गुंतवणूक किंवा देण्याघेण्याचे व्यवहार असा नाही. या सगळ्या गोष्टींवर सजग नजर असूनही त्यापासून होता होईल तितकं दूर राहणं यातच ज्येष्ठता आहे. या दूर राहण्याचा अर्थ 'मी पैशाला स्पर्शही करत नाही' असं म्हणणाऱ्या साधू वा बाबांच्या जमातीत जाणं असाही नाही. चेकबुक वा पासबुकबद्दल असलेली जवळीक, त्याबद्दलची आत्मीयता कमी करत जाण्याचं भान राखलं म्हणजे झालं.

कॉम्प्युटर ऑपरेट करता आला नाही तरी चालेल, कॉम्प्युटरवर काम करता आलं नाही तरी चालेल. हाय-फाय मोबाइलच्या सर्व सोयींचा उपयोग करता आला नाही तरी काही बिघडत नाही. आता शिकायचं एकच - उरलेली वर्षं जडभारी न होता हलकी, फुलासारखी आणि उज्ज्वल कशी बनतील एवढंच!

प्रामाणिकता - स्वतःशी

आपण ज्याला लग्नाचं सामान्य वय म्हणतो, त्यापेक्षा किमान दहा ते पंधरा वर्षं उशिरा पारसी तरुण लग्न करतात, हे एक सर्वसामान्य निरीक्षण आहे. (पारसी प्रजा हळूहळू लुप्त होत चालली आहे त्याचं हेही एक कारण असू शकेल.) माझ्या एका पारशी मित्राजवळ मी हे निरीक्षण नोंदवलं तेव्हा त्याने हसून म्हटलं, 'Life begins after forty!'

या मतात थोडा बदल करून 'Life begins at sixty' असं म्हणता येईल? आयुष्याची साठी उलटल्यावरच आयुष्याचा खरा भरीव टप्पा सुरू होतो.

प्रथमवार उच्चारताना हे मान्य होणार नाही हे उघड आहे. आपल्याकडे तर 'साठी बुद्धी नाठी' अशी एक उक्ती आहे. या उक्तीचाही एक वैशिष्ट्यपूर्ण अर्थ आहे. पण त्याचा विचार करण्याआधी 'Life begins at sixty' या वक्तव्यातील सत्य तपासून पाहू या.

माणसाच्या आयुष्यातील पहिला २५ वर्षांचा काळ हा अनिश्चिततेचा काळ असतो. शाळा-कॉलेजचा अभ्यास, जास्तीत जास्त उच्च दर्जाचं शिक्षण प्राप्त करून शैक्षणिक कारकीर्द उज्ज्वल राखणं - हे झालं की लगेच एखाद्या व्यवसायात प्रवेश करणं किंवा चांगली नोकरी मिळवणं, भावी जीवनासाठी योग्य साथीदाराची निवड करणं, हे आणि असे अनेक प्रश्न पहिल्या पंचवीस वर्षांत निर्माण होतात. यात कशाचीच निश्चिती नसते. अशा वातावरणात विचारपूर्वक पावलं टाकत योग्य मार्ग शोधायचा असतो. एखादं पाऊल जरी चुकीचं उचललं गेलं तर पुढच्या सगळ्या आयुष्यावर त्याचा परिणाम होतो. यशापयशाचा मुद्दा बाजूला ठेवला तरी या काळात जोम भरपूर असतो पण परिपक्वता नसते. इथे भविष्य - जे कधीच आपल्या हातात

नसते- घडवण्यासाठी आपण धडपडत असतो. हा काळ संपतो आणि लगेच गृहस्थाश्रम सुरू होतो. आता आपल्यासमोर अनंत प्रश्न असतात. वाढत्या महागाईला तोंड देत आपण आपल्या आणि कुटुंबाच्या सुरक्षिततेची काळजी करत असतो. सुरुवातीची शारीरिक आकर्षणाची वर्षं संपतात आणि पतिपत्नीमध्ये नकळत एक अंतर निर्माण होतं. हे अंतर कृत्रिमपणे झाकण्याचे प्रयत्न सतत सुरू होतात. मुलाबाळांचं शिक्षण आणि अधिकाधिक भक्कम आर्थिक परिस्थिती निर्माण करण्यासाठी आपण गाढवासारखे राबत असतो. आपल्या आवडीच्या किंवा हौसेच्या गोष्टींकडे लक्ष द्यायला फुरसत नसते. फक्त पैसा, सुरक्षितता आणि प्रतिष्ठा मिळवण्यात आपला वेळ आणि शक्ती खर्च होत असते. सफलतेची कोणतीच हमी नसते, तरी अनिश्चिततेला तोंड देत अनेक चिंता, काळजीचं ओझं वाहत आपण पन्नाशीला येतो. आता मुलांना आपल्या पायावर उभं करणं, योग्य नोकरीधंदा, त्यांची लग्नकार्य यात आणखी दहा वर्षं जातात. आता साठी आल्यावर माणूस स्वत:च्या व्यवसायात वा धंद्यात असेल तर वयात आलेल्या मुलांवर धंद्याची जबाबदारी सोपवून निश्चिंत होऊ शकेल, आणि नोकरदार असेल तर पेन्शन, प्रॉव्हिडंट फंडाचे आकडे डोक्यात घोळवत निवृत्त होईल.

हे असं वयाची साठी येईपर्यंत माणूस जगतो ते कदाचित त्याचं स्वत:चं आयुष्य नसतं. ज्यातून त्याला मानसिक समाधान मिळेल वा आध्यात्मिक प्रसन्नता लाभेल अशी सगळी कामं बाजूला सारून आजवर त्याने सामाजिक, कौटुंबिक, शैक्षणिक, व्यावसायिक इ. क्षेत्रात यशस्वी व्हायचं एवढंच ध्येय ठेवलेलं असतं. माझे अनेक मित्र म्हणतात की साहित्य, संगीत, चित्रकला या गोष्टीत आधी त्यांना खूप रस होता, पण जबाबदाऱ्या वाढत गेल्या तसा वेळ मिळेनासा झाला. वेळाबद्दल म्हणायचं तर त्यांचाही दिवस चोवीस तासांचाच होता, पण त्यातला एक तासही निर्हेतुकपणे - आर्थिक मोबदला मिळवून न देणाऱ्या गोष्टींसाठी घालवू शकत नव्हते. आता साठ वर्षं पूर्ण झाली. सामान्यत: या वयापर्यंत कौटुंबिक जबाबदाऱ्या संपलेल्या असतात अशी अपेक्षा असते. आता पुढच्या पिढीची जबाबदारी त्यांची नसते. कुणी जर ती स्वत:वर ओढवून घेतली तर ते त्यांचं दुर्दैव आहे.

साठ वर्षं झाली. आजवर सगळंच भविष्यासाठी करत आलो. ज्येष्ठ नागरिकांनी ही खूणगाठ मनाशी बांधायला हवी की आता कोणतेही भविष्य नाही. विशीच्या तरुण-तरुणींनी भावी आयुष्याच्या योजना आखणं वा स्वप्न पाहणं नैसर्गिक आहे, ती सहजप्रवृत्ती आहे. विसाव्या वर्षी कुणी धीरूभाई अंबानी किंवा देशाचा पंतप्रधान बनतो म्हणत असला तर तसं होण्याची भरपूर शक्यता आहे. पण साठी उलटलेला माणूस मला रवींद्रनाथ टागोर व्हायचंय असं म्हणू लागला तर तो मानसिक दोष म्हणायला हवा. आता असा प्रदेश सुरू होतो जिथे नवं काही घडत नाही, काही

मिळवायचंही नसतं. आता फक्त देण्याचा प्रदेश सुरू होतो. आजवर समाजाकडून जे काही मिळवलं - धन, प्रतिष्ठा, अनुभव - ते सगळं हळूहळू पूर्ण निष्ठेने समाजाला परत करायचं आहे.

मानसशास्त्रज्ञ म्हणतात की माणूस कधीच, एक क्षणभरसुद्धा वर्तमानकाळात जगत नाही. त्यांचं हे निरीक्षण नीट समजून घ्यायला हवं. आपण क्षणभर स्वत:ला तपासून पाहिलं तर लक्षात येईल की प्रत्येक क्षणी आपण एकतर भूतकाळाचं चर्वितचर्वण करत असतो, नाहीतर भविष्यकाळाची कल्पनाचित्रं मनातल्या मनात रेखाटत असतो. अतीत हा असा कालखंड आहे जो आपण कधीच पुन्हा जगू शकत नाही आणि भविष्य हा असा कालखंड आहे ज्याची निर्मिती अनिश्चित आहे. त्याविषयी आपल्याला काहीच ठाऊक नसते. वर्तमान आपल्या बरोबर आहे, आपल्या जवळ आहे आणि तरीही वर्तमानातले ते क्षण आपण जगू शकत नाही. साठी येईपर्यंत आपण वर्तमानात जगू शकलो नाही याची काही तर्कसुसंगत कारणंही आपल्याला देता येतील. पण आता ती कारणं संपली आहेत त्यामुळे केवळ वर्तमानातच जगता येण्याची शक्यता निर्माण झाली आहे. इथून पुढचं जगणं दुसऱ्या कुणाच्या हाती नसून आपल्याच हातात आहे यात कदाचित कुणाला अतिशयोक्ती वाटण्याचा संभव आहे, पण थोडा विचार केला तर लक्षात येईल की आजवर इच्छा असूनही ज्या प्रकारचं आयुष्य आपण जगू शकलो नाही तसे आयुष्य आता जगता येईल. मात्र त्यासाठी चार पूर्वअटी आहेत :

१) या निवृत्तीकाळात आपण आर्थिकदृष्ट्या निश्चिंत असणं आवश्यक आहे. निवृत्त ज्येष्ठ नागरिकांना आजारपण किंवा अशाच कारणासाठी मुलांसमोर हात पसरण्याची वेळ येऊ नये एवढी किमान सज्जता गरजेची आहे. सामाजिक वा अन्य क्षेत्रात आपल्या मनाप्रमाणे काही रक्कम खर्च करण्याचं आर्थिक स्वातंत्र्य असायला हवं. तीर्थयात्रा व अन्य प्रवासाला जाऊन मनाप्रमाणे खर्च करण्याची क्षमता त्याच्यापाशी असायला हवी. माणसाने वयाच्या चाळिसाव्या वर्षापासून आपण साठीनंतर जगणार आहोतच असं ठरवून त्याप्रमाणे योजना आखल्या तर ही व्यवस्था बहुतांशी होऊ शकते. क्वचित असं घडत नाही, पण योजना तर याच पद्धतीने करायला हवी.

२) साठीच्या पुढे सामान्यत: स्वास्थ्याच्या काही अडचणी येतात, हे नैसर्गिक आहे. तरी साठीनंतर एक वेळ ट्रेकिंगला जाता आलं नाही तरी तिसऱ्या-चौथ्या मजल्यावर चढून जाता येत असेल तर स्वास्थ्य चांगलं आहे असंच मानायला हवं. रोज तीन-चार किलोमीटर चालणं होत असेल आणि दहा किलोपर्यंतचा बोजा सहज उचलता येत असेल तर डोळ्याला चश्मा आला, एखादा दात हलायला लागला अशा तक्रारी करण्यात शहाणपण नाही. हे स्वास्थ्य चांगलं राखायचा उत्तम मार्ग म्हणजे निवृत्तीनंतरही प्रवृत्ती चालू ठेवायला हवी. अट इतकीच की या प्रवृत्तीतून

आता अर्थार्जन हे ध्येय असता कामा नये. आपलं चांगलं स्वास्थ्य लक्षात घेऊन समाजऋण फेडण्यासाठीच ही प्रवृत्ती हवी.

३) साठीत प्रवेश करतानाच कौटुंबिक जबाबदाऱ्या संपलेल्या असणं आवश्यक. मुलाबाळांची लग्नकार्य होऊन ती आपापल्या परिवारात सरासरी चांगलं आयुष्य जगत असतील यालाच ज्येष्ठ नागरिकांनी आपल्या जबाबदारीची समाप्ती मानायला हवी. ही जबाबदारी शिल्लक असेल, तर त्याने त्यासाठी आणखी काही वर्षं द्यायला हवी.

४) वरील तीनही पूर्वअटी पूर्ण होत असतील, मात्र प्रौढत्वाकडून वृद्धत्वाकडे निघालेल्या दोघा जीवनसाथींमध्ये विसंवाद असेल, सामंजस्याचा अभाव असेल तर केलं सवरलेलं सगळंच वाया जातं.

पुष्कळदा असं पाहायला मिळतं की इतक्या वर्षांच्या सहजीवनानंतर, प्रौढत्व प्राप्त झालेल्या पतिपत्नीमध्ये मतैक्य नसतं, आजवर मानसिक निश्चयाचे बळ आणि प्रतिकारशक्तीच्या जोरावर एकमेकांतील मतभेद, नावड या गोष्टी झाकून कुटुंब आणि समाजाच्या भीतीने काळ काढलेला असतो. आता जगाला दिसण्या-दाखवण्याचे प्रसंग संपलेले असतात. अशा वेळी इतकी वर्षं मनात साचलेली नाराजी एवढ्यातेवढ्या कारणाने बाहेर पडते. याच्या उलटही घडू शकतं. आता इतर कोणत्याही गोष्टीत फारशी गुंतवणूक नसल्यामुळे एकमेकांत साथसोबत शोधण्याचा प्रयत्नही होतो. शेवटी ज्याची त्याची तऱ्हा आणि ज्याचं त्याचं नशीब! पण इथून पुढे ज्याला आपण Life begins at sixty म्हटलं आहे ते आयुष्य जगण्यासाठी पतिपत्नीत संवाद आणि सहकार्य नितांत आवश्यक!

या चारही अटी १०० टक्के पूर्ण होतीलच असं नाही, पण इथे आपण टक्केवारीचा सिद्धान्त स्वीकारायला हवा. या चारापैकी जे जास्तीत जास्त शक्य झालं असेल त्याचा चांगल्यात चांगला विनियोग करण्यात शहाणपणा आहे. आता कुणाविरुद्ध, अगदी ईश्वराविरुद्धही फिर्याद करण्यात अर्थ नाही. आपले कर्म आणि प्रारब्धानुसार इथवर पोचलो आहोत. आता जे काही हातात आहे त्याचाच श्रेष्ठ विनियोग व्हायला हवा.

स्वामी विवेकानंद एकदा म्हणाले होते, 'या देशातील केवळ शंभर युवक सर्वस्वाचा त्याग करून आणि संपूर्ण समर्पित भावनेने मला येऊन मिळाले तर समाज आणि देश दोन्ही बदलता येईल.' स्वामीजींच्या या वाक्यात थोडा बदल करून ज्येष्ठ नागरिकांच्या संदर्भात असं म्हणता येईल की, या देशाला २००, ५०० किंवा १००० पूर्णपणे समर्पित वृत्तीचे ज्येष्ठ नागरिक मिळाले तर नवीन क्रांती घडू शकेल. यावर थोडा विस्तारपूर्वक विचार करू या. ज्येष्ठ नागरिकाला आपल्या पुढच्या आयुष्यात भौतिक जगातली कोणतीही विशिष्ट अशी सिद्धी

मिळवायची नसते. जबाबदारीच्या दृष्टीने तो आता मुक्त आहे, त्याच्याजवळ पुरेसा अनुभव आहे, इतकंच नव्हे तर चांगलं स्वास्थ्य आणि बुद्धिमत्ताही आहे. आता असे काही ज्येष्ठ नागरिक समाजात जिथे कुठे अन्याय होत असेल किंवा भ्रष्टाचार चालला असेल अशा ठिकाणी 'खबरदार' म्हणून उभे राहिले तर एक अशी ब्रिगेड तयार होईल जिची तमाम भ्रष्टाचारींना भीती वाटेल. अशा ब्रिगेडमध्ये भाग घेणाऱ्या ज्येष्ठ नागरिकांना आता कुणाची भीती बाळगायचं कारण नाही. अशीही शक्यता आहे की पूर्वजीवनात त्यांच्याकडून काही अन्याय झाला असेल, अधर्म वा अनीतीचं वर्तन घडलं असेल, पण आता अशा अधर्म व अनीतीविरुद्ध आवाज उठवण्याचं काम निष्ठेने केलं तर समाजाचा पुष्कळ फायदा होण्याची शक्यता आहे.

हा निव्वळ कल्पनाविलास नाही. काही माणसं अन्याय वा भ्रष्टाचाराविरुद्ध 'रुक जाओ!' असं म्हणून उभी ठाकली तर रातोरात सगळं सुधारेल असं मुळीच नाही. कित्येकदा अशा ठामपणे उभं राहिलेल्यांना सहनदेखील करावं लागतं. पण आता कशातूनही काही स्वत:साठी मिळवायची वृत्ती नसल्यामुळे त्यांच्या आवाजाला धार येईल. अशा आवाजाची भ्रष्टाचारींनादेखील जरब वाटेल. आज जी नीतिमत्ताविहीन मंडळी समाजात वेगवेगळ्या स्तरावर सन्मान्य होऊन बसली आहेत अशांकडे बोट दाखवून ज्येष्ठ नागरिकांनी आव्हान दिलं तर... पाण्याने काठोकाठ भरलेलं तळं दुधाने भरणार नाही पण दुधामुळे पाण्याचा रंग जरूर बदलेल. यासाठी सर्वप्रथम ज्येष्ठ नागरिकांनी प्रामाणिकतेच्या बाजूने आपलं मत नोंदवायला हवं. जिथे, जेव्हा, जे यथामती यथाशक्ती सत्य वाटेल त्याचा उच्चार कणमात्र असत्याची भेसळ न करता करायला हवा.

आजवर व्यवहारी जगात शहाणं ठरण्यासाठी आपण सगळ्यांना खूश राखण्याचा प्रयत्न केलेला असतो. आता या सगळ्यांना राजी राखण्यासाठीच्या खोटेपणाचा त्याग करून सत्याचाच आश्रय घ्यायला हवा आणि सत्य तेच ज्यात बोलणाऱ्याचा कोणत्याही प्रकारचा अंगत स्वार्थ नसतो, पण इतरांचं कल्याण असतं.

तेव्हा आणि आता

ज्याप्रमाणे जमिनीतून वर आलेल्या कोंबाचे रोप होते आणि कालांतराने वृक्षाचा आकार धारण करते त्याचप्रमाणे मनुष्य जीवनात शैशव, किशोरावस्था, तारुण्य, प्रौढावस्था आणि शेवटी वृद्धत्व या अवस्था येतात. या प्रत्येक अवस्थेची निश्चित अशी नैसर्गिक लक्षणे असतात. चहूअंगाने पसरलेल्या वटवृक्षात आपल्याला रोपाचं दर्शन घडत नाही, त्याच्याकडून अपेक्षा असते ती सावलीची. जसं तुळशीचं रोप वटवृक्ष बनू शकत नाही आणि वटवृक्षाला रोपटं बनावसं वाटलं तरी ते अशक्य असतं. मोराची पिसं उसनी घेऊन कावळा मोर होत नाही किंवा रंगाच्या पिंपात पडून अंगावर उमटलेल्या पट्ट्यांमुळे कोल्हा वाघ बनत नाही. खरं सांगायचं तर मानवी देहाच्या प्रत्येक नैसर्गिक अवस्थेचं स्वत:चं असं सौंदर्य असतं, त्याचप्रमाणे शरीराच्या विविध इंद्रियांचं सामर्थ्य वा शैथिल्य शरीराच्या त्या वेळच्या नैसर्गिक अवस्थेशी निगडित असेल तर त्यात निसर्गाचा निश्चित असा संदेश असतो. या वस्तुस्थितीचा थोडा अधिक विचार करू या.

निसर्गनियमानुसार आपले केस ऐन पंचविशीत काळेभोर असतात, पन्नाशीत पांढरे व्हायला लागतात आणि साठी उलटल्यावर बहुतेक सगळे पांढरे होतात. केशवदास नावाच्या कवीने विनोदाने म्हटले आहे:

केशव! केशने असि करी, अरि न करीयो कोई
कांचनवरणी कामिनी, बाबा कही बुलाय!

कवी केशव श्वेतकेशी आहे आणि वृद्धत्वाचं हे लक्षण मानून कुणी यौवना त्याला 'अहो बाबा!' असे संबोधते. यामुळे हताश झालेला कवी म्हणतो की या केसांनी तर एखाद्या शत्रूपेक्षाही अधिक वैर पत्करलं!

पण काळ्याचे पांढरे होणे ही तशी सोपी गोष्ट नाही. त्यासाठी किमान साठ वर्षं जगायला हवं. हा सहा-सात दशकांचा जीवनसंघर्ष सोपा नसतो. एखादी व्यक्ती जन्मत:च काका, मामा, मावशी वा आत्या बनू शकते, पण आजोबा किंवा आजी बनायला किमान साठ वर्षं जीवनसंघर्ष करायला हवा आणि त्यानंतरही जगायला हवं. याउपरही आजी-आजोबा बनायला नशिबाची साथ हवी. पांढरे केस सहज उगवत नाहीत तसंच आजी-आजोबापण सहज मिळत नाही.

आपण आयुष्याच्या प्रत्येक अवस्थेत निरोगी, आरोग्यपूर्ण राहण्याचा प्रयत्न करतो यात वावगं काहीच नाही, उलट आरोग्याबद्दलचं हे भान स्वागतार्ह आहे. शरीराच्या सर्व इंद्रियांनी आयुष्याच्या अवस्थेनुसार आपापल्या क्रिया सुरळीतपणे करत राहणं आणि आयुष्याच्या अखेरच्या श्वासापर्यंत स्वावलंबी जीवन जगता येणं ही ईश्वराची कृपा आहे. मात्र वयाच्या सत्तरीत साठीचा किंवा साठीत पन्नाशीचा आभास निर्माण करण्याची वृत्ती ही मानसिक विकृती नसली तरी या वृत्तीला एक प्रकारचा न्यूनगंड म्हणायला हवं. कृत्रिम रंगरंगोटीने तरुण दिसण्याचा प्रयत्न करणं हास्यास्पद आहे. तुमच्या या फसवेगिरीने पाहणारा फसत तर नाहीच उलट तुमचा न्यूनगंड लक्षात येऊन मनातल्या मनात हसतो. केसाचा कलप असो वा चेहऱ्यावरील सुरकुत्या कमी करण्यासाठीची रंगरंगोटी, त्याने वय वाढायचं थांबत नाही. एखादा ज्येष्ठ नागरिक जेव्हा असं काही करतो तेव्हा तो एखाद्या मुठीत हवा पकडण्याचा खेळ खेळणाऱ्या नादान बालकासारखा दिसतो.

याचा अर्थ असा मात्र नव्हे की डोळे अधू झाले तर चश्मा वापरायचा नाही, दात पडले तरी कवळी करवून घ्यायची नाही किंवा ऐकायला कमी येऊ लागलं तरी श्रवणयंत्र घ्यायचं नाही. ही सगळी साधने कृत्रिम असली तरी जीवनयात्रा चालू ठेवण्यात त्यांचं निश्चित असं योगदान असतं, शक्ती कमी झाल्यावर काठीचा आधार घेण्यात गैर काही नाही मात्र काठी घेऊन धावण्याचा शर्यतीत भाग घेणं हास्यास्पद ठरतं.

श्री. रसिक झवेरी या गुर्जर लेखकाने आपल्या स्मरणयात्रेत एक प्रसंग नोंदवला आहे. वयाच्या साठीत ते लंडनला गेले होते. त्या काळात ते एकदा हेअर कटिंग सलूनमध्ये गेले. तिथल्या केस कापणाऱ्या मुलीने त्यांना सुचवलं की केवळ पाच शिलिंग ज्यादा घेऊन ती त्यांचे केस काळेभोर करून देऊ शकते. त्यावर हसून रसिकभाई उत्तरले, 'पोरी, हे केस पांढरे करायला मला साठ वर्षांचं मोल द्यावं लागलं, साठ वर्षांची ही कमाई केवळ दोन-पाच शिलिंग देऊन उधळून टाकू?'

प्रत्येक महिन्याला केसावरून कलप लावण्याचा ब्रश फिरवणाऱ्या ज्येष्ठ नागरिकाने रसिकभाईंचं हे उत्तर लक्षात ठेवण्यासारखं आहे.

अर्थात या सगळ्या साधनांचा - चश्मा, कवळी, श्रवणयंत्र, इ. - वापर

करूनही पाहणं, खाणं व ऐकणं या क्रिया पूर्ववत होत नाहीत. शरीरयंत्र सुरळीत चालायला मदत होत असली तरी उपभोगाचं पूर्ण समाधान मिळत नाही या गोष्टीचाही सहज स्वीकार व्हावा. वयाच्या चाळिशीनंतर डोळ्यावर चाळिशी आली तर ते परमात्म्याचं पहिलं पत्र समजावं! याचा अर्थ असा की आता चर्मचक्षूंनी बाहेरच्या जगाकडे पाहणं कमी करून अंतर्दर्शन करायला शीक. एकदा हा अर्थ लक्षात घेतला की कवळी किंवा श्रवणयंत्र वापरायला लागते वेळी फार त्रास होत नाही. या गोष्टींचा आध्यात्मिक अर्थ मनाचे सांत्वन करणारा आहे. बाहेरचं कमी दिसतं, बाहेरचा आवाज कमी ऐकू येतो याचा आध्यात्मिक संकेत असा की आता पाहण्यासारखं बाहेर नसून आत आहे. बाहेरचा आवाज, कोलाहल, खूप ऐकला, आता त्याच्याशी नातं तोडून किंवा कमी करून आत खोल उतरण्याचा काळ आला आहे. दात अधू झाले किंवा पडले तर ईश्वर जणू सुचवत असतो की सुपारीचे खांड, उसाचे करवे यांसारखे कठीण पदार्थ खाण्याचे तुझे दिवस आता समाप्त झाले आहेत. याचबरोबर हेही लक्षात घ्यायला हवं की आता पचनसंस्थेची कार्यक्षमता कमी होऊ लागली आहे, पचायला जड असलेले पदार्थ पोटात ढकलता कामा नये. जो ज्येष्ठ नागरिक या सूचना ऐकेल आणि त्यांचा स्वीकार करेल त्याची गात्रे शिथिल झाल्याबद्दलचा रोष, असंतोष कमी होईल.

श्री. पन्नालाल पटेल हे गुजराती भाषेतले एक आघाडीचे लेखक. आमची पहिली भेट झाली त्या वेळी त्यांचे कान अधू झाले होते. वय ५०-५५ एवढं असेल. पुढच्या ५-६ वर्षांत भेटीचा योग आला नाही. पुढे जुनागढच्या साहित्य परिषदेत आमची दुसऱ्यांदा भेट झाली. आता पन्नाभाई स्वत:पाशी एक साधसं उपकरण बाळगत. एका प्लास्टिकच्या लांब नळीच्या टोकाला जोडलेला लहानसा भोंगा असं त्याचं स्वरूप होतं. माझ्याशी बोलताना त्यांनी त्या यंत्राचं एक टोक आपल्या कानाशी धरून भोंगा माझ्या हातात दिला- अगदी सहज! एकमेकांची खबरबात विचारून झाल्यावर मी म्हटलं, ‘‘पन्नाभाई, कान कामातून गेले?’’

‘‘अहो, ज्याने दिले त्याने परत घेऊन टाकले! मूळ ठेव ज्याची त्याला परत करायला हवी की!’’ अतिशय निरागसपणे पन्नाभाई उत्तरले. ‘‘हा भोंगा बरोबर वागवणं तुम्हाला त्रासदायक वाटत असेल ना?’’ मी त्या क्षणी योग्य अशी सहवेदना व्यक्त केली.

‘‘अहो, त्रास मला नाही तुम्हाला होतो.’’ एखाद्या तिऱ्हाइताबद्दल बोलावं अशा बेफिकीर स्वरात पन्नाभाई म्हणाले, ‘‘माझं काय, ऐकावसं वाटेल तेवढं ऐकतो आणि नकोसं वाटलं की नळी कानापासून लांब धरतो. तुम्हाला मात्र मला काही ऐकवायचं असलं तर त्रास घ्यावा लागतो.’’ एवढं बोलून पन्नालाल खळखळून हसले होते.

तत्त्वज्ञानाचा हा धडा पन्नाभाईंनी मला नकळत शिकवला होता. तेव्हा मी पुरती तिशीदेखील गाठली नव्हती. आज पंचाहत्तराव्या वर्षीही त्यांनी दिलेला वस्तुपाठ स्मरणातून गेलेला नाही. ज्याने कर्मेंद्रिये दिली त्याने परत मागितली तर ती परक्याची ठेव मानून बिनतक्रार परत करायला हवीत आणि त्या उणिवेपोटी कोणताही कमीपणा वाटता कामा नये.

महागड्या कलपाचा वापर करून पांढरेधोप केस काळेभोर केले, मोतीबिंदू काढल्यावर लेन्स बसवून घेतलेल्या डोळ्यांवर परदेशी बनावटीचा भपकेबाज गॉगल चढवला. अद्ययावत फॅशनची पॅन्ट आणि टी-शर्ट परिधान केला म्हणून सत्तरीचा माणूस पस्तिशीचा होत नाही. स्त्री असो वा पुरुष, काही शारीरिक मर्यादा आपोआप येतात, काही मनोभावना बदलतात. मात्र हा बदल अभिमानाने मिरवण्याऐवजी भिरकावून देण्याचा निष्फळ प्रयत्न होताना दिसतो, तेव्हा निर्माण होणारं चित्र कुरूप आणि केविलवाणं भासतं. मुंबईला जुहू चौपाटीवर रोज फिरायला जाणाऱ्या माझ्या एका मित्राला अशा प्रकारचा अनुभव आला होता. ठरावीक वेळेला नियमाने फिरायला येणाऱ्या व्यक्तींमध्ये एक प्रकारचा सहज मैत्रभाव निर्माण होतो. अशाच फिरायला येणाऱ्या एका वयस्कर प्रतिष्ठित गृहस्थाशी माझ्या मित्राची भेट होई. एक दिवस घडलं असं की फिरायला येणाऱ्या आणखी कुणीतरी माझ्या मित्राला सांगितलं की त्या वयस्कर गृहस्थांचा आज सत्तरावा वाढदिवस आहे. हे ऐकून माझ्या मित्राने त्यांच्याजवळ जाऊन त्यांना वाढदिवसाच्या शुभेच्छा दिल्या आणि उत्साहाने म्हटलं, "How nice that you are seventy years old today!" समोरच्या गृहस्थांनी शुभेच्छांचा स्वीकार केला, मात्र लगेच छाती किंचित पुढे काढून काहीशा वरच्या स्वरात म्हणाले, "What? I am not seventy years old, I am seventy years young today!" मित्राच्या लक्षात आलं की या सत्तरीच्या गृहस्थांना कुणी वृद्ध म्हटलेलं खपत नाहीये.

त्याच्या डोक्यात एक गमतीची कल्पना आली. निथळल्या अंगाने समुद्रातून काठावर येणाऱ्या दोन बिकिनीधारी युवतींकडे पाहत तो त्यांना म्हणाला,

"Oh, you are seventy years young today, young man! त्या सुस्नात फटाकड्या कशा छान दिसतायत ना! त्यांच्याकडे पाहून एक शिट्टी मारा ना!"

मित्राचा हा प्रस्ताव ऐकून ते गृहस्थ बावचळून गेले. फुरंगटल्या आवाजात म्हणाले, "वाट्टेल ते काय बोलताय! मी आणि त्या फटाकड्यांकडे पाहून शिट्ट्या मारू?"

"नाहीच जमणार तुम्हाला," मित्राने खिजवत म्हटलं, "That's because you are seventy years old! If you were young, तुम्ही नक्कीच शिट्टी मारली असतीत!"

सांगायचं तात्पर्य इतकंच की, seventy years young असण्याचा वाह्यात बहाणा करण्यापेक्षा seventy years old असण्याचे वैभव तुम्ही मिरवू शकलात तर old age देखील young, graceful बनू शकते.

तरुण दिसण्याच्या या मनोवृत्तीवर श्री. ज्योतिंद्र दवे या विनोदी लेखकाने छान लेख लिहिला होता. औषध तयार करणाऱ्या एका कंपनीने वर्तमानपत्रात अशी जाहिरात दिली होती की त्या कंपनीच्या एका औषधाच्या सेवनाने सत्तरीत असलेली व्यक्ती पस्तिशीची दिसेल. हे वाचून ज्योतिंद्रभाईंनी लिहिलं होतं : याचा अर्थ पन्नास वर्षांचा माणूस हे औषध घेऊन पंधरा वर्षांचा किशोर दिसायला लागेल. पण पस्तीस वर्षांच्या एखाद्या माणसाने या औषधाचं सेवन केलं तर त्याची जागा कुठे असेल? तो आपल्या आईच्या गर्भात जाऊन बसेल की काय? गमतीची गोष्ट अशी की असल्या बिनडोक जाहिराती देणाऱ्या कंपन्यांनाही गिऱ्हाइकं मिळत असतात.

काही वर्षांपूर्वी माझ्या एक काकू वयाच्या ९३-९४ व्या वर्षी देवाघरी गेल्या. त्यांचं शारीरिक आणि मानसिक दोन्ही प्रकारचं स्वास्थ्य शेवटपर्यंत चांगलं होतं. दात नव्हते, कवळी होती, दृष्टी अधू झाली होती, चश्म्यावाचून धकत नव्हतं, डोक्यावरचे केस पांढरे तर झाले होतेच, पण आखूडही झाले होते. चेहऱ्यावर सुरकुत्याही भरपूर होत्या. तरीही एकूण ठेवण अशी होती की पाहणाऱ्याला तत्काळ जाणवे की ऐन तारुण्यात या बाई कशा रूपगर्विता असतील! या काकू त्यांच्या शेवटच्या काळात एकदा हसत हसत उद्‌गारल्या होत्या, 'जळला मेला आरसा! आता त्याचं तोंडही पाहावसं वाटत नाही! पाहिलं की वाटतं, अरे देवा! काय झालाय हा अवतार! आधी कशी सुरेख दिसायची मी!'

बऱ्याच ज्येष्ठ नागरिकांना असं वाटत असण्याची शक्यता नाकारता येत नाही. वास्तविक वय उतरणीला लागलं की आरोग्य आणि सौंदर्य याबद्दलचा दृष्टिकोन बदलायला हवा. सहाव्या मजल्यावर जिने चढून जाता येत नाही याबद्दल हळहळ वाटू नये. पहिल्या किंवा दुसऱ्या मजल्यावर दम न लागता सहज जाऊ शकतो याचं समाधान वाटावं. कित्येक वृद्धांना येताजाता आरोग्याच्या तक्रारींचा पाढा वाचायची सवय असते. त्यांना उणावलेल्या आहाराबद्दल वाईट वाटत असतं. आता पूर्वीसारखं खाणं राहिलं नाही, आता पूर्वीसारखी धावपळ होत नाही, जागरण सोसत नाही... या आणि अशा तक्रारी करत राहणं हे शहाणपणाचं लक्षण नव्हे, आता पूर्वीसारखं काहीच करता येणार नाही याची मनाशी खूणगाठ बांधायला हवी आणि तरीही, न का होईना पूर्वीसारखं, थोडंफार तरी करता येतंय ना, याबद्दल समाधान मानायला हवं. ज्येष्ठ नागरिक आपल्या दैनंदिन जीवनात स्वावलंबी असेल, त्याला कुणाचीही मदत घ्यावी लागत नसेल तर त्याला निरोगी म्हणता येईल. ७५-८० च्या वयात दोन्ही वेळा भूक लागतेय, रोज दीड-दोन कि.मी. पायी चालणं घडतंय, स्मृती

फारसा दगा देत नाही आणि रोज ४-२ तास काहीतरी करण्यात घालवता येत आहेत, अशा व्यक्तीने जर वार्धक्याबद्दल तक्रार केली तर दोष वार्धक्याचा नसून त्या व्यक्तीचा आहे. शारीरिक आणि मानसिक दोन्ही प्रकारचे आरोग्य राखण्यासाठी एखाद्या आवडत्या गोष्टीत रस घेणं, स्वत:ला गुंतवणं अत्यावश्यक असतं. दुर्दैवाने ज्या व्यक्ती 'निवृत्त होणं' याचा अर्थ 'घरी बसणं' असा लावतात त्याचं शारीरिक आणि मानसिक स्वास्थ्य अल्प काळातच नष्ट होतं.

आजच्या ज्येष्ठ नागरिक बंधू-भगिनींनी आपल्या तरुणपणी जे वृद्धावस्थेत होते त्यांचं जीवन आठवून पाहावं. त्या काळात ५०-५५चे काका-मामा, वडील, यांची गणना म्हाताऱ्यात होत असे. पन्नाशीची स्त्री स्वत:ला बिनदिक्कत म्हातारी म्हणवून घेई. ही मोठी माणसं त्या काळी कशी दिसत ते आठवून पाहा.

धोतर, हाफशर्ट किंवा अर्ध्या बाह्यांची बंडी, डोक्यावर टोपी आणि पायात नाल मारलेल्या जाडजूड चपला हा पन्नाशी ओलांडलेल्या पुरुषांचा पोशाख (की अवतार?) असायचा. स्त्रियांचा पोशाखही एकजात असाच. जाडीभरडी साडी अंगभर गुंडाळलेली आणि कपाळही झाकलं जाईल असा डोक्यावरून घेतलेला पदर. आज पन्नाशीची स्त्री नि:संकोचपणे सलवार-कमीझसारखा सुटसुटीत पोशाख घालते, याचं मुख्य कारण असं की आपली आयुर्मर्यादा आता भरपूर वाढली आहे. आज साठीची व्यक्ती मध्यमवयीन गणली जाते. मागच्या पिढीच्या तुलनेत आयुर्मर्यादा तर वाढली आहेच. त्याबरोबर आरोग्यातही सुधारणा झाली आहे.

स्वास्थ्य चांगलं राहावं; मृत्यूला कोणी रोखू शकत नाही, पण मृत्यू येईपर्यंत शरीर सगळी कामं सुरळीत बजावत राहू शकेल यासाठी वैद्यक शास्त्रातील निरनिराळी संशोधनेही साहाय्यकारक ठरली आहेत. मात्र हे संशोधन शारीरिक स्तरापुरते मर्यादित आहे. मानसिक आरोग्यही टिकवण्यासाठीचे संशोधन अजून व्हायचे आहे. सध्या तरी ते आरोग्य सांभाळणे ही आपली जबाबदारी आहे.

आरोग्य चांगलं राहणं हे केव्हाही चांगलंच आणि त्यासाठी आवश्यक ते सर्व काही योग्य प्रमाणात करणं हेही उचित आहे यात वाईट काहीच नाही. मात्र काही वेळा असं दिसतं की आपण तब्येतीने चांगलं असण्यापेक्षा चांगलं दिसण्यावर भर देतो आणि त्यासाठी पैसा, वेळ, शक्ती सगळ्याचाच अनाठायी व्यय करतो. असं करण्यात सर्वप्रथम आपण स्वत:ची फसवणूक करत असतो. या वयात कोणत्याही प्रकारची फसवणूक त्याज्य मानायला हवी आणि स्वत:ची फसवणूक तर तिरस्करणीयच!

जनरेशन गॅप

ज्यांचं वय आता 'सिक्स्टी प्लस' आहे अशांनी सहज आठवून पाहावं. जे ज्येष्ठ नागरिक जेव्हा त्यांच्या विशीत किंवा तिशीत होते तेव्हा त्यांच्या समोर आधीची पिढी होतीच की! पण या मंडळींपैकी बहुतेकांनी त्या काळात 'जनरेशन गॅप' असा शब्दप्रयोग ऐकला असण्याची शक्यता कमी आहे. तिशी-पस्तिशीचा युवक वा युवती आपले आईवडील किंवा सासू-सासरे व आपण यामध्ये जनरेशन गॅप असणं सहज मान्य करतात. जनरेशन गॅप नावाच्या या मानसिकतेबाबत पन्नास वर्षांपूर्वी आपण जवळजवळ अनभिज्ञ होतो, पण तीच मानसिकता आज एवढी व्यापक का बरं झाली आहे?

'पप्पा, तुम्हाला यातलं काही कळणार नाही.'

'डॅडी, तुम्हाला नाही कळणार ते!'

'मम्मी, तुला काहीही कळत नाही.'

हे किंवा यासारखे उद्‌गार आजच्या ज्येष्ठ नागरिकांनी आपल्या मुलामुलींच्या तोंडून अनेकदा ऐकले असतील. या शब्दांतून जे व्यक्त होतं ते तर्कसुसंगत आहे. बँकेत खाते उघडण्यापासून ते स्मशानातील दहनविधीपर्यंतच्या कामात पूर्वी जी सरलता होती तिची जागा आता अनेक गुंतागुंतीच्या क्रिया-प्रक्रियांनी घेतली आहे. मोबाइल फोनपासून ते लॅपटॉपपर्यंतची सृष्टी बहुतेक ज्येष्ठ नागरिकांना मायावी सृष्टी भासते. समजून घेण्याचे प्रयत्न केले तरी त्यातून फारसे काही पदरात पडत नाही. इंग्रजीचा गंध नसलेल्या पण अतिशय व्यवहारकुशल आणि आतड्याचं शहाणपण असलेल्या पासष्टीच्या आईला धंद्यातल्या गुंतागुंतीबद्दल बोलताना मुलगा जर 'तुला कळणार नाही' असं म्हणाला तर त्याचा मथितार्थ समजून घ्यायला हवा.

मात्र या बोलण्यात जो उद्धटपणा असतो तो - आपल्यापाशी कितीही समजूतदारपणा असला तरी- मनाला क्षोभकारक असतो. हा उद्धटपणा हे वर्तमान पिढीचं सहज लक्षण आहे असं मनाला सांगायला हवं. यात आजच्या पिढीला अपमानित करण्याचा हेतू नाही. कारण ही पिढी आपणच घडवली आहे ना? आपली मुलं जसं वागतात किंवा जसा विचार करतात तो आपल्या वागण्याचाही परिपाक आहे हे विसरता कामा नये.

सामान्यत: मुलांचा - यात मुलींचाही अंतर्भाव आहे - बौद्धिक विकास ही पित्याची जबाबदारी असते आणि भावनिक व विवेकजागृतीच्या स्तरावर आईने लक्ष ठेवायचं असतं. मुलं बुद्धिमान व्हावीत, जगण्याच्या संघर्षाला त्यांना समर्थपणे तोंड देता यावं हे वडिलांनी शिकवायचं असतं, तर जगण्याच्या संघर्षात त्यांनी नीतीची कास सोडू नये, त्यांचं वागणं-बोलणं स्नेहपूर्ण आणि विनयशील असावं यासाठीचं रसायन त्यांच्या रक्तकणात वाहतं करण्याचं काम आईचं असतं. स्त्री-पुरुषांमध्ये जी जन्मजात नैसर्गिक रसायने असतात त्यांच्या आधारानेच आईवडील आपल्या मुलांची अशी जडणघडण करू शकतात - त्यांना करता येते - असं म्हणू या हवं तर! जर असं घडलं नाही तर दोघांपैकी कुणातरी एकाकडून उणीव राहून गेली असली पाहिजे.

इथवरची चर्चा तर्कसंगत आहे. पण मी अशीही मुलं पाहिली आहेत आणि त्यांनी वरच्या सुरात वडिलांना सुनावलेलंही ऐकलं आहे - 'तुम्ही अगदी बेअक्कल आहात!' यावर वडिलांनी सुरुवातीच्या काळात कुटुंबासाठी, भावंडांसाठी किती, कसा त्याग केला होता हे सांगितलं. त्यानंतर एकेकाळी धंद्यात खूप फायदा होण्याची संधी आली होती तेव्हा जग सोडून गेलेल्या भागीदाराशी द्रोह आणि अनीतीचा मार्ग हे दोन्ही त्याज्य समजून आपण ती संधी कशी नाकारली हे सांगितलं, त्या वेळी मुलाने वडिलांना वर सांगितलेल्या शब्दांत सर्टिफिकेट दिलं होतं. या प्रसंगात मुलाचं अविवेकी वागणं खटकत असलं तरी खरी व्यथा या विनयशून्यतेबद्दल न वाटता त्याच्या संस्कारात जी वैचारिकता दृढ झाली आहे, त्याचं नीती-अनीतीबाबत जे धोरण आहे ते अधिक क्लेशदायक आहे. समाजातील नव्या पिढीत सार्वत्रिक पायावर विवेकमूल्यांचा ऱ्हास होत आहे ही गोष्ट काळजी करण्यासारखी आहे आणि ही आपलीच मुले आहेत तेव्हा या ऱ्हासाच्या जबाबदारीतून आपल्यालाही पूर्णपणे निसटता येणार नाही.

ज्येष्ठ नागरिकांना त्यांचं तारुण्य आठवत असेलच. आईवडिलांच्या हयातीत किंवा त्यांच्या मृत्यूनंतर कुटुंबातील भाऊ-भाऊ विचारविनिमय करून आपापल्या कुटुंबासह अलग राहू लागतात. हे स्वाभाविकही आहे आणि इच्छनीयही! बऱ्याच वेळा आपल्याकडे आईवडिलांबरोबर दोघं-तिघं भाऊ आणि त्यांच्या बायकाही काही

काळ एकत्र राहतात. कालांतराने नातवंडांचं आगमन होतं. एखाद्या कुटुंबात लग्न न झालेली मुलगीही असते. लग्न झालेल्या मुलीचं आपल्या मुलाबाळांसह चांगल्या-वाईट प्रसंगी येणंजाणं होत असतं. कळतनकळत एक मोठा परिवार तयार झालेला असतो. जोवर आईवडील समर्थ आणि कर्तेसवरतेही असतात तोवर अशा परिवारात असमाधान दिसत नाही. पण आईवडिलांच्या लेखी हे चार भिंतीचं घर जितकं स्वत:चं असतं तितकं मुला-सुनांना आणि लेकींना वाटत नसतं. हे सत्य कटु असलं तरी मान्य करायला हवं. अशा परिवारातल्या सगळ्या व्यक्ती समान कर्तृत्वाच्या नसतात. टीव्ही पाहण्यापासून खाण्यापिण्यापर्यंत प्रत्येक गोष्टीत प्रत्येकाची आवडनिवड वेगवेगळी असते. मनाचा मोठेपणा दाखवून एकमेकांसाठी सोडून द्यायची वृत्तीही कमी होत जाते आणि मग कटुतेचे प्रसंग उद्‌भवायला लागतात. आईवडिलांनी वेळीच लक्षात घेऊन अधिक कटुता येण्याची वाट न पाहता समजूतदारपणे कुटुंबाचं विभक्तीकरण करायला हवं, मात्र इथे केवळ मातापित्याचा समजूतदारपणा पुरेसा नसतो. त्यांचा हा समजूतदारपणा आयुष्याचा अंत समीप आल्याच्या जाणिवेतून आलेला असू शकतो. मुलांना ही जाणीव नसल्याने स्वाभाविकच त्यांची समज अलग असते. अशा ठिकाणी आईवडील आपल्या हयातीत होता होईल तितका आपला प्रभाव वापरून परिवाराचं अखंडत्व टिकवू शकतात.

आजच्या ज्येष्ठ नागरिकांनी आणखी एक गोष्ट लक्षात घेण्यासारखी आहे. तुम्ही जेव्हा स्वत:च्या बळावर पहिला पगार किंवा पहिली प्राप्ती अर्जित केलीत त्या वेळी काय केलं होतं? त्यानंतर वडील कर्तेसवरते होते तोवर तुम्ही ही प्राप्ती स्वत:च्या इच्छेप्रमाणे खर्च करत होता की त्याचा हिशेब वडिलांना देत होता? तो काळ स्मरून, तसे आज घडत नाही या विचाराने तुम्ही अस्वस्थ होत असाल तर त्यावर काही उपाय नाही. आज रुपयाला किंमत राहिलेली नाही. गोष्टी आता हजाराच्या आणि लाखाच्या घरात गेल्या आहेत. आयुष्यभर बचत करून तुम्ही जे फिक्स्ड-डिपॉझिट करू शकलात ती रक्कम आज तुमच्या चिरंजीवांचं वार्षिक पे-पॅकेट असू शकेल आणि ते पॅकेट तो तुमच्या हाती सोपवेल अशी अपेक्षा तरी का करायची? तुमच्या वैयक्तिक गरजा भागवण्यासाठी तुम्हाला त्याच्याकडून पॅकेट मिळण्याची वाट पाहावी लागत नाही अशी आत्मनिर्भरता तुमच्यापाशी आहे, हेच मोठे समाधान!

चार भांडी एकत्र आली की त्यांचा आवाज होणारच अशी एक म्हण आहे. कितीही समजूतदारपणा आणि प्रेम असलं तरी कोणत्या ना कोणत्या मुद्द्यावर मतभेद हे होणारच! झोपण्या-उठण्याच्या वेळेपासून पाहुण्यांच्या आगमनापर्यंत कुटुंबातील प्रत्येक सदस्याला तडजोड ही करावीच लागते. अशा तडजोडीसाठी ज्याला 'कॉमन वेव्हलेन्थ' म्हणतो ती असतेच असं नाही. समाजातील प्रतिष्ठित

आणि संपन्न परिवारातील पतिपत्नींशी एकदा या विषयावर माझं बोलणं झालं. मी त्यांना माझ्या मनातला प्रश्न विचारला; ''तुमच्या घरात मुलगे, सुना आणि लग्नाच्या मुलीही आहेत. सगळेच बऱ्यापैकी मिळवते आहेत. घरात एखाद्या विषयावर मतभेद होत नाहीत?'' प्रश्नाचं उत्तर मित्राने नाही पण मित्रपत्नीने दिलं होतं. ''मतभेद होतातच. कुणी वरच्या आवाजात बोलतं, तर कधी वादावादीसुद्धा होते. पण आजवर सगळ्यांनी एका नियमाचं शिस्तीने पालन केलं आहे. कोणत्याही मतभेदाच्या मुद्द्यावर या तुमच्या मित्राचं जे मत असेल त्यावर कुणी प्रतिवाद करायचा नाही. त्यांचं म्हणणं सर्वांनी मान्य करायचं!''

मित्राच्या पत्नीने ज्या शिस्तीचा उल्लेख केला तो मुद्दा थोडा खोलात शिरून समजून घेण्यासारखा आहे. ही स्वयंशिस्त नसून हा संस्काराचा भाग आहे. संस्कार म्हणजे केवळ वरवरचं वर्तन नव्हे. ड्रॉइंगरूममध्ये आलेल्या पाहुण्यांशी होणारं बोलणं किंवा त्यांच्याशी होणारं वर्तन हा केवळ बाह्य उपचार असतो. त्यावरून किंवा अकारण हे एकमेकांवर कुत्र्याप्रमाणे गुरगुरणाने किंवा डाफरणारे उच्चशिक्षित पतिपत्नीदेखील पाहुण्यांसमोर एकमेकांना 'डार्लिंग-डार्लिंग' करत असतात. पण हा डार्लिंगपणा दांभिक असतो आणि कुटुंबातील मुलाबाळांनासुद्धा या दांभिकतेची सवय असते. शिस्त म्हणजे असा दांभिकपणा नव्हे. घरात पाऊल टाकल्यावर पादत्राणं जागेवर ठेवण्यापासून स्नानाला जाताना स्वत:चा टॉवेल स्वत: घेणं यातली सहजता ही शिस्त आहे. उठणं, बसणं, बोलणं यांसारख्या नित्यकर्मात मर्यादा राखणं कशाला म्हणायचं आणि मोकळेपणा कशाला म्हणायचं हे कळणं ही शिस्त आहे. ही पायाभूत शिस्त मुलांना शिकवणं हे आईवडिलांचं, विशेषत: आईचं प्रथम कर्तव्य असतं, सुरुवातीची काही वर्षं बालकाच्या दृष्टीने आईच सर्वज्ञ आणि सर्वेसर्वा असते. पायाभूत शिस्तीचं बाळकडू आईकडून मिळाल्यानंतर जी शिस्त शिकवायची तो पितृधर्म असतो. वयात येऊ घातलेल्या मुलामुलींशी आईवडिलांनी चर्चा करावी, सगळ्यांनीच आपलं मत मांडावं, त्याचं समर्थनही करावं. पण कुटुंबातील प्रत्येक व्यक्तीला ही शिस्त हवी की मतभेद किंवा वादविवाद विसंवादाचं कारण बनता कामा नये. इथे पित्याची कुटुंबप्रमुखाची भूमिका महत्त्वाची ठरते. अशा वेळी पित्याने आपल्या ज्येष्ठत्वाचा वापर करणं हा शिस्तीचाच भाग असतो. त्याला अहंकार किंवा रेजिमेंटेशन म्हणता येणार नाही. कौटुंबिक संबंधात स्वातंत्र्य असणं वेगळं आणि स्वातंत्र्याच्या नावाखाली स्वच्छंद वागणं हे पूर्णपणे वेगळं आहे. या दोहोतील लक्ष्मणरेखा कुटुंबातील ज्येष्ठ व्यक्तीनेच आखायला हवी. आपल्या ज्येष्ठतेतून आलेल्या शहाणपणाचा वापर करून त्यांनी जी रेषा आखून दिली असेल त्याचा सर्वांनी स्वीकार करायला हवा. जोवर मुलांचे स्वतंत्र परिवार आणि व्यवहार सुरू होत नाहीत तोवर या शिस्तीचाच अंमल व्हायला हवा.

जी कुटुंबं तुटलेली आहेत किंवा कुरूप ठिगळं लावल्याप्रमाणे जोडलेली आहेत त्यात इतर सर्व असतं पण चैतन्य नसतं, सद्भावना नसते, स्नेह-माया नसते. काही वेळा एकमेकांबद्दलची अप्रीती अशा थराला जाते की साधं व्यवहारापुरतं बोलणंसुद्धा उरत नाही. ज्या कुटुंबातील मोठ्यांनी ही शिस्त थोडं कडक वागून का होईना शिकवली नाही किंवा ज्या कुटुंबातल्या तरुण पिढीने आईवडिलांच्या सौम्य स्वभावाचा गैरफायदा घेऊन स्वच्छंदतेलाच स्वातंत्र्य मानलं आहे, अशी कुटुंबं सामाजिक प्रदूषणांत भरच घालतात.

मोठ्यांच्या अपेक्षांबद्दलही थोडं बोलायला हवं. मी मोठा आहे तेव्हा जेवणाच्या टेबलावर माझं ताट वाढून तयार असायला हवं. पाण्याचा पेलाही कुणीतरी तत्परतेने भरून द्यायला हवा. अशा अपेक्षा राखणाऱ्या वडीलधाऱ्यांवर स्वत:च्या दुर्दैवाला दोष द्यायची पाळी आली तर त्यात आश्चर्य वाटण्यासारखं काही नाही. स्वत:ची जी सहज करण्यासारखी कामे आहेत ती स्वत: करण्यातच शहाणपण आहे. काही कामे अशीही असू शकतात जी स्वत: करण्यातच शहाणपण आहे. काही कामे अशीही असू शकतात जी स्वत: कित्येक वर्षांत केली नसतील. तरीही अशी कामं करण्याची सवय लावून घेणं यातच भविष्यातला संभाव्य रागलोभ टाळण्याचं रहस्य दडलेलं आहे. पैशाच्या व्यवहारातही फार खोलात न शिरता स्वत:च समजून उमजून घरखर्चासाठी निश्चित अशी रक्कम देणं अगत्याचं असतं. त्यामुळे खर्च करणाऱ्याला एकप्रकारे आश्वस्त वाटतं. ज्यांच्याजवळ स्वत:ची अशी मिळकत नसेल त्यांच्या बाबतीत हा मुद्दा गैरलागू आहे.

काही वेळा ज्येष्ठ नागरिकांचं शारीरिक स्वास्थ्य बिघडतं, उठणं, बसणं, एकूण सगळ्याच हालचालींवर निर्बंध येतात. अशा वेळी फार कठीण प्रश्न निर्माण होतात. त्यांचा सगळा दिवस अंथरुणावर पडून राहण्यातच जातो. दुर्दैवाने त्यांना संगीत, वाचन, अशा एखाद्या गोष्टीत रुची नसली तर हे पडून राहणं शिक्षेसारखं वाटतं. घरातल्या प्रत्येकाला अगदी त्यांच्या जोडीदारालाही - आपापली कामे असतात. त्यांचं हे अंथरुणाला खिळणं कायमचं झाल्यामुळे त्यांच्याबरोबर गप्पा मारायला प्रत्येकाजवळ वेळ नसतो- अशा वेळी त्यांना वाटायला लागतं की आपल्याला कुणी विचारत नाही, आपली कुणाला फिकीर नाही!

'People use each other' या पुस्तकाच्या लेखकाने मानवी स्वभावाचा खोलवर अभ्यास करून काही निष्कर्ष काढले आहेत ते असे; प्रत्येक माणूस आपल्या तात्कालिक गरजेप्रमाणे दुसऱ्याचा उपयोग करून घेत असतो. परस्परांच्या गरजा भागवण्याच्या हेतूनेच संबंध, कुटुंब आणि समाजाची निर्मिती झाली आहे. अवघड वाटलं तरी हे तथ्य स्वीकारायला हवं. ज्येष्ठ नागरिकांना याची दाहकता अधिक वाटण्याचे कारण असे की त्यांना हे सर्व भोगावे लागत असते. त्यांनी लक्षात

ठेवायला हवं की आता ते 'पीच'वर नसून 'बाउन्ड्री लाइन'वर आहेत.

उद्योगधंद्यात असलेल्या ज्येष्ठांनी एक गोष्ट ध्यानात घेण्यासारखी आहे. नोकरदार माणसं वयाप्रमाणे निवृत्त होतात, पण व्यवसाय किंवा उद्योगधंद्यातील व्यक्ती साठीच काय, सत्तरीनंतरही आपली पकड घट्ट राखण्याचा प्रयत्न करतात. गेली अनेक वर्षं सारा कारभार त्यांच्या हातात असतो. मुलं मोठी झाली की वडिलांच्या व्यवसाय-धंद्यात सहभागी होतात. पण त्यांना स्वतंत्र निर्णयाचा अधिकार दिला जात नाही. खर्चासाठी त्यांना ठरावीक रक्कम देऊन काही ठिकाणी त्याचा हिशेबही मागितला जातो. याचा एक परिणाम असा की मुलांमध्ये आत्मविश्वास विकसित होत नाही आणि स्वत:चं आर्थिक परावलंबन त्यांना दु:सह वाटतं. यातून सुटण्यासाठी काही वेळा गुप्तपणे अनुचित मार्गही अवलंबले जातात. हे मुळीच हितावह नाही. खरंतर धंद्याचं योग्य विभागीकरण करून त्या त्या भागापुरते निर्णय घेण्याचं, खर्च करण्याचं आणि ठरावीक काळानंतर त्याचे परिणाम जाहीर करण्याचं स्वातंत्र्य मुलांना द्यायला हवं. याबाबत वडिलांचाच आग्रह असावा.

जिथे सर्वेसर्वा होतो तिथेच प्रभावहीन बनावं - स्वत:होऊन - असा याचा आशय नाही. कालपर्यंत गृहव्यवस्थेवर तुमचा प्रभाव होता. एका वयानंतर हे प्रभावक्षेत्र तुम्ही स्वत:च बदलून टाका. प्रभाव हे अहंकाराचंच रूप आहे. अहंकार विरघळण्याची प्रक्रिया जितकी लवकर सुरू होईल तितकं मन हलकं होईल. काही ज्येष्ठजनांना हे जमत नाही. लक्षात घ्या, हे परिवर्तन म्हणजे दुर्बलता नसून अधिक सबल प्रवासाची सुरुवात आहे. प्रभावक्षेत्रे कमी करून एकाच क्षेत्रावर - विषयावर आपला आत्मिक प्रभाव निर्माण करण्याचा हा क्षण आहे. हा क्षण पकडता आला नाही आणि काठावरच हात-पाय मारत बसलो तर संपूर्ण स्नानाचा आनंद मिळणार नाही, केवळ हात-पाय धुणं एवढंच घडेल.

आयुष्यात प्रत्येक व्यक्तीचे काही प्राधान्यक्रम असतात आणि काळाबरोबर ते बदलतातही! सत्तरी गाठलेल्या वृद्धाचे आणि तिशीतल्या तरुणाचे प्राधान्यक्रम वेगळेच नव्हे तर विरुद्ध असू शकतात. नोकरी-धंदा, अर्थोपार्जन, सामाजिक प्रतिष्ठा, पत्नी आणि मुलांच्या अपेक्षा पूर्ण करणे हे वयाच्या ३० ते ५० वर्षांमधील अग्रक्रम असतात. अशा वेळी मुलांनी स्वत:चे अग्रक्रम बाजूला ठेवून ज्येष्ठांबरोबर अधिक वेळ घालवावा, गप्पा मारत बसावं अशी अपेक्षा करणं चूकच! मुळात या काळात त्यांच्यापाशी वेळ नसतो, इच्छा असली तरीही. तेव्हा आपली उपेक्षा केली जात आहे असे न मानण्यातच शहाणपण आहे.

आयुष्याची समाप्ती केव्हा, हे कुणालाच ठाऊक नसतं. पण वयाची ऐंशी ओलांडल्यानंतर धंद्यात वा कामकाजात लक्ष घालणं हा काळ आणि शक्ती दोन्हीचा

अपव्यय आहे. आजच्या अत्यंत गतिमान काळात पुढच्या दशकाकडे पाहण्याची तळभूमी आपल्या पायाखाली नाही, ती तरुणांच्या पायाखाली आहे. तेव्हा आता पुढचं आयोजन त्यांना करू द्या. आता वृक्ष त्यांना लावू द्या.

लक्षात असू द्या : बीज उत्तम असेल तर घनदाट, डेरेदार वृक्षंच निर्माण होतो.

स्त्रीचं चौथं स्वरूप - सासू

आपल्या लोकसाहित्यातून स्त्रीच्या तीन रूपांचं रसभरीत वर्णन केलं गेलं आहे. तिचं पहिलं रूप कन्येचं-पुत्रीचं. ही कन्या कालांतराने गृहिणीचं रूप घेते. अर्थात लग्नानंतरही तिचं लेकीचं रूप टिकून असतंच, पण आता ती प्राधान्याने पत्नी असते. त्यानंतर तिला प्राप्त होणारं तिसरं रूप मातेचं. कुणाही गृहिणीला मातृत्व प्राप्त झाल्यावर तिने आपलं स्त्रीत्व सिद्ध केलं असं मानलं जातं. या तीन रूपांच्या कहाण्या वेगवेगळ्या दृष्टिकोनातून वारंवार सांगितल्या जातात.

मात्र तिच्या या तीन रूपांशिवाय आणखी एका रूपाबद्दल फारसं कुठे सांगितलं गेलेलं नाही - ते आहे तिचं सासू स्वरूप. ज्येष्ठ नागरिकांची आपण जी विविधांगानी मीमांसा करत आहोत त्यात स्त्रीचं हे सासूस्वरूप अधिक महत्त्वाचं आहे. काही वेळा विनोदाने असं म्हटलं जातं की मुलामुलीची पत्रिका जुळल्यावर लग्न ठरवलं जातं तेव्हा सासू-सुनेची पत्रिकाही जुळते आहे ना याची खातरजमा करायला हवी. संयुक्त कुटुंबपद्धतीचा ऱ्हास होत असला तरी अजूनही नववधू लक्ष्मीच्या पावलाने येते ती बहुतेक वेळा सासू-सासऱ्यांच्या घरातच! इतकंच काय, सामान्य मध्यमवर्गीय कुटुंबातून सुनेचं काही काळ तरी सासूच्या नजरेखाली राहणं घडतं, अशा परिस्थितीत ज्येष्ठ नागरिक अशा सासूची भूमिका महत्त्वाची ठरते.

स्वत: सासूने नववधू म्हणून ज्या घरात प्रवेश केला होता त्या घरातलं वातावरण आता खूप बदललेलं असतं, हे लक्षात घ्यायला हवं. ते जुनं घर, जुनी अर्थव्यवस्था, जुनं सामाजिक वळण आणि एकूणच जीवन पद्धती आमूलाग्र बदललेली असते. हा बदल आपल्याला आवडो वा न आवडो त्याचं अस्तित्व नाकारता येत नाही. इथे हेही लक्षात घ्यायला हवं की हे बदल नववधू म्हणून येऊन

आता सासू झालेल्या स्त्रीनेच हळूहळू, कळत नकळत घडवलेले असतात. मानसशास्त्रीय भाषेत सांगायचं तर सासूचं, खरंतर प्रत्येक व्यक्तीचं वर्तन दोन भूमिकांतून नियंत्रित होत असतं.

सून म्हणून या घरात प्रवेश केल्यावर सासूला ज्या बंधनांना तोंड द्यावं लागलं होतं यात तिने बराच अन्यायही सहन केला होता - ते सारं आठवून आलेल्या सुनेकडूनही तशीच अपेक्षा केली तर कलहाचा प्रारंभ व्हायला वेळ लागणार नाही. स्वत: संयुक्त कुटुंबाच्या रामरगाड्यात किती मरमर काम केलं होतं याचं अतिशयोक्तीपूर्ण वर्णन करत राहिली तर तिचं सुप्त मनही सुनेकडून तशाच कामाची अपेक्षा करू लागेल आणि आता हे घडणं शक्य नसल्यामुळे मनात असंतोष उमटेल. यथावकाश हा असंतोष शाब्दिक टोमण्यांच्या रूपात प्रकट होईल आणि कधीतरी अशी वेळ येईल जेव्हा दोन्ही पक्षांकडून मर्यादेचं उल्लंघन होईल.

आता याच्याउलट कल्पना करा. मी त्या काळात पुष्कळ अन्याय सहन केले. जुनकट चालीरीतींमुळे मला ज्या गोष्टींना तोंड द्यावं लागलं त्यातलं काहीच सुनेच्या वाट्याला येऊ नये अशी भूमिका सासूने घेतली तर?

मी सहन केलंय म्हणून तुलाही सहन करायला हवं ही मनोवृत्ती संपूर्ण घराला कलहाच्या अग्नीत लोटेल. याउलट मला सहन करावं लागलं तसं तुला लागू नये या भूमिकेने संपूर्ण कुटुंबाचं सुख आणि शांतता अबाधित राहण्याची शक्यता निर्माण होईल. इथे शक्यता अशासाठी की मोठ्या मनाने सासूने अशी भूमिका घेतली तरी सुनेकडून योग्य प्रतिसाद मिळेल याची खात्री देता येत नाही. याचं कारण असं की आजच्या काळात २० ते २५ या वयोगटातील तरुणी गृहिणी म्हणून घरात प्रवेश करतात त्या वेळी त्यांच्या अपेक्षा वारेमाप असतात आणि वास्तवाचं भान अल्प असतं. दुर्दैवाने गेल्या २०-२५ वर्षांत पालक बनलेली मंडळी स्वत:च्या महत्त्वाकांक्षा पूर्ण करण्यात आणि किट्टी पार्टीसारख्या करमणुकीत अहोरात्र बुडालेले असतात. त्यापैकी बहुतांश पालकांना आपल्या मुलांवर कौटुंबिक संस्कार करता आलेले नाहीत. त्यांनी मुलांना पाठ्यपुस्तकातून मिळणारं, शाळा-कॉलेजातलं महागडं शिक्षण दिलं आहे. नृत्य, संगीत, वक्तृत्व इ. कला जोपासण्याची संधी दिली आहे, पण कौटुंबिक जीवनासाठी आवश्यक अशा विवेकी आणि विनयपूर्वक वर्तनाचे धडे त्यांना दिलेले नाहीत. परिणामी स्त्री-स्वातंत्र्याच्या उथळ कल्पना त्यांच्या मनात अशा काही ठासून भरलेल्या असतात की कौटुंबिक जीवनाचा पायाच डळमळायला लागतो. सासूच्या उदार मताला अशा सुनेकडून प्रतिसाद मिळणं अशक्य नसलं तरी अवघड असतं.

इथे ज्येष्ठ नागरिक सासूची परीक्षा असते. या परीक्षेचा पेपर तिने अतिशय संयमाने लिहायला हवा. मुलाच्या आणि कुटुंबाच्या सुखासाठी सुनेच्या पटत

नसलेल्या वागण्याकडे डोळेझाक करायला हवी. मात्र नव्या सुनेला या घराची जीवनशैली किंवा चालत आलेले कुळाचार इ. गुंडाळून ठेवून हवं तसं जगण्याचा अधिकार मिळावा असा याचा अर्थ मुळीच नाही. पण सासूने कुटुंबातील वडीलधारी व्यक्ती म्हणून थोडी सहनशीलता दाखवणं आणि जिथे मर्यादेचं उल्लंघन होत असेल तिथे मोजक्या, स्पष्ट शब्दांत सांगणं अभिप्रेत आहे.

याच्या जोडीला तिला तिच्या नित्यनैमित्तिक जबाबदाऱ्यांपासून मुक्त व्हायलाही शिकायला हवं. आजवर ती गृहस्वामिनी होती. आता तो अधिकार तिचा एकटीचा नसून त्यात सुनेचाही वाटा आहे हे स्वीकारायला हवं. स्वयंपाकघरापासून बैठकीतल्या फर्निचरच्या मांडणीपर्यंत आता सुनेच्या मताला अधिक वजन आहे, यात स्वतःचा अपमान होत आहे असं मानण्याची गरज नाही. हे वाचायला, ऐकायला सोपं वाटलं तरी वागताना अवघड जातं. पण वेगाने बदलणाऱ्या काळात हे स्वीकारल्यावाचून चालणार नाही. परिवर्तनाशी जुळवून घेण्याचं एक उदाहरण पाहा.

१९६३ साली माझं लग्न झालं तेव्हा १९ वर्षांच्या वधूने संपूर्ण चेहरा झाकला जाईल असं घुंगट घेतलं होतं. लग्नाचा अल्बम वा व्हिडीओचा तेव्हा कुणी विचारसुद्धा करत नव्हतं. एखाद्या मित्राने आपल्या जुन्यापुराण्या कॅमेऱ्याने ४-६ फोटो काढले तरी खूप झालं, अशी अवस्था होती. माझ्या फोटोग्राफर मित्राची इच्छा होती की नवरा-नवरीचा बोहल्यावरचा एक फोटो घ्यावा. त्यासाठी वधूचं घुंगट क्षणभर दूर करण्याची सोय त्याने वधूच्या मैत्रिणीला सांगून करून ठेवली होती. घुंगट क्षणभर दूर झालं, कॅमेऱ्याची कळ दाबली गेली आणि मांडवात हाहाकार उडाला! सगळ्या वडीलधाऱ्यांनी ती मैत्रीण, तो फोटोग्राफर मित्र आणि नवरा-नवरीचीसुद्धा कानउघाडणी केली. सगळ्यांचं ध्रुपद एकच: 'तुम्हाला काही लाजलज्जा?' अगदी नवरदेवाच्या आईवडिलांनीसुद्धा मुलाची खरडपट्टी काढली. पाच वर्षांनंतर माझ्या नंबर २च्या भावाचं लग्न झालं. तेव्हा नवरीने फक्त डोक्यावरून पदर घेऊन चेहेरा छानपैकी उघडा ठेवला होता आणि फटाफट फोटो काढले जात होते. आईवडीलही काही माहीत नसल्यासारखे गप्प बसले होते.

त्यानंतर आणखी पाच वर्षांनी धाकट्या भावाचं लग्न झाल्यावर मुंबईत रिसेप्शन झालं होतं. रिसेप्शनच्या वेळी नवरी अगदी अद्ययावत पोशाखात सजली होती. साधा डोक्यावरून पदरसुद्धा घेतला नव्हता. आईवडिलांनी हाही बदल मान्य केला होता. एवढंच नव्हे, तर नवरा-नवरीबरोबर स्टेजवर उभं राहून फोटोसुद्धा काढून घेतले होते. मान्य आहे की त्यांना हे फारसं रुचलं नव्हतं, पण त्यांनी विरोध न दर्शवता सहकार्य केलं होतं ही वस्तुस्थिती आहे.

बदलत्या समाजव्यवस्थेत हल्ली मुलं व्यवसायानिमित्त वेगवेगळ्या ठिकाणी राहत असतात. सुनादेखील व्यवसाय वा नोकरी करणाऱ्या असतात. अशा परिस्थितीत

कौटुंबिक जीवनाला आणखी एक परिमाण लाभतं. मुलगा परगावी असेल तर काही दिवसांत सुनेलाही त्याच्याबरोबर जावं लागतं. याऐवजी दोघंही आईवडिलांबरोबर राहून व्यवसाय-नोकरी करत असतील तर रोजच्या घरकामाचा बोजा सासूवरच पडतो. सून आल्यावर रोजच्या कामातून थोडी सूट मिळावी अशी सासूची स्वाभाविक अपेक्षा असते. काही वेळा तर सून नोकरी करेना का, पण स्वयंपाकापासून मुलांपर्यंतची सगळी जबाबदारी तिचीच, अशी सासूची मनोधारणा असते. याउलट आपण या घराचं राहणीमान उंचावण्यास हातभार लावत असल्यामुळे आपल्याला घरातल्या कामापासून मुक्ती मिळावी हा सुनेचा दृष्टिकोन. यावर उपाय म्हणून एखादी समजूतदार सून बरचसं घरकाम उरकूनच नोकरीसाठी बाहेर पडते. असं करताना घरातली कामं अर्धवट राहणं, नीट न होणं हे ओघानेच येतं, कारण तिच्याही श्रम करण्याला मर्यादा असते. हे मान्य करून थोडं दुर्लक्ष करणं, तिच्या कामाचा काही वाटा आपण उचलणं अशी उदारता सासूने दाखवली तर सारं निभावलं जातं, अन्यथा छुपा असंतोष हळूहळू वाढत जातो आणि कधीतरी त्याचा स्फोट होतो.

तसं पाहता या साऱ्या बाबी क्षुल्लक असतात. पण अशा नगण्य गोष्टीतूनच अवघड परिस्थिती निर्माण होते आणि मग त्यातून मार्ग काढणं अशक्यप्राय बनतं. तेव्हा गोष्टी या थराला जाऊ न देणं यातच शहाणपण आहे.

बदलाच्या रेट्याशी जुळवून घेत जीवनक्रम पूर्ण करणाऱ्या ज्येष्ठांच्या मनातही एक लाचारीची भावना घर करून राहते. आपल्याला जे पसंत नाही ते आपण नाइलाजास्तव स्वीकारलं आहे अशी काहीशी त्यांची मनोधारणा बनते. सगळेच बदल आपल्याला अनुकूल नसतात हे आपण सदैव ध्यानात ठेवायला हवं. परिवर्तनाला प्रतिकार करण्याच्या वृत्तीत जोखीम असते. याचं कारण असं की वाढत्या वयामुळे सहनशक्ती, प्रतिकारशक्ती, स्वतःचा हेका चालवण्यासाठी आवश्यक सामर्थ्य हे सगळं वाढत्या वयाबरोबर ओसरत असतं. तेव्हा बदलाचा सहज स्वीकार करणंच श्रेयस्कर - ही शरणागती नव्हे, शहाणपण आहे.

शेवटी हा बदल कुणी घडवला? तुमच्या रक्तपेशीतून उपजलेल्या तुमच्या मुलाबाळांनीच ना? तुमच्या ज्ञान व अनुभवाचा लाभ त्यांना घेता आला तर ते त्यांचं सुदैव. पण ते त्यांच्यावर बळजबरीने लादू नका. असं करणं उलट दुर्दैवाला आमंत्रण ठरेल. सासूसुनेत असे प्रसंग घडण्याचं मूळ कारण हे की पुरुष स्वभावाने बहिर्मुख असतो. तो घराबाहेर पडून इतर गोष्टींमध्ये रस घेऊ शकतो, वेगळा विचार करू शकतो. सासू होणाऱ्या स्त्रीचं विश्व घराच्या चार भिंतीत सामावलेलं असतं. ते तिचं साम्राज्य असतं. त्यामुळे त्यात थोडा जरी बदल झाला तरी तिला लगेच राग येतो किंवा हताश वाटतं. सुनेच्या आगमनानंतर आपल्या अधिकारांचा संकोच

होतो आहे, तीच आपल्या दु:खाचं कारण आहे, असं वाटायला लागलं तर? तर आपणच तिला आपल्या मुलाच्या सुखासाठी या घरात आणली आहे याचा विसर पडू देऊ नये.

बदल अंगवळणी पाडून घेण्याऐवजी सदैव नाराजीत जगणाऱ्या सासवांनादेखील आपल्या सासरी गेलेल्या मुलींना आधुनिक बदलांना अनुसरून अधिक चांगले राहणीमान मिळावे अशी इच्छा असते. सुनेचं जे वागणं सासूला खटकतं - यात पोशाखाचासुद्धा समावेश असतो - तेच वागणं आणि तसा पोशाख आपल्या मुलीने तिच्या सासरी केला तर या सासूचं मत पूर्णपणे वेगळं असतं, 'आम्हाला मुलगी आणि सून सारख्याच' किंवा 'आम्ही लेकी-सुनांत फरक करत नाही' हे सूत्र सर्वांच्या तोंडी असतं. पण या सूत्राचा पायाच कच्चा आहे. स्वत:ची गणना आधुनिक, समंजस, फॅशनेबल सासूंमध्ये व्हावी एवढ्यासाठीच वारंवार उच्चारलं जाणारं हे सूत्र किती तकलादू आहे! मुलगी आणि सून सारख्या कशा असतील? आणि असूही नयेत! सून ही घरची लक्ष्मी आहे आणि लेक ही दुसऱ्याची ठेव! दुसऱ्याची ठेव अतिशय मोलाची म्हणून तिचं जतन करायला हवं आणि घरच्या लक्ष्मीला कुठेही काळा डाग लागणार नाही याची काळजी घ्यायला हवी. 'दोघीही सारख्याच' याचा एवढाच अर्थ लावता येईल की घरात दोघींनाही सारखीच वागणूक मिळायला हवी. दोघींच्या आपापल्या मर्यादा असतात आणि त्या राखल्या जाव्यात.

आधुनिक युगातील काही सुनांना समाजसेवेची हौस असते. समाजसेवेत वाईट काही नाही, पण त्यासाठी कुटुंबीयांचा बळी जाणार नाही याचं भान ठेवायला हवं. माझ्या एका मित्राच्या सुनेला असा समाजसेवेचा सोस होता. सुरुवातीला तिची आवड म्हणून घरच्यांनी तिची समाजसेवा मान्य केली. कालांतराने या समाजसेवेतून मिळणाऱ्या प्रतिष्ठेची तिला नशा चढली. या नशेत नवराही ओढला गेला. वयोवृद्धांच्या सेवेच्या नावाखाली एक संघटना निर्माण करून त्यांनी बऱ्यापैकी गंगाजळी आणि प्रतिष्ठा दोन्ही हस्तगत केलं. घरातल्या मोठ्यांची उपेक्षा करून परक्यांच्या सेवेच्या कैफात तिने स्वत:ला बुडवून टाकलं. आयुष्याच्या शेवटच्या दिवसांत माझ्या मित्राने माझ्याजवळ प्रकट केलेली ही व्यथा वेदना देऊन गेली. ते गृहस्थ आता हयात नाहीत, पण त्यांच्या वृद्ध पत्नी एकाकी अवस्थेत दिवस कंठत आहेत आणि सूनबाई समाजसेवेच्या नावाखाली इतरांच्या सेवेत मग्न आहेत. अशा अवस्थेतही काहींना जगावं लागतं, या दुरवस्थेचा सहजभावाने स्वीकार करण्यावाचून दुसरा विकल्प नाही.

सासूसुनेच्या संबंधाबद्दलचे कुंती आणि द्रौपदी या दोघींचे कथन अत्यंत सूचक आणि लक्षात ठेवण्यासारखे आहे. अरण्यवासाच्या काळात आपले चार भाऊ आणि

द्रौपदी यांना सोडून शस्त्रप्राप्तीसाठी अर्जुन हिमालयात जातो. तेव्हाचे द्रौपदीचे शब्द आहेत. 'महाबाहू धनंजय, तुझ्या जन्माच्या वेळी कुंतीमातेने आपल्या मनात तुझ्याबद्दल ज्या ज्या अपेक्षा केल्या असतील त्या सर्व तुझ्या हातून पूर्ण होवोत अशी माझी कामना आहे.' इथे द्रौपदी स्वत:ची इच्छा व्यक्त करत नाही. पुत्राकडून मातेच्या साऱ्या अपेक्षा पूर्ण व्हाव्या अशी तिची भावना आहे. असाच दुसरा एक प्रसंग. महायुद्धाच्या आदल्या दिवशी संध्याकाळी 'शिष्टाई'साठी कृष्ण हस्तिनापुरी जातो तेव्हा कुंतीला भेटतो. तेरा वर्षांत मातेची आपल्या पुत्रांशी भेट नाही. आता युद्ध अटळ आहे हे कळल्यावर आपल्या पुत्रांसाठी माता कुंती कृष्णापाशी संदेश देते. 'पुत्रांनो! द्रौपदीची जी काही इच्छा असेल ती तुम्ही पूर्ण करा.' इथे सासूसुना दोघीही नकळत स्वत:ची नव्हे तर समोरच्या पक्षाची इच्छा पूर्ण होवो, अशी उत्कट भावना प्रकट करतात. अलबत्, ही एक आदर्श आणि उत्तम परिस्थिती आहे आणि ती सहज वा सामान्य नव्हे. तरीही आपली मनोभावनाही याच प्रकारची असायला हवी, नाही का?

एकटेपण - का आणि कुठवर?

काही दिवसांपूर्वी मुंबईच्या पोलीस कमिशनरनी ज्येष्ठ नागरिकांच्या संदर्भात काही आकडेवारी प्रसिद्ध केली होती. आपल्या देशातील ७ ते ८ टक्के नागरिक हे साठी ओलांडलेले नागरिक आहेत. त्यानुसार मुंबईतील ज्येष्ठ नागरिकांची संख्या दहा लाखांच्या घरात आहे. कमिशनरांच्या माहितीप्रमाणे यापैकी ४ लाख लोक अगदी एकाकी अवस्थेत आपल्या घरात राहतात. म्हणजेच शहरातील ४० टक्के ज्येष्ठ नागरिक एकटे - वृद्ध पती वा पत्नीच्याही सोबतीवाचून एकाकी असे जिणे जगत असतात. देशाच्या इतर भागात या बाबतीत काय परिस्थिती आहे याची माहिती उपलब्ध नाही. तरीही ज्येष्ठांच्या या अवस्थेबद्दल काही विचार करण्याची गरज आहे.

ही अवस्था निर्माण होण्याची कारणं वेगवेगळी असू शकतात. वयाच्या साठी वा सत्तरीतली मानसिक अवस्था असा एकटेपणा सहज स्वीकारू शकत नाही. मानसिकदृष्ट्या हे अवघड आहे. मुळात या वयात माणसाचं मनोबल कमी झालेलं असतं. कोणत्याही आव्हानाला तोंड देण्याची तारुण्यातली वा प्रौढावस्थेतील ताकद क्षीण होत जाणं हा निसर्गक्रम आहे. तो नाकारण्यात अर्थ नाही. या वयातही भरपूर मनोबल असणारी माणसं दिसतात, पण अपवादाने. मात्र वृद्धावस्थेतही माणूस आपला 'अहम्' सोडत नाही, त्यामुळे आपले मनोबल क्षीण झाल्याचे दाखवत नाही. जीवनाच्या या टप्प्यावर वास्तवाचा स्वीकार करण्यात संकोच कसला? तीस ते चाळीस या वयोगटातील पुरुष किंवा स्त्री, दोघंही मुक्तपणे कुठेही एकटे राहू शकतात. त्या सहजतेने ७०-८० या वयाचा माणूस राहू शकत नाही. त्याने राहूही नये.

४० टक्के ज्येष्ठ नागरिकांच्या एकाकी अवस्थेचं एक संभाव्य कारण जीवनसाथीचं निधन हे असू शकतं. क्वचित असंही घडतं की आयुष्यभर नाराजीने एकत्र राहिल्यावर काही कारणाने अलग राहण्याचा प्रसंग आल्यावर पुढे जाणीवपूर्वक स्वेच्छेने तेच स्वीकारलेलं असतं. काही जोडप्यांवर मूलबाळ नसल्यामुळे किंवा मुले देश-विदेशात अन्यत्र राहत असल्यामुळे एकटे राहण्याची पाळी येते. वयाची ऐंशी वा नव्वदी गाठलेले काही ज्येष्ठ नागरिक मी पाहिले आहेत जे भल्यामोठ्या बंगल्यात नोकराचाकरांच्या मदतीने एकटे राहतात. त्यांची तीन-चार मुलं त्याच महानगरात आपापल्या मोठमोठ्या घरात अलग अलग राहत असतात. हा स्वभावातील फरक आहे. आयुष्याच्या ४०-५० वर्षांनंतर माणसाच्या स्वभावानुसार त्याचं अलग असं व्यक्तिमत्त्व बनतं. वयाची ऐंशी गाठल्यावरही तेच कंगोरे कायम राहिले तर... तर ते अडचणीचं होतं. मुलगे, सुना, नातवंडं... सर्वांबरोबर एकत्र राहताना माणसाला आपल्या स्वभावाला मुरड घालावी लागते, काही तडजोडी मान्य कराव्या लागतात. यात कोणत्याही प्रकारची शरणागती, कमीपणा वा मानहानी मानण्याचं कारण नाही. ही तर नैसर्गिक अवस्थेशी तडजोड आहे. ती स्वीकारण्याऐवजी आव्हानाचा पवित्रा घेणं शहाणपणाचं नाही.

अशा एकटेपणाला पर्याय म्हणून आपल्या दोन किंवा तीनही मुलांना त्यांच्या परिवारासह आपल्याच छत्राखाली राखण्याचा आग्रह ज्येष्ठांनी धरू नये. मोठ्या मुलाचं लग्न होऊन पहिली सून घरात आल्यावर काही काळ संयुक्त कुटुंब असायला हरकत नाही. मात्र दुसऱ्या मुलाचं लग्न झालं की मोठ्या मुलाचा अलग संसार थाटून द्यायला हवा. दोन मुलगे आणि त्यांच्या बायका सुरुवातीला कितीही एकोप्याने आणि सलोख्याने राहिल्या तरी हा एकोपा आणि सलोखा इंद्रधनुष्याच्या रंगासारखा असतो. सूर्यकिरणं किंचित जरी तिरकी झाली की त्यातले रंग लगेच उडून जातात. असं होण्याआधीच हे इंद्रधनुष्य कॅमेऱ्यात बंदिस्त करून कधीमधी त्याचे रंग न्याहाळावे हे इष्ट! नाहीतर सगळ्या मुलासुनांनी एकत्र होऊन म्हातारा-म्हातारीला एकटं पाडण्याचे प्रसंगही घडू शकतात.

मुलांना परदेशी पाठवण्याचा मोह हेही आजच्या काळात वृद्धाच्या एकटेपणाचं एक कारण असल्याचं दिसतं. परदेशात शिक्षण घेतल्यानेच प्रगती होते आणि पुढे तिकडेच नोकरीधंदा करण्याने आयुष्यात पुढे जाता येते या प्रकारच्या न्यूनगंडाचं हे फलित आहे. परदेशात उच्चशिक्षण आणि व्यवसायाच्या संधी जरूर मिळत असतील, पण आपल्याकडे अशा संधी मिळत नाहीत असं मानणं बरोबर नाही. पालकांमधील इंग्रजी माध्यमाच्या मोहासारखाच हा आणखी एक मोह आहे. इंग्रजी माध्यमातून शिकल्यानेच मुले हुशार होतात हा मुळात गैरसमज आहे. त्याचप्रमाणे परदेशातील विद्याभ्यास आणि व्यवसायातूनच सुखप्राप्ती होते या विचारसरणीत

काहीतरी गफलत आहे. शिक्षणासाठी आपल्या मुलांना परदेशात पाठवणारे बहुतांशी पालक आपली मुले गमावून बसले आहेत. कदाचित समृद्ध झाले असतील- पैशाने!

काही वर्षांपूर्वी आमच्या शेजारी एक ज्येष्ठ नागरिक जोडपं राहत होतं. मला स्वत:ला ज्येष्ठ नागरिक बनण्यासाठी अजून बराच मार्ग आक्रमायचा होता. नवराबायको दोघंही इतरांशी मिळूनमिसळून वागणारे आणि बोलक्या स्वभावाचे वाटायचे. मात्र घरात दोघंच असताना तिथे मौनाचंच साम्राज्य असायचं. याचं कारण तेव्हा नीटसं समजलं नव्हतं, आता लक्षात येतंय. वयाची पन्नास वर्षं जे निखळ सांसारिक आयुष्य जगले त्यांनी उतारवयात एकमेकांशी बोलायचं ठरवलं तरी किती बोलणार आणि काय बोलणार? त्यांच्या घरात नव्यानेच अवतरलेला टीव्ही सतत चालू असायचा. नवरा बाहेर गेलेला असला आणि बायकोचं स्वयंपाकघरात काहीतरी चाललेलं असलं तरी बैठकीतला टीव्ही चालूच. दोघांपैकी कुणीतरी एक वाचत असलं किंवा जप करत असलं तरी टीव्हीचा निर्जीव पडदा सजीवच असायचा. आज त्याचं कारण लक्षात येतंय. टीव्हीवरचा कार्यक्रम त्यांच्या दृष्टीने एकटेपणाचा नागपाशासारखा विळखा सैलावण्यासाठी आणि एक प्रकारचा मानसिक आधार म्हणून उपयुक्त ठरत असावा.

जीवनाच्या उत्तरावस्थेतच नव्हे, पूर्वावस्थेतसुद्धा काही वेळा माणसाला एकांत आवडतो पण एकटेपणा आवडत नाही. उत्तरावस्थेत तर एकटेपणा कंटाळवाणाच नव्हे तर भयप्रद वाटण्याचीही शक्यता असते. पण जीवनाची प्रत्येक अवस्था आपल्या मनाजोगती नसते. त्यामुळे अशी अवस्था कमीत कमी कष्टप्रद आणि सुसह्य कशी करता येईल हा महत्त्वाचा मुद्दा आहे.

स्वास्थ्य उत्तम असेल तर सामाजिक, आध्यात्मिक किंवा अशाच एखाद्या कामासाठी, मोबदल्याच्या अपेक्षेवाचून वेळ द्यायचं ठरवलं तर हा एकटेपणा काहीसा कमी होईल. समवयस्क मित्र किंवा एखाद्या गटाबरोबर रोज ठरावीक काळ घालवणं हेही करता येईल. मोठ्या शहरातून येण्याजाण्याचं अंतर आणि ट्रॅफिक या गोष्टी तापदायक ठरू शकतात. पण लहान ठिकाणी किंवा उपनगरातून हे सोपं असतं. अशा भेटीत निरर्थक गप्पांमध्ये वेळ घालवता येईल, पण त्यातून मानसिक वार्धक्य वाढण्याची शक्यता नाकारता येत नाही. यासाठी अशा भेटीत ज्येष्ठ नागरिकांचा बौद्धिक स्तरावर काही वादसंवाद घडायला हवा.

दहा-बारा वर्षांपूर्वी माझ्या अमेरिका वारीत पिट्सबर्ग मुक्कामी काही काळ राहणं घडलं होतं. माझं तिथलं यजमान कुटुंब एका इमारतीच्या विसाव्या की बाविसाव्या मजल्यावर राहत होतं. एका सुप्रभाती मी त्यांच्याबरोबर खाली उतरलो. तळमजल्यावर इमारतीच्या प्रवेशद्वाराशी एका काचेच्या केबिनमध्ये दोघं-तिघं वृद्ध कोंडाळं करून बसलेले दिसले. ते आपसांत काही बोलत नव्हते. केवळ काचेच्या

पार्टिशनमधून रस्त्यावरची वर्दळ न्याहाळत होते. सकाळच्या वेळी थंडीही चांगलीच पडली होती. दिवसभर बाहेर राहून संध्याकाळी मी परत आलो तेव्हाही त्या केबिनमध्ये वेगळे दोघे-तिघे वृद्ध बसलेले दिसले. सगळे शून्य नजरेने रस्त्याकडे पाहत होते. याबद्दल सहज मित्राला विचारल्यावर त्याने सांगितलं होतं; हे सगळे एकेकटे राहणारे वृद्ध आहेत. हिवाळ्यात त्यांना फारसं बाहेर पडता येत नाही. खास त्यांच्यासाठीच ती केबिन बनवण्यात आली होती. घराच्या चार भिंतीत एकटं वाटलं, टीव्हीवरच्या एका पाठोपाठ एक चाललेल्या निरस कार्यक्रमाचा वीट आला आणि जीव गुदमरल्यासारखा झाला की ही मंडळी थोडा वेळ इथे येऊन रस्त्यावरची वर्दळ पाहत बसतात. त्यांच्या शून्य नजरेत मला जीवनाच्या उत्तरावस्थेतील असाहाय्यतेचं आणि कारुण्याचंही दर्शन घडलं होतं.

नुकतंच असं ऐकलं की मुंबईसारख्या महानगरातील काही सेवाभावी संस्थांनी एक आगळंवेगळं असं काम हाती घेतलं आहे. वीस ते चाळीसच्या वयोगटातील हे कार्यकर्ते त्यांच्या कार्यक्षेत्राची विभागणी करून घेतात. दररोज प्रत्येक जण आपल्या विभागातल्या दोन किंवा तीन एकट्या राहणाऱ्या वृद्ध नागरिक वा वृद्ध दांपत्याकडे जातो आणि थोडा वेळ त्यांच्याबरोबर घालवतो. यातून एकटेपणात जगणाऱ्या वृद्धांच्या वाट्याला काही आनंदाचे क्षण येतात. कुणीतरी आपल्याकडे येतं, आपली चौकशी करतं, चार गप्पा मारतं आणि कधी काही हवं नको असल्यास आणूनही देतं हा त्यांना मोठा दिलासा वाटतो. अशा नेहमी येऊन विचारपूस करणाऱ्याबद्दल एक स्नेहाचा, मायेचा झरा वाहता होतो. हळूहळू भेटीतली औपचारिकता कमी होऊन कौटुंबिक जिव्हाळ्याचा प्रवेश होतो. आज जेव्हा कौटुंबिक नातेसंबंधात औपचारिकता येऊ लागली आहे अशा वेळी या औपचारिक व्यवहारात कौटुंबिक जिव्हाळा निर्माण होणं ही ऐकणाऱ्याच्या मनालाही प्रसन्नता देणारी बाब आहे.

अलीकडे एकेकट्या राहणाऱ्या ज्येष्ठ नागरिकांचा वृद्धाश्रमाबाबतचा दृष्टिकोनही सकारात्मक होऊ लागला आहे. वृद्धाश्रमांची वाढती संख्या कोणत्याही देशाला आणि काळाला गौरवास्पद नव्हेच, पण वेगाने बदलणाऱ्या समाजाला त्याचा स्वीकार करण्यावाचून गत्यंतर नाही. सांपत्तिक परिस्थिती बरी असूनही माणसाने घराच्या चार भिंतीत एकटं राहून गुदमरण्यापेक्षा वृद्धाश्रमात समवयस्कांबरोबर प्रवृत्तीमय आणि स्वास्थ्यमय जगणं केव्हाही चांगलंच. वृद्ध पतिपत्नी एकमेकांबरोबर राहू शकतील असेही वृद्धाश्रम अलीकडच्या काळात दिसू लागले आहेत.

स्वत:च्याच घरात परक्यासारखं राहावं लागणं ही वृद्धापकाळातील सर्वांत दारुण समस्या म्हणायला हवी, त्याबद्दल थोडं.

माणूस निवृत्तीच्या काळापर्यंत आपल्या ऐपतीप्रमाणे स्वत:चं म्हणता येईल असं घर - सदनिका घेतो. हे घर लहान असो वा मोठं, बेताच्या सोयी असलेलं असो

वा सर्व सुखसोयींनी परिपूर्ण, ते त्याने घाम गाळून आणि त्यामध्ये भरपूर रस घेऊन तयार केलेलं असतं. अगदी घराच्या भिंतींना द्यायच्या रंगाच्या निवडीतदेखील त्याने लक्ष घातलेलं असतं. याच घरात मुलगा-सुनेचं राज्य सुरू झालं की भिंतींच्या रंगापासून स्वयंपाकघरातल्या रचनेपर्यंत हळूहळू फेरबदल व्हायला सुरुवात होते. झोपण्या-उठण्याची वेळ, चहा, अंघोळ, जेवण... प्रत्येक गोष्टीत काही ना काही तडजोड करावी लागते. घरात येणाऱ्या पाहुण्यातही आता बदल व्हायला लागतो. तुमच्याकडे येणाऱ्या मंडळींसाठी आता कदाचित तुम्हाला सुनेला विचारावं लागतं. सून नोकरी करणारी असेल तर तिच्या सोयीसाठी तुम्हाला येणाऱ्यांच्या वेळेत बदल करावा लागतो. वरवर पाहता हे सगळं क्षुल्लक असतं, पण खोलात जाऊन विचार केला तर आपल्या घरात आपणच परके होऊ लागल्याचा चरा उमटलेला जाणवतो. हे असे चरे, ओरखडे थांबवणं तुमच्या हातात नसतं. तेव्हा त्याचा बाऊ न करण्याचं शहाणपण अंगी बाणवायला हवं.

घरातल्या कुणालाच आमच्यासाठी वेळ नाही - अगदी मुलगा-सुनेपासून नातवंडापर्यंत - ज्येष्ठ नागरिक आईवडिलांची ही एक सहज व्यक्त होणारी भावना! सगळ्या गरजा व्यवस्थित आणि काळजीपूर्वक भागवल्या जात असल्या तरी मुलाबाळांकडून त्यांच्या अपेक्षेइतका वेळ दिला जात नाही, अशी खंत त्यांना वाटत असते. त्यांनी हे लक्षात घ्यायला हवं की मुलांची धाव प्रगतीकडे असते. त्यांच्या महत्त्वाकांक्षा, त्यांचे दृष्टिकोनही भिन्न असतात. या वयात 'आता आपले सारे संपले' अशी तुमची भावना असते, त्यांना ते जाणवत नाही. त्यामुळे त्यांच्याशी बोलताना विषयात वैविध्य असावं, कोणत्या विषयावर बोलावं, कोणत्या विषयावर न बोललेलं बरं याबद्दलची जागरूकता तुमच्यापाशी हवी. 'आमच्या काळात तर... आधीच्या जमान्यात तर... अशी सुरुवात करून तुम्ही बोलतच राहिलात तर ते मुलगा-सून, नातवंडं, त्यांचे मित्र- कुणालाच आवडणार नाही. एखाद्या खेपेला ते तुमचं बोलणं विनयाने ऐकतील, पण पुन्हा तुमच्या तावडीत न सापडण्याची खबरदारी घेतील. त्यामुळे तुम्हाला वाटत राहील की माझ्याशी बोलायला कुणालाच वेळ नाही आणि काही काळाने ही भावना दृढ होईल. उपेक्षेच्या भावनेने खिन्न झालेला माझा एक मित्र मला आठवतो. आलेला कुणीही माणूस त्याच्याजवळ फार काळ टिकत नसे आणि याचं कारण होतं त्याचं निरस लांबलचक बोलणं! त्याचा मुलगा, मुलाचे मित्र, सगळ्यांना त्याच्याबद्दल आदर होता, पण अशा दीर्घकाळ चालवलेल्या टकळीत त्याला जी गंमत वाटे ती इतरांना वाटत नसे. वृद्धांनी बोलताना ही गोष्ट ध्यानात घ्यायला हवी आणि आपल्या बोलण्याला आवर घालायला हवा.

कोणताच काळ, कोणतीच अवस्था वा कोणताच समाज समस्यामुक्त नसतो.

पण अकारण आपल्या समस्या उकरून काढून उगाळत बसण्यापेक्षा त्यांच्याशी समझोता करणं केव्हाही योग्य, आपण चश्मा, कवळी किंवा श्रवणयंत्राचा स्वीकार करतो, गरज भासली की आधारासाठी हातात काठीही घेतो. याचा अर्थ असा की जेव्हा आपल्या अपेक्षेप्रमाणे घडत नाही तेव्हा एखाद्या साधनाचा आधार घेऊन आपण पुढे जात राहतो. रोजच्या व्यावहारिक जीवनातही आपली मनोवृत्ती भोवतालच्या परिस्थितीशी जुळवून घेणारी राखायला हवी.

जीवन म्हणजे जटिलता

दृष्टी अधू झाली, ऐकू येण्याचं प्रमाण कमी झालं, तोंडात कवळी येऊन बसली आणि शंकराचार्यांनी म्हटलंय तशी अंगम् गलितम् पलितम् मुंडम्... अशी अवस्था झाल्यावर माणसाच्या तोंडून पुष्कळदा असे उद्‌गार बाहेर पडतात : आता मरण यावं. अशी अवस्था नसली, शरीर धडधाकट असलं पण सांसारिक जबाबदाऱ्या पूर्ण झाल्या अशा काळातही माणूस चारचौघात म्हणायला लागतो : आता मरण आलं तर दुःख नाही, मी तर तयारी करून बसलोय निघण्याची.

माणूस असं म्हणतो खरा, पण मृत्यू समोर ठाकल्यावर त्याचं स्वागत करायची मुळीच तयारी नसते. इथे लोकवाङ्‌मयातली एक गोष्ट आठवते.

कमरेतून वाकलेली, अगदी विपन्नावस्थेत असलेली एक म्हातारी पोटाची खळगी भरण्यासाठी रोज गावाच्या कडेच्या शेतात जायची, इकडेतिकडे फिरून वाळलेल्या काटक्याकुटक्या गोळा करून मोळी बांधायची. ती मोळी जळण म्हणून कुणाला तरी विकायची. त्यातून जे दोन पैसे मिळत त्यात पीठ, मीठ, तांदूळ जे येईल त्यावर गुजराण करायची. एखाद्या दिवशी मोळी विकली न गेल्याने उपवाससुद्धा घडायचा. अशी ही म्हातारी एक दिवस शेजारच्या रानात गेली. उन्हातान्हात अनवाणी पायांनी हिंडून जमेल तेवढी लाकडं गोळा करून मोळी बांधली - पार दमली! जरा जड झालेली मोळी एकटीने डोक्यावर घेता येईनासं झालं तेव्हा हताश होऊन आकाशाकडे पाहत म्हणाली, ''अरे देवा! असल्या जिण्यापेक्षा मरण का देत नाहीस?''

म्हातारीची प्रार्थना ऐकून तत्क्षणी यमराज प्रकट झाले आणि म्हणाले, ''चला आजी! तुम्ही माझा धावा केला होतात ना? मी आलोय तुम्हाला न्यायला.''

"कोण आहेस बाबा तू? ओळखलं नाही मी तुला." म्हातारी बावचळून म्हणाली.

"मी मृत्यूचा देव यमराज आहे." यमाने स्वत:ची ओळख सांगितली. "तुम्ही नेहमी देवाची जी प्रार्थना करता ती ऐकून देवाने मला तुमच्याकडे पाठवलंय. चला आता माझ्याबरोबर!"

आजीबाईंचा चेहरा कसनुसा झाला. एवढी मेहनत करून जमवलेली लाकडाची मोळी इथेच सोडून जावे लागणार हे कळल्यावर त्यांचा जीव घाबराघुबरा झाला. घसा कोरडा पडला. आवंढा गिळत, कापऱ्या स्वरात हात जोडून यमराजाला म्हणाल्या, "अहो भाऊ, माझं तुमच्यापाशी काही काम नव्हतं. ही मोळी एकट्याने डोक्यावर घेता येत नव्हती म्हणून मी देवाची आळवणी करत होते. माझी हाक ऐकून देवाने तुम्हाला पाठवलंच आहे तर एवढी मोळी माझ्या डोक्यावर चढवून तुम्ही परत जा, मीही माझ्या वाटेने जाते."

गोष्टीतला मार्मिक विनोद गंभीर विचार करायला लावणारा आहे. जी वृद्ध मंडळी मृत्यूबद्दल येताजाता बोलत असतात त्यांनी यातून धडा घ्यायला हवा. मृत्यूला आमंत्रण द्यायची गरज नाही आणि मृत्यूची फार भीती बाळगण्याचंही कारण नाही.

ऋग्वेदात ऋषींनी यज्ञदेवतेची प्रार्थना केली आहे. मला असा वर द्या की माझ्यानंतर या जगात आलेले माझ्याआधी जाऊ नयेत. माणसाच्या आयुष्याची दोरी जेव्हा लांबते, तो ८०, ९० ओलांडतो, अशा वेळी ऋषींनी मागितलेला वर त्याच्या बाबतीत खरा ठरत नाही. अशा वृद्धांचे सगळेच आप्तस्वकीय इतके दीर्घायुषी नसतात. त्यामुळे अशा वृद्धांच्या हयातीतच जीवनाचा जोडीदार, एखादा मुलगा, भाऊ, बहीण किंवा मित्र यातील एखाद्याने जगाचा निरोप घेतलेला असतो. असं घडल्यावर त्या वृद्धाच्या मनात एक प्रकारचं अपराधीपण येतं. हे साहजिक असलं तरी योग्य नव्हे. त्याने ही भावना मनातून काढून टाकायला हवी. गुरुदेव रवींद्रनाथांना त्यांच्या हयातीत आईवडिलांसकट अन्य सोळा नातेवाइकांचे मृत्यू पाहावे लागले होते. यामध्ये त्यांच्या पत्नी, तीन मुले, धाकटे भाऊ, बहिणी, भावजया, भाचे, इ.चा समावेश होता. जन्म माणसाच्या हातात नाही तद्वत मृत्यूवरही आपला ताबा नाही हे सत्य जाणून मनावर ठसवायचा प्रयत्न करायला हवा.

१५ वर्षांपूर्वी माझ्या आईचं वय ८५च्या जवळपास होतं आणि शारीरिकदृष्ट्या धडधाकट म्हणता येईल अशी तिची प्रकृती होती. लग्न झाल्यावर अनेक वर्षं ती आमच्या मूळ गावी राहिली होती. दगडमातीच्या भिंतीचं कच्चं घर आणि समोर मोठं परसू. एवढ्या जागेत चार भावांचं कुटुंब राहत असे. आजही अगदी पडक्या अवस्थेतलं हे घर अस्तित्वात आहे. भावनगरला जायची संधी मिळाली की मी

आमच्या मूळ गावीही जाऊन येतो. अशा एका भेटीत आईही बरोबर होती. वावर नसलेल्या त्या घराची अवस्था पाहून तिच्या डोळ्यांत अश्रू उभे राहिले. म्हणाली, "एके काळी या घरापुढे रात्रीच्या वेळी किती खाटा टाकलेल्या असायच्या. काका, आजोबा, थोरले आजोबा, आजी... सगळे गेले. त्या पलीकडच्या कोपऱ्यात कण्हेर होती. इकडे या कोपऱ्यात गाय असायची' इ... इ. आईचं म्हणणं खरं होतं. मीही हे सारं पाहिलं होतं. तेव्हा मी आईला म्हटलं होतं, "आई, या घरात राहणारे एकेक करत निघून गेले. ती मंडळी इथे होती तेव्हा आमच्या पिढीतल्या कुणाचाच जन्म झालेला नव्हता, आमची मुलं तर त्यानंतर आलेली. हे घर आणि परसू एवढसं आहे तेव्हा आम्हाला इथे राहण्यासाठी आधीच्या मंडळींनी निरोप घेऊन जागा रिकामी करायलाच हवी होती ना? त्यांनी निरोप घेतला नसता तर आम्हाला इथे टेकायला तरी जागा मिळाली असती का?"

डोळ्यांतलं पाणी पदराने पुसत आईने तो विषय तिथेच थांबवला होता.

मनाचं रिकामपण हे वृद्धापकाळाचं सर्वांत मोठं दु:ख! या रिकामपणाची अनेक कारणं असू शकतात, पण समवयस्कांचं वा आपल्यापेक्षा वयाने लहान असलेल्या आप्तजनांचं काळाच्या पडद्याआड जाणं हे सर्वांत महत्त्वाचं कारण असतं. हे रितेपण नाहीसं करण्याचं एखादं हमखास लागू पडणारं औषध नाही. मन इतर गोष्टींमध्ये गुंतवणं हा एकच उपाय आहे. दुर्दैवाने असं घडतं की, साठीपर्यंत नोकरी करून निवृत्त होणाऱ्या व्यक्तीच्या मनात तिच्या कामाच्या ठिकाणचे विषय आणि तिथल्या वापरातले शब्द- उदा. ट्रान्सफर, प्रमोशन, इन्क्रिमेंट, बोनस, पे-रीव्हिजन इ. सोडले तर इतर विषयांबद्दल फारसं काही नसतं. हेच थोड्याफार फरकाने व्यावसायिकांनाही लागू पडतं. अन्य विषयांत सक्रिय रस घेणं हा यावर उपाय ठरतो. आज वयाची ८० ओलांडलेल्या एका वृद्धाशी माझा परिचय आहे. निवृत्तीनंतर त्यांनी बागकामात रस घ्यायला सुरुवात केली होती. फुलझाडं लावली, पाठोपाठ भाजीपालाही लावला. आवडीने बागकामाविषयी पुस्तकं खरेदी करून माहिती मिळवली. आज २० वर्षांनंतर त्यांच्या घराभोवती हिरवीगार वाडीच तयार झाली आहे. कुटुंबापुरता भाजीपाला निघतो आणि आंबा, केळी, लिंबं यांसारखी त्या त्या ऋतूतील फळंही मिळतात.

ईशावास्योपनिषदाचा दुसरा मंत्र आहे :

> कुर्वन्नेवेह कर्माणि जिजिविषेत् शतं समा:।
> एवं त्वयि नान्यश्वेतोऽस्ति न कर्म लिप्यते नरे।

याचा अर्थ - माणसाने १०० वर्षे जगण्याची आकांक्षा धरावी, पण हे जगणं

प्रवृत्तीमय असावं - असायला हवं. काम करत करत १०० वर्षं जगण्याची इच्छा वेद रचणाऱ्या ऋषींनी व्यक्त केली आहे. इथे काम म्हणजे खाणंपिणं, झोपणं, भटकणं अशी नित्यकर्म नव्हेत. जी कामं बहुजन सुखाय बहुजन हिताय आहेत, जी धर्मविदित आहेत आणि जी आत्मिक उन्नतीसाठी आहेत अशी कामं आयुष्याच्या शेवटापर्यंत करत राहणं इथे अभिप्रेत आहे आणि तसं नसेल तर व्यर्थ असा चिमटाही काढला आहे.

नुकताच सरकारी कर्मचारी आणि व्यावसायिक अशा दोन गटांना एकत्र भेटण्याचा प्रसंग आला. दोन्ही गट ३५ ते ५० या वयोगटातले होते. बोलण्यात ज्येष्ठ नागरिकांचा उल्लेख झाला. या वयोगटातील मंडळींची ज्येष्ठ नागरिकांविषयीची मतं आणि निरीक्षणं लक्षात घेण्यासारखी आहेत. पेन्शनरांबद्दलची त्यांची एक तक्रार अशी की यातले ९० टक्के पेन्शनर्स महिन्याच्या पहिल्या तारखेला बँक वा पोस्ट-ऑफिस उघडायच्या वेळी एक गठ्ठा येतात. याचा एक परिणाम असा की त्या सगळ्यांना तत्पर आणि समाधानकारक सेवा देता येत नाही. एका कॅशिअरने तर तसंही उदाहरण दिलं की या मंडळींना पेन्शनची रक्कम वेगवेगळ्या लहान-मोठ्या नोटांमध्ये हवी असते. यात बराच वेळ जातो. बाकीच्यांची खोटी होते. काही जण दिलेल्या नोटा काउन्टरवर उभं राहून दोन-दोनदा तपासतात आणि काही झिजलेल्या नोटा असल्या तर बदलून मागतात. हे सारं स्वहितार्थ असतं हे मान्य करूनही पेन्शनर मंडळींना आपली पेन्शन घेण्याची तारीख बदलता येऊ शकते. काही जणांनी एकऐवजी पाच किंवा दहा तारीख पेन्शन-डे म्हणून डोळ्यांसमोर ठेवली तर त्यांचे येण्याचे दिवस सगळ्यांनाच सोयीचे ठरतील.

काही सरकारी कर्मचाऱ्यांचं असंही म्हणणं पडलं की, कित्येक ज्येष्ठ नागरिक अकारणच काहीतरी चौकशी करण्याच्या निमित्ताने येतात आणि माहिती दिल्यानंतरही त्या अनुषंगाने गप्पा मारत बसून राहतात. त्यातही स्वत: ज्या खात्यातून निवृत्त झाले असतील तिथे जाण्याचा प्रसंग आला, तर तिथल्या तरुण कर्मचारी वर्गाशी आपल्या काळात इथे कसं चालायचं याबद्दल लंब्याचवड्या बाता सांगत बसतात. मुळात त्या कर्मचाऱ्याला यांचं बोलणं ऐकण्यात रस नसतो, त्याचा वेळ अकारण वाया जातो आणि क्वचित प्रसंगी सहनशीलतेचा अंत येऊन तो त्या ज्येष्ठ नागरिकाचा अपमान करून बसतो. हे थांबवणं आपल्या हातात आहे.

कधीकधी वाटतं की भूतकाळाबद्दल बोलत राहाणं हे वृद्धत्वाचं डोळ्यात भरणारं (की खुपणारं?) लक्षण आहे. वृद्धांनी याबाबत सावध असायला हवं. आपल्या बोलण्यात सगळ्यांना रस कसा वाटेल? या प्रदीर्घ बोलण्याचा एक प्रकार म्हणजे आपल्या शारीरिक व्याधींना अवास्तव महत्त्व देणं. वाढत्या वयामुळे शरीराच्या काही अंगांची झीज झालेली असतेच. कुठे हे प्रमाण अधिक असू शकतं.

त्यातून होणाऱ्या त्रासाबद्दल एखाद्या वैद्यकीय चिकित्सकाला सविस्तर माहिती देणं योग्यच, पण येताजाता भेटणाऱ्या कुणाही व्यक्तीशी याबद्दल बोलत राहण्यात औचित्य नाही.

एखाद्याने आपल्याला सहज सौजन्याने 'काय म्हणताय, बरं आहे ना' असं म्हटलं आणि आपण आपल्या व्याधीची साद्यंत कथा त्याला ऐकवू लागलो तर त्याने आपलं दुखणं कमी होत नाही. विचारणाऱ्याचा फारसा संबंध नसला तर पुढच्या वेळी तुम्ही दिसताच तो सावधपणे दूर जाईल. पण अशी व्यक्ती जवळची असेल तर तिला तुमच्या दुखण्याबद्दल वाईट वाटेल. ही दुसरी बाजूही लक्षात घेण्यासारखी आहे. कुणालाही अकारण वाईट वाटायला लावणं हे गैर आणि अशोभनीयच आहे. विशेषत: ऐकणारी व्यक्ती तुमचं दु:ख तीळभरही कमी करू शकत नाही. अशा वेळी तिला दु:ख वाटायला लावणं हे तिच्या भावनांचा गैरफायदा घेण्यासारखं आहे.

कुटुंबाकडून सेवा करून घेणं हा आपला अबाधित अधिकार आहे असा काही ज्येष्ठ नागरिक मंडळींचा दृढ समज असतो. ज्येष्ठ किंवा वृद्ध म्हणून काही सेवा करून घेणं गैरवाजवी नसलं तरी कुटुंबीयांना हे सहजपणे मान्य नसेल तर तो आपला अधिकार आहे असा समज करून घेऊ नका. माझ्या परिचयाच्या एका वृद्ध गृहस्थाच्या संयुक्त कुटुंबात दोन मुलगे, सुना, नातवंडं अशी सगळी मंडळी एकत्र राहतात. या गृहस्थांच्या पत्नीचं निधन झाल्यापासून ते एकटेच आपल्या खोलीत झोपत असत. एकदा हे सद्गृहस्थ आजारी पडले आणि त्यांचं आजारपण लांबलं. आर्थिक परिस्थिती बऱ्यापैकी असल्याने मुलांनी त्यांच्या शुश्रूषेसाठी आणि रात्री त्यांच्या खोलीत सोबत म्हणून झोपण्यासाठी एका परिचारकाची सोय केली. या गृहस्थांना काही ही व्यवस्था पटली नाही. इतकी वर्षं आपणच ज्यांना वाढवलं अशी ढीगभर माणसं घरात असताना आपली सेवाशुश्रूषा भाडोत्री माणसाकडून व्हावी यावर ते नाराज झाले. या नाराजीचं रागात पर्यवसान होऊन त्यांनी सगळ्यांना सुनावलं, 'घरात तुम्ही एवढे सगळे आहात, पण माझी देखभाल करायला कुणाला वेळ नाही.'

घरातलंच माणूस त्यांच्या सेवेसाठी पुरेसा वेळ देऊ शकत असेल तर ते उत्तम यात वाद नाही. पण आज परिस्थिती अशी आहे की, मुलं-सुना आणि नातवंडंदेखील आपापल्या कामात आकंठ बुडालेली असतात. त्यांचे अग्रक्रमही वेगळे असतात, महत्त्वाचेही असतात. नातवंडांच्या बाबतीत शिक्षणासाठी शाळा-कॉलेजात जाणे हा अग्रक्रम ठरतो, पण टीव्ही पाहणं नव्हे. किट्टी पार्टी आणि मित्रमैत्रिणींशी भेटीगाठी यालाही अग्रक्रम देता येणार नाही. पण समजा, असं घडत असलं तर ते हट्टाने बदलण्याचा प्रयत्न करण्यात शहाणपण नाही. त्यातून निष्कारण रागवारागवी होऊन

दुरावा वाढतो. या वयात कुटुंबातील कोणत्याही सदस्याशी दुरावा वाढणार नाही याची दक्षता घ्यायला हवी. मुला-सुनांच्याच नव्हे तर स्वत:च्या जोडीदाराच्या अग्रक्रमातदेखील तुमचा क्रम वरचा नसण्याची शक्यता नाकारता येत नाही. अशा वेळी आपल्या अपेक्षा कमी करण्याऐवजी अधिकार गाजवण्याचा प्रयत्न करण्यात हशील नाही, हा सुखाचा मार्ग नाही.

आयुष्याच्या या टप्प्यावर हे समजून घ्यायला हवं की आयुष्य दिसतं, वाटतं तितकं सरळ नसतं. आप्तस्वकीयांच्या बाबतीतही असंच असतं. हे सगळं फार गुंतागुंतीचं आहे. या गुंत्यात खोल शिरण्याऐवजी जगण्याचाच तो एक भाग आहे असं मानून मनाला वेगळ्या भूमिकेवर नेणं अधिक सुखाचं ठरतं.

आपल्या असण्याची अडचण न व्हावी

मुंबईतील फॅमिली कोर्टाच्या एका निवृत्त जज्जांनी एका परिसंवादात दिलेली घटस्फोटाच्या केसेसची आकडेवारी वृत्तपत्रात प्रसिद्ध झाली होती. या आकडेवारीप्रमाणे घटस्फोटासाठी अर्ज करणाऱ्यांत 'सिक्स्टी प्लस'च्या म्हणजे ज्येष्ठ नागरिक असलेल्या पतिपत्नींच्या संख्येत गेल्या काही वर्षांत बरीच वाढ झाली आहे. ही वस्तुस्थिती धक्कादायक आहे. सामान्यत: घटस्फोटासाठी कोर्टात धाव घेण्याचा काळ हा लग्नानंतरच्या पाच ते दहा वर्षांच्या आतील असतो, असं मानलं जातं. घटस्फोटानंतर पुन्हा लग्न करता येण्याच्या वयातच घटस्फोट घेतले जातात या समजात पुष्कळ तथ्य आहे. नवपरिणीतांमधील वैचारिक वा जीवनविषयक धोरणात असलेलं अंतर सुरुवातीच्या काळातच लक्षात येतं. अशा वेळी दोन्ही पक्षांकडून तडजोडीचे प्रयत्न होतात. दोघेही एकमेकांना समजून घेण्याचा, निभावून नेण्याचा निष्ठेने प्रयत्न करून पाहतात. स्वभावातील तफावत हा एक महत्त्वाचा घटक असतो. जेव्हा ही तफावत कमी न होता वाढतच जाते आणि जगणं असह्य करून टाकते तेव्हा दोन्ही पक्षी घटस्फोटाचा विचार बळावतो. सगळं आयुष्य असं मन मारून जगणं शक्य नाही या विचाराची परिणती घटस्फोटात होते.

'अपत्य' हा घटस्फोटाच्या प्रक्रियेतील सर्वांत मोठा प्रश्न - अडथळा असतो. मतभेद, नावड, अप्रीतीच्या काळातही मुलांचे जन्म होतातच ही विसंगती आपल्याला आवडो न आवडो, मान्य करावीच लागते. साधं सौजन्यपूर्ण वर्तनही घडत नसलं, या कृत्रिम जगण्यापेक्षा सगळं संपवणंच बरं असं दोघांनाही वाटत असलं तरी तसं न होण्याचं मुख्य कारण अपत्य हेच असतं. अपत्याबद्दल दोघांनाही समान जवळीक वाटत असते. काही वेळा पुरुष आपल्या बहिर्मुख स्वभावामुळे अपत्याबद्दल वाटणाऱ्या

जवळिकीवर मात करतो, पण स्त्रीला तिच्या अंतर्मुख स्वभावामुळे हे शक्य होत नाही.

याउपर सामाजिक आणि आर्थिक कारणे असतात, कौटुंबिक प्रतिष्ठेचा विचारही असतो. या साऱ्यामुळे घडतं असं की सणावारी नटूनथटून एखाद्या सामाजिक कार्यक्रमाला जोडीने जाणारी, सत्यनारायणाची पूजा वा चंडिपाठाचे होमहवन यांसारख्या कौटुंबिक धार्मिक कार्यक्रमात तयार होऊन बसणारी जोडपी बरीच वर्षं एकमेकांत पडलेल्या दरीसह आपलं वैवाहिक जीवन जगत असतात. कालांतराने त्यांना या अंतराची सवय होते. विषुववृत्तावर राहणारे जसे तिथल्या उष्ण हवामानाला सरावतात, ध्रुवप्रदेशातील रहिवासी मायनस झिरो तापमानाशी जुळवून घेतात तशीच ही जोडपीही जगत राहतात.

पण जीवनाच्या उत्तरार्धात जेव्हा मुले स्वतंत्र आणि समर्थ झालेली असतात आणि आर्थिक अनुकूलताही असते अशा वेळी पतिपत्नी 'परस्परांबद्दल मनात अढी राखून जगणं आता पुरे झालं,' असं म्हणून समजूतदारपणे एकमेकांपासून अलग झाले तर? फॅमिली कोर्टाच्या त्या निवृत्त जज्जसाहेबांनी अशी उदाहरणेही दिली आहेत.

आपल्या रोजच्या जीवनातले काही प्रसंग पाहू या. आपल्या अगदी निकट मैत्री असलेल्या कुटुंबाशी आपण खेळीमेळीच्या वातावरणात गप्पा मारत असतो. अशा वेळी तिथे हजर असलेल्या कुणालाही अप्रिय वाटेल असा विषय आपण टाळतो. त्या कुटुंबाबद्दलची एखादी बातमी तुम्हाला कळली आहे, तिच्या सत्यासत्यतेबद्दल तुम्हाला मुळीच शंका नाही. बोलण्याच्या भरात ती अगदी ओठावर आली असली तरी तुम्ही ती गिळून टाकता, कारण त्या उच्चाराने तिथल्या कुणाला तरी वाईट वाटण्याची शक्यता असते. याउलट तिथल्या एखाद्याने केलेलं विधान शंभर टक्के असत्य असलं तरी आपण त्याला विरोध न करता ऐकलंच नाही असं दाखवतो आणि विषयांतर करतो. या दांभिकतेला व्यावहारिक शहाणपण म्हटलं तरी इथे स्वत:शी अप्रामाणिकपणा घडतोय हे मान्य करायला हवं. इथे सत्य बोलावं, प्रिय बोलावं पण सत्य कटु असेल तर बोलण्याचं टाळावं या अर्थाच्या संस्कृत सुभाषिताची आठवण होते. खुद्द गांधीजी एकदा म्हणाले होते, माझ्या बोलण्याचं तिला काय वाटेल ही आशंका फक्त तीन व्यक्तींबरोबर बोलताना माझ्या मनात नसते, या तीन व्यक्ती होत्या मीरा बहेन, महादेवभाई आणि मगनलाल गांधी. आश्चर्याची गोष्ट अशी की, या तीन व्यक्तींत कस्तुरबांचा समावेश नाही!

इथे मूळ मुद्दा मनुष्यजीवनातील कारुण्य हा आहे. ३०-४० वर्षांच्या सहजीवनानंतरही पतिपत्नी परस्परांचा विश्वास संपादन करू शकत नाहीत, हे कारुण्यपूर्ण आहे. खेदकारक आहे. यात कुणाचा किती दोष आहे याचं विश्लेषण

करण्यात अर्थ नाही. दोन्हीकडे थोडं सत्य, थोडं असत्य असतं. मात्र घडतं असं की, दोघांनाही आपापला खोटेपणाही खरेपणा वाटायला लागतो. सर्वांत खेदाची बाब ही की, असे मुखवटे घालून कित्येक वर्ष जगल्यानंतर आपण हे मुखवटे उतरवू शकत नाही. कुणी हा मुखवटा टरकावण्याचा प्रयत्न केला तर तो तसाच राखायचा प्रयत्नही आपण करतो.

प्रत्येक बाबतीत असंच घडतं असा याचा अर्थ नाही, पण बहुतेक प्रसंगात असं घडतं हे नाकारण्यातही अर्थ नाही. अगदी सगळ्यांसमोर गीतेवर हात ठेवून हे मान्य केलं नाही, तरी किमान स्वत:शी संवाद साधताना अशी फसवणूक करू नये.

अशा अवस्थेतील ज्येष्ठ नागरिकांनी फॅमिली कोर्टाच्या मदतीने एकमेकांपासून अलग होण्याचा किंवा निदान वेगळं राहण्याचा प्रामाणिक प्रयत्न केला तर तो समजून घ्यायला हवा. अगत्याची गोष्ट ही की, प्रत्येक व्यक्तीला प्रामाणिकपणे कोणत्याही अकारण दडपणावाचून जगण्याची इच्छा असते. ही काही अनिर्बंद्ध जगण्याची इच्छा नव्हे. कौटुंबिक व सामाजिक चौकट वा शिस्त अबाधित ठेवण्यासाठी जे नियम आहेत त्याचं कुणीही उल्लंघन करू शकत नाही - करूही नये. कारण अशा नियमांमुळेच तर माणूस हजारो वर्षांपासून अन्य प्राण्यांपासून अलग होऊन टिकू शकला आहे, संस्कृती निर्माण करू शकला आहे.

इथे आणखी एका बाजूने विचार करता येईल. उपरनिर्दिष्ट परिस्थितीत कायदेशीर मार्गाने अलग होण्याऐवजी समजूतदारपणे वेगळं राहण्याची व्यवस्था करता आली तर त्यात काय वाईट आहे? माझ्या एका निकट स्नेह्याच्या कुटुंबात वडिलांनी आपल्या दोन मुलांना स्वत:चे दोन फ्लॅट दोघांच्या संमतीने वाटून दिले. दोन्ही फ्लॅट एकाच परिसरात होते. त्या नंतर या ज्येष्ठ पतिपत्नींनी दोन मुलांकडे अलग अलग राहण्यास सुरुवात केली. वृद्ध आईवडिलांत सामंजस्य नसल्याचं दोन्ही मुलगे आणि सुनांना माहीत होतं. दोघांनीही ही व्यवस्था मान्य केली. दोन्ही मुलं आणि आईवडीलही परस्परांकडे येत जात असत. त्यामुळे सौहार्दपूर्ण असा कौटुंबिक व्यवहारही चालू राहिला. मात्र या दोघांचं असं अलग राहणं इतरांना जणू खुपायचं-टोचायचं, असे समवयस्क आप्तस्वकीय भेटायला आल्यावेळी यांच्या अलग राहण्याबद्दल हमखास काहीतरी बोलत असत. अशा प्रसंगांचा मी अनेक वेळा साक्षीदार झालो आहे. मात्र मला प्रत्येक वेळी वाटत राहिलं की या मागे परनिंदेच्या छुप्या हौसेपलीकडे काही नव्हतं. अशा चांभारचौकशा करणाऱ्या काहींची परिस्थिती मला ठाऊक होती. त्यामुळे मला अशीसुद्धा शंका आली की, असा काही मार्ग त्यांच्यापाशी उपलब्ध नाही त्यामुळे असूयेपोटी अशा चौकश्या करत असावेत. ते असो! ज्येष्ठ नागरिकांनी अशा प्रच्छन्न निंदेत भाग घेणं टाळायला हवं.

उरलेलं आयुष्य आपल्या इच्छेप्रमाणे आणि ऐपतीप्रमाणे शांतपणे जगावं असं

वाटणं अगदी स्वाभाविक आहे. असं आयुष्य मुला-सुनांबरोबर, नातवंडांबरोबर जगता येणं हे सुदैव आहे. काही ठिकाणी असं दिसतं की, मुला-सुनांशी बऱ्यापैकी पटत असूनही आईवडील जवळपासच अलग राहतात. त्यांच्या सोयीसाठी मुलांच्या कुटुंबापैकी कुणी ना कुणी रोज येत-जातही असतं. मुलांपासून अलग राहणाऱ्या एका ज्येष्ठांना मी एकदा विचारलंही होतं की सगळ्या सुखसोयी असलेली मुलांची घरं सोडून तुम्ही दोघं वेगळे का राहता? त्या ज्येष्ठ मित्राने त्या मागचं रहस्य मनमोकळेपणी प्रकट केलं होतं. ते म्हणाले, "आमच्या कोणत्याही मुलाकडे राहण्यात कोणतीच अडचण नाही. पण तिथे प्रत्येकाचा वेगवेगळा अग्रक्रम असतो आणि ते आम्हा दोघांच्या अग्रक्रमापेक्षा अगदी भिन्न असतात. मग त्यांना आपले अग्रक्रम सोडावे लागतात, नाहीतर आम्हाला तरी तडजोड करून त्यांच्या अग्रक्रमाप्रणे राहावं लागतं. अशी परिस्थितीत दोन्ही पक्षी एक प्रकारची अस्वस्थता वाटत राहते. अशी अस्वस्थता कुणालाच वाटू नये यासाठी आम्ही हा पर्याय निवडला आहे."

हा मुद्दा थोडा अधिक समजावून घेऊ या.

प्रत्येक वृद्ध मातापित्यांना मनातून असं वाटत असतं की मुलाने किंवा सुनेने घराबाहेर पडताना आपली परवानगी घेतली नाही तरी चालेल, पण आपण कुठे जातोय, कधी परत येणार आहोत, याबद्दल सांगून जावं. नोकरी-उद्योगासाठी घराबाहेर पडणाऱ्या मुलाने आणि सुनेने आपल्यासाठी रोज थोडा तरी वेळ काढावा. मुळात अशा उद्योगासाठी बाहेर पडणाऱ्यांजवळ स्वतःचा म्हणावा असा वेळच फारसा नसतो, हे विसरता कामा नये. पुन्हा ज्या उत्कटतेने या वयात त्यांना मुला-सुनेचा सहवास-सोबत हवी असते त्याला प्रतिसाद देण्याएवढी उत्कटता त्या वयात त्यांच्यापाशी नसते, याउपर त्यांचे वेगळे अग्रक्रम. निवृत्त आयुष्य जगणाऱ्यांनी हे सारं समजून घ्यायला हवं.

एका ज्येष्ठ नागरिकाने तर माझ्यापाशी अशीही तक्रार नोंदवली होती की घरात सगळ्यांना आपापली कामं असतात. आम्ही जर घरात अधिकची-बिनकामाची माणसं म्हणून उपेक्षितासारखं जगायचं असेल तर अशा अपमानकारक परिस्थितीपेक्षा मला वेगळं राहणं अधिक आवडेल.

हा अपमान शब्द फार नाजूक आहे. असेच आणखी एक वृद्ध. आपल्या वाढलेल्या जेवणाच्या ताटाशेजारी पाणी भरून ठेवलेला पेला नसेल, तर आपली उपेक्षा होतेय, अपमान होतोय, असं त्यांना वाटतं. आता इतक्या क्षुल्लक गोष्टीत फार अपेक्षा धरणं हेच दुःखाचं कारण आहे. वरिष्ठ नागरिकांनी आपल्या लहानमोठ्या गरजा कुटुंबातील कुणाकडूनही पूर्ण व्हाव्यात अशी अपेक्षा न करता जगायला शिकायला हवं. उलट खाण्यापिण्यापासून उठणं, बसणं, झोपणं या नित्यकर्मात आपली कुणाला अडचण होत नाही याचं भान राखायला हवं.

साठ वर्षांपूर्वी आमच्या घरात रेडिओ ऐकण्याची श्रीमंती आम्ही वडिलांच्या गैरहजेरीतच उपभोगत असू. आठ-दहा तास घराबाहेर राहून वडील घरी परत येत त्या वेळी रेडिओ चालू असला तर आम्ही तत्काळ बंद करत असू. इतकंच नव्हे, त्यांच्या आगमनाबरोबर बैठकीची खोली कुटुंबातील मंडळी इकडेतिकडे सरकून रिकामी करत. वडिलांचं हे कडक धोरण होतं आणि त्यात कुणाला काही वावगंही वाटत नसे. सगळ्यांना हे अगदी साधं सरळ वाटत असे. आज जर तेच धोरण आठवून कुटुंबातील एक ज्येष्ठ म्हणून मी दिवाणखान्यात पाऊल टाकलं तर माझी घोर निराशा होईल. बैठकीच्या खोलीतला 'इडियट-बॉक्स' ऑन असतो. एवढंच नव्हे, तर घरातील लहानथोर सगळे त्याच्याकडे अशा तन्मयतेने पाहत असतात की माझ्या आगमनाची नोंदसुद्धा घेतली जात नाही. अशी वेळ तुमच्यावर आली तर तुम्हीही टीव्हीवर चाललेला कार्यक्रम पाहण्यात सामील व्हावं, किंवा सुदैवाने तुमची अलग बैठक असेल तर तिथे जावं, यात सगळ्यांचाच मान राखला जाईल.

मात्र समजा तुम्ही इतके सुदैवी नाही, अशी स्वतंत्र बैठकव्यवस्था उपलब्ध नाही. अशा परिस्थितीत तुम्हाला जी तडजोड करावी लागेल त्यात जोडण्यापेक्षा तोडण्याचा-सोडण्याचा भागच अधिक असेल! तेव्हा सोडण्याची ही प्रक्रिया हळूहळू आत्मसात करायला लागावं हे बरं! आपल्या प्राचीन आश्रम व्यवस्थेतही ही सोडण्याच्या प्रक्रियेचीच वर्षे आहेत. वर्तमानकाळात वानप्रस्थाश्रम किंवा संन्यासाश्रम उरले नाहीत, पण या आश्रमव्यवस्थेत ज्या मनोवृत्तीचा विकास करायला सुचवलं आहे ते विसरण्यासारखं नाही. शेवटी काही असणं वा नसणं आपल्या मानसिक अवस्थेवरच अवलंबून असतं. तुमची वेगळी खोली नसेल आणि तुम्हाला टीव्हीवरचे कार्यक्रम रुचत नसतील, तर त्यात रुची घ्यायच्या प्रयत्नाला लागा आणि हे जमलं नाही तर तुमच्या इच्छेप्रमाणे घरातल्या सगळ्यांचं वर्तन असावं अशा अपेक्षेपासून मुक्त होण्याचा प्रयत्न करा. शक्यता अशी आहे की, तुम्ही त्यांच्या कार्यक्रमात भाग घ्यायला लागलात तर तुम्हालाही त्यात रस वाटायला लागेल. कशाविषयीही आधीच तयार झालेला मानसिक पूर्वग्रह आता सोडून द्यावा. शक्यतो त्याला तुमच्यावर राज्य गाजवू देऊ नका. (शक्यतो त्याच्या अधीन होऊ नका.)

केवळ कुटुंबातच नव्हे, तर जीवनाच्या अन्य क्षेत्रातही आपलं असणं- आपलं अस्तित्व इथून पुढे कुणाला भाररूप होता कामा नये. आपल्या असण्याची प्रत्येक ठिकाणी नोंद घेतली जावी ही अपेक्षाही आता कमी व्हावी. अपेक्षा पूर्ववत राहिल्या, तर अपमानाची भावनाही वाढण्याची शक्यता वाढते. इथे वरिष्ठ नागरिकांनी मान-अपमान सोडून द्यावा असं सांगण्याचा मुळीच हेतू नाही. आपली ही भावना जागी ठेवूनही तिची हॅलोजन लाइटसारखी प्रखरता कमी करून पणतीसारख्या मंद

प्रकाशात परिवर्तित करावी. स्वमान आणि अपमान यातील लक्ष्मणरेषा अगदी पुसट असते.

विनोदाच्या स्वरूपातील एक कथा इथे सांगण्यासारखी आहे.

एक राजा रोज सकाळी आपला दरबार भरवून बसत असे. राजाच्या सिंहासनाचे तोंड पूर्वेकडे असल्याने सकाळचे ऊन त्याच्या तोंडावर येई. राजा यामुळे हैराण होई. त्याने आपल्या सेनापतीला सूर्याकडे जाऊन अशी अडचण न आणायला भाग पाडा असं सांगितलं. सेनापती समजूतदार आणि हुशार होता. म्हणाला, ''महाराज, सूर्य खूप अंतरावर आहे. त्याच्याकडे जाऊन परत यायला मला किमान सहा महिने लागतील आणि खर्चही अमाप येईल.'' राजाने त्याला संपत्ती आणि समय दोन्ही दिलं. तो हुशार सेनापती आपल्या परिवारासह सहा महिने तीर्थाटन करून आला. परत आल्यावर राजाला म्हणाला, ''महाराज आपल्या प्रभावाने सूर्य भयभीत झाला. तुमचं वर्चस्व मान्य करून त्याने क्षमायाचना केली आणि आपली आज्ञा मान्य केली आहे. मोबदल्यात त्याने एक लहानशी मागणी केली आहे: इथून पुढे रोज सकाळी आपण आपली बैठक फिरवून टाकावी. आपण सिंहासनाचं तोंड फिरवलंत की सूर्य सकाळी आपल्या मार्गात येणार नाही, कधीच नाही.'' मिशीवर ताव देत राजाने कमरेला लटकवलेल्या तलवारीवर हात ठेवत म्हटलं, ''बस, इतकंच! सेनापती, आम्ही सूर्याच्या विनंतीचा स्वीकार करत आहोत. उद्यापासूनच माझी बैठक विरुद्ध दिशेला ठेवा.''

गोष्ट इथेच संपली.

सूर्याचं ऊन चेहऱ्यावर येऊ नये म्हणून राजाने आपलं तोंडच विरुद्ध दिशेला केलं, ऊन यायचं थांबलं, सूर्याशी चार हात करता येत नाहीत. परिस्थिती विरुद्धही फार लढता येत नाही. आपणच थोडं तोंड वळवलं किंवा दिशाच बदलून टाकली, तर कित्येक प्रश्न निर्माणच होत नाहीत किंवा सोपे होऊन जातात.

आपल्या घरी आपणच पाहुणे

घरचं घर - स्वत:चं घर, या शब्दांचा मनातल्या मनात उच्चार केला नाही असा माणूस शोधूनही सापडणार नाही. आपलं घर असावं ही प्रत्येकाची मनोकामना असते. त्यातही हे घर आपल्या मालकीचं असल्यास एक वेगळं समाधान असतं.

माणूस साठीपाशी येईपर्यंत ज्याच्या त्याच्या ऐपतीप्रमाणे हे समाधान ज्याचं त्याला मिळायला हवं, आपलं स्वत:चं घर आपल्या मूळ गावी असावं अशीही काही ज्येष्ठजनांची इच्छा असते. माणूस घर बांधतो, तेव्हा त्या घराबद्दल त्याच्या मनात एक ममत्व निर्माण होतं. घडतं असं की, स्वत:च्या कार्यकाळात माणूस आपल्या स्वप्नातल्या अशा या घरात मोजकीच वर्षं राहतो. तोवर त्याचा कार्यकाळ संपुष्टात येतो. आता तो ज्येष्ठ नागरिक होतो. इथून पुढे घराचा कारभार हळूहळू त्याच्या नकळत मोठ्या मुला-सुनेच्या हातात जायला लागतो. मग कधी 'रिनोव्हेशन'च्या गोंडस नावाखाली घराचा कायापालट होतो. तुम्हाला ज्या कपाटांबद्दल, त्यातल्या पुस्तकांबद्दल किंवा अन्य गोष्टींबद्दल ममत्व वाटत असतं ते सगळं नव्या पिढीला 'जुनकट' वाटू लागतं, भिंतींवरचे रंगसुद्धा बदलले जातात. तुम्हाला जे रंग मनापासून आवडतात ते रंग किंवा त्याचा साधेपणा पुढच्या पिढीला 'काहीतरीच' वाटायला लागतो. चार भिंतींना चार वेगवेगळे रंग असू शकतात अशी कल्पनासुद्धा तुमच्या मनाला कधी शिवलेली नसते. तुमच्या कल्पनेपलीकडील हे आता तुमच्या घरात प्रत्यक्षात येतं. चार भिंतींना चार रंग ही कल्पना तुम्ही सोडून इतर साऱ्यांना 'फॅन्टास्टिक आयडिया' वाटते, तेव्हा तुम्ही स्तब्ध बनून जाता. ही 'फॅन्टास्टिक' कल्पना किती 'वाह्यात' आहे हे समजावण्याचा तुम्ही भीत भीत प्रयत्न करू पाहता तेवढ्यात पुढच्या पिढीतलं कुणीतरी हळूच म्हणतं : 'अहो आजोबा, तुमच्या

आवडीचे रंग तुम्ही आयुष्यभर लावलेत की! आता आम्हाला आमच्या चॉइसप्रमाणे करू दे! नाहीतरी आमचा हा चॉइस तुम्हाला फार वर्षं कुठे सहन करायचाय?'

हा संपूर्ण संवाद आणि प्रसंग काल्पनिक नाही. एका निकटच्या आप्तांनी ही सत्यघटना मला ऐकवली होती. पुढच्या पिढीने जे म्हटलं ते निर्विवाद सत्य होतं, पण ते सांगताना विवेकाचं भान सुटलं होतं. या गृहस्थांनी पुढे त्या गोष्टीला फारसा विरोध केला नाही, पण त्यांनी जी व्यथा व्यक्त केली ती त्यांच्याच शब्दांत:

'मी माझ्या खोलीत निघून गेलो. मुलांचं म्हणणं खरं होतं. आपण भिंतींना पाच ते दहा वर्षांनी नवीन रंग देत असतो. त्या दृष्टीने हे विचित्र रंगलेपन मला फार काळ पाहायचं नव्हतं. ही जाणीव झाल्यावर मी माझ्या खोलीतल्या भिंतीवरच्या जुन्या रंगावरून हात फिरवत राहिलो. हे घर, त्याचं डिझाइन, घराच्या भिंती, भिंतीना दिलेला रंग... हे सगळं किती हौसेने आणि चिकाटीने केलं होतं! आता ते जुनं झालं हे तर ठीक, पण आता मला त्याचा फारसा उपयोगही नाही या सत्याने माझे डोळे उघडले. पण खरं सांगायचं तर मी मात्र डोळे मिटून कितीतरी वेळ भिंत थोपटत राहिलो होतो.'

घर स्वत:चं नसलं, तरी माणसाला त्याचं दु:ख कार्यप्रवण असताना म्हणजे आयुष्याच्या पूर्वार्धात फारसं वाटत नाही. उत्तरार्धात मात्र का कुणास ठाऊक ही व्यथा त्याचा ताबा घेते. माझ्या स्वत:च्या जीवनकथेचा एक अंश म्हणता येईल अशी एक घटना इथे सांगण्यासारखी आहे.

जवळजवळ साडेपाच दशकांपूर्वी काही वर्षं आम्ही भावनगरला एका भाड्याच्या घरात राहिलो होतो. लहानसंच होतं ते घर. जुन्या पद्धतीच्या बांधकामाची एक ओसरी, स्वयंपाकघर आणि एक बैठकीची खोली. बस, एवढीच त्याची व्याप्ती होती. काही काळाने भावनगर सोडून आम्ही पुन्हा मुंबईत राहायला लागलो. माझा धाकटा भाऊ तेव्हा बी.कॉम. होऊन एलएल. बी.चा अभ्यास करत होता. अभ्यासासाठी त्याने काही काळ भावनगरला त्याच घरात राहावं असं ठरलं. हा एकटाच तिथे राहून अभ्यास करत होता. त्याने त्या घराच्या दारावर स्वत:च्या नावाची पाटी लावली होती. तशात काहीतरी कामासाठी वडिलांचं भावनगरला जाणं झालं. त्या वेळी तेही काही दिवस या घरातच राहिले होते. दारावर मुलाच्या नावाची पाटी पाहून ते नाराज झाले. अतिशय करारी होते आमचे वडील! त्यांनी भावाला ती नेमप्लेट काढून टाकायला लावली आणि काढायला लावताना म्हटलं होतं : 'मी इथे कुणाच्या तरी घरात राहत नाहीये. मी माझ्याच घरात राहातोय, माझ्या घरात माझा मुलगा राहतोय.'

एखाद्या ज्येष्ठ नागरिकाची सामान्यत: असते तशीच वडिलांची ही भावना होती. माझ्या मनावर मात्र या गोष्टीचा खोल परिणाम झाला होता. त्यानंतर कित्येक

वर्षांनी आमच्या संयुक्त कुटुंबातून अलग होऊन स्वत:चं वेगळं घर बांधलं, तेव्हा नव्या घराच्या दारावर मी माझ्या नावाची नेमप्लेट लावली नव्हती. आमच्या जुन्या भाड्याच्या घराच्या तुलनेत नव्या घरात थोड्या अधिक सुखसोयी होत्या, म्हणून वडील या नव्या घरात माझ्याबरोबर राहत होते. आता ते सत्तरीला आले होते. त्या काळातही मुंबईत नव्याने बांधलेल्या घरांच्या दारावर नेमप्लेट लावण्याचा रिवाज होता. मी मात्र यात अपवाद केला होता. वडील माझ्याबरोबर राहत होते आणि वृद्ध असले तरी त्यांची प्रकृती ठणठणीत होती. भावनगरच्या घरावरची नेमप्लेट त्यांनी ज्या कारणाने काढून टाकायला लावली होती ते मनातून जात नव्हतं. रोज जाता-येता वडिलांची नजर नेमप्लेटवर पडणार; आता ते नेमप्लेट काढायला सांगणार नाहीत, पण प्रत्येक वेळी त्यांच्या मनात येत राहील की आपण दुसऱ्या कुणाच्या तरी घरी राहतोय! त्यांना असं वाटू नये यासाठी मी या घरावर कधीच नेमप्लेट लावली नाही.

कन्फ्युशिअसने एका ठिकाणी म्हटलंय की एका लहान घरात आईवडील आपल्या चार मुलांना वाढवतात, शिक्षण देतात, त्यांना नोकरीधंद्याला लावतात, त्यांची लग्नं करतात; पण हेच चार मुलगे आपल्या मोठमोठ्या घरात वेगवेगळे राहत असतील, तर त्यातल्या एकाही मुलाकडे आईवडील दोघंही वर्षभरसुद्धा राहू शकत नाहीत. कन्फ्युशिअसने हा मुद्दा इतका विस्ताराने न सांगता त्याकडे केवळ निर्देश केला आहे. मी मात्र अशी परिस्थिती निर्माण होताना माझ्या डोळ्यांनी पाहिली आहे. मुंबईतलंच एक परिचित कुटुंब- नवरा-बायको आणि दोन मुलं. मुलं मोठी होत होती. मोठ्याचं लग्न झाल्यावर जागा कमी पडायला लागली. त्याच इमारतीत रिकामी झालेली एक जागा त्यांनी खरेदी केली आणि मोठा मुलगा तिथे राहू लागला. काही काळानंतर त्याच इमारतीत वरच्या मजल्यावर एक जागा विक्रीला निघाली तेव्हा तीही या मंडळींनी घेऊन टाकली. पुढे धाकट्याचं लग्न झाल्यावर त्याने या जागेत आपला संसार मांडला. मूळ जागेत आता हे वयस्कर नवराबायको दोघंच राहिले. मुलांनी आपसात ठरवलं की आईवडिलांना दोन्ही वेळचं जेवण पाठवायचं. सुरुवातीला एकेक महिना एकाच घरातून जेवण पाठवायचं ठरलं. पण काही दिवसांतच यात अडचणी यायला लागल्या. ज्या घरून जेवण जात असायचं त्यांचं काही कारणाने बाहेरगावी जाणं व्हायचं किंवा वेगळी काहीतरी अडचण उपस्थित व्हायची. अशा वेळी दुसऱ्या घरावर ही जबाबदारी यायची. यात आता हिशेब व्हायला लागला. परिणाम असा झाला की, वेळेवर जेवण पोहोचण्याऐवजी 'खाडे' व्हायला लागले किंवा आयत्या वेळी हॉटेलमधून पार्सल यायला लागलं! शोकांतिका असली तरी हे निखळ वास्तव आहे.

उत्तर आयुष्यात येणारा कडवटपणा उगाळत बसण्याचा हा प्रकार नसून

जगण्यातलं वास्तव समजून घेणं आणि त्यावर कमीत कमी कष्टदायी असा मार्ग शोधण्याचा हा एक प्रयास आहे. सौराष्ट्रातल्या लहानशा खेड्यात राहणाऱ्या एका परिवाराने आपल्या मुलाला जवळच्या शहरात पाठवून त्याच्या चांगल्या शिक्षणाची सोय केली. मुलाची शैक्षणिक कारकीर्द चांगली होती. शिक्षण पूर्ण झाल्यावर त्याला मुंबईसारख्या महानगरात बऱ्यापैकी नोकरीही मिळाली. आईवडील आता वृद्धत्वाकडे झुकले होते. मुलाचं लग्न करून द्यायचं होतं. येणाऱ्या सुनेने नवऱ्याबरोबर मुंबईतच राहणं अपेक्षित होतं. पण मुंबईत मुलालाच राहण्यासाठी निश्चित अशी जागा नव्हती. अशा परिस्थितीत मुलाने आईवडिलांना समजावलं : गावातलं घर काढून टाकून मुंबईत नवं घर घेतलं आणि आपण सगळे एकत्र राहिलो तर मलाही तुमची देखभाल करता येईल. एकुलता एक मुलगा, तोच आईवडिलांचं सर्वस्व होता. त्यांनी हा प्रस्ताव मान्य केला.

पण खेड्यातलं घर विकून आलेल्या रकमेत मुंबईत चार माणसं राहू शकतील असा फ्लॅट मिळत नव्हता. मग मुलाने कमी पडणाऱ्या रकमेसाठी कंपनीमधून लोन काढलं. लोनच्या अटींप्रमाणे घर मुलाच्या नावावर असणं आवश्यक होतं. ही व्यावहारिक अडचण जाणून वडिलांनी त्यालाही होकार दिला.

पण नंतरच्या दोन-तीन वर्षांतच परिस्थिती बदलली. सूनबाईंना सासू-सासरे ही अधिकची जबाबदारी वाटायला लागली. मनात नाराजीचा प्रवेश झाला. सुसंवाद स्वप्नं ठरलं आणि अबोला, वादविवाद हे वास्तव बनलं. घराला अनोळखी माणसांनी रात्रीपुरतं राहण्याच्या धर्मशाळेचं स्वरूप आलं. आईवडिलांना आता दुसरा कोणताच आश्रय नव्हता. भांडणतंटे दिवसागणीक वाढत होते. शेवटी उतरत्या वयात आईवडील गावाकडे परत फिरले आणि एका भाड्याच्या घरात जणू मृत्यूची वाट पाहत दिवस कंठायला लागले. मुलाच्या बाजूने एक मात्र म्हणायला हवं. रोजच्या भांडणांना कंटाळून त्याने ही व्यवस्था मान्य केली होती आणि आईवडिलांच्या आजीविकेसाठी पुरेशी रक्कम दर महिन्याला पाठवण्याची जबाबदारी त्याने घेतली होती.

या घटनेत मुलगा किंवा सून दोघांनाही दोष देण्यात अर्थ नाही. खेड्यातलं घर काढून मुंबईत मुलाच्या नावाने फ्लॅट घेण्याचा निर्णयही योग्यच होता. खरी गोष्ट अशी की, या प्रकारचे निर्णय घेताना माणसाने नेहमी लक्षात ठेवायला हवं की प्रेम, विश्वास, मायेची ऊब, या सगळ्या भावना सकारात्मक असल्या तरी त्या कायम स्वरूपाच्या नसतात. कधी थंडी तर कधी ऊन हा निसर्गक्रम आहे. त्यात आपल्या हाती काही नाही. आपण एवढंच करू शकतो की थंडीपासून बचाव करण्यासाठी शाल किंवा स्वेटर वापरायचा आणि उन्हाळ्यात पंख्याची योजना करायची. याच पद्धतीने कुटुंबात अविश्वास वा विसंवाद निर्माण होऊ देऊ नये. पण ज्याप्रमाणे

ऋतुचक्र निसर्गाच्या हातात असतं त्याप्रमाणे मानवी भावनांचं टिकणं वा विलय होणं - ही एक अगम्य प्रक्रिया आहे. तेव्हा तिचा नैसर्गिक प्रक्रिया मानून स्वीकार करावा आणि स्वेटर वा पंख्याची योजना करून ठेवावी.

नोकरी-व्यवसाय आणि अन्य कारणपरत्वे आज कुटुंबव्यवस्था वेगाने बदलत आहे. आजच्या ज्येष्ठ नागरिकांना स्वत:च्या नातवंडांना, म्हणजेच तिसऱ्या पिढीला स्वत:च्या फूटपट्टीने मोजता येणार नाही. आजचं ५ ते १० या वयोगटातलं मूल त्याच्या पालकांचा वर्तनव्यवहार, टीव्ही चॅनेल्सचं आभासमय जग आणि शाळेतील घोकंपट्टी अशा विविध गोष्टींच्या प्रभावाखाली जगत आहे. आजच्या या बालकांना शिक्षणाशिवाय आणखी कशात तरी पुढे जायचं आहे. पुढे... पुढे... आणखी पुढे! सगळ्यांना सर्वोच्च स्थान हवं आहे आणि त्यासाठी आपण पूर्णतया सक्षम आहोत, योग्य आहोत असं त्या लहानग्यालाही वाटू लागलं आहे. यातली खरी गोम, यातला कळीचा मुद्दा असा की पालकच मुलांच्या अशा वाटण्याला जबाबदार आहेत. एवढंच नव्हे, तर मुलांच्या या मानसिकतेचा त्यांना अभिमानही वाटतो. - पाहिलंत, आहे की नाही माझा मुलगा! हुशार! यामध्ये शक्तीचं खरं सामर्थ्य हरवून जातं.

एका छोट्याशा प्रसंगाने हा विषय इथेच थांबवू या.

रेल्वे प्रवासात एकदा एक कुटुंब भेटलं. कुटुंबात पतिपत्नी आणि दोन मुली होत्या. मोठीचं वय असेल दहाच्या आसपास आणि धाकटीचं सहाच्या जवळपास. दोघी बहिणीत कुठल्या तरी मुद्द्यावरून बालसुलभ वादावादी झाली. धाकटी मोठीला म्हणाली, ''आता बघंच, आईबाबांना सांगून तुझी कशी खरडपट्टी काढते ते!'' यावर मोठी म्हणाली, ''नाही तरी आईबाबांनी फार चढवून ठेवलंय तुला!'' यावर धाकटी फुशारकीने म्हणाली, ''आईबाबांनी कशाला चढवायला हवं, माझी मी- स्वत:च चढले आहे.''

लक्षात घेण्याची गोष्ट ही की, 'माझी मीच - मी स्वत:' ही मनोवृत्ती अगदी लहानपणापासून दिसू लागली आहे. यातून नव्या पिढीत व्यक्तिवादी, स्वकेंद्री आणि अहंभावी वृत्ती विकसित होण्याची भीती असते. ज्येष्ठ नागरिकांनी तिसऱ्या पिढीच्या या वृत्तीला आवर घालणं शक्य नसलं तर त्याच्याशी जुळवून घेण्यातच शहाणपण आहे.

विविध कॉर्पोरेट कंपन्या त्यांच्या कर्मचाऱ्यांसाठी प्रशिक्षण केंद्रे चालवत असतात. या ठिकाणी कर्मचाऱ्यांसाठी दोन दिवस, चार दिवस किंवा आठ-दहा दिवसांचे प्रशिक्षण वर्ग चालवले जातात. वर्ग दिवसभर चालतात. अर्थात मध्ये भोजन, चहापान यासाठी वेळ ठेवलेला असतो. अशाच एका प्रशिक्षण वर्गाच्या चहापानाच्या सुट्टीत एक प्रयोग करण्यात आला. प्रयोगाचा हेतू होता मानवी

स्वभावाचा अभ्यास. एक व्याख्यान संपल्यावर वर्गाबाहेरच्या मोकळ्या जागेत चहापानासाठी सगळे जमले. एका प्रशिक्षणार्थीने तयार असलेल्या चहाच्या पेल्यातला एक उचलून अतिशय आदरपूर्वक व्याख्यात्याच्या हातात आणून दिला. चहाचे पेले नेहमी थोडे अधिक असत. दुसऱ्या दिवशी पेल्यांची संख्या थोडी कमी करण्यात आली. आजही एका प्रशिक्षणार्थीने प्रथम चहाचा पेला व्याख्यात्याला आणून दिला. पण शेवटच्या तिघा-चौघांना चहा मिळाला नाही त्यात त्याचा समावेश होता. तिसऱ्या दिवशी प्रत्येकाने स्वत:चा पेला एका हातात धरून ठेवून दुसरा व्याख्यात्याला देण्यासाठी उचलला. प्रयोगाचा निष्कर्ष स्वच्छ दिसत होता. आदल्या दिवशी तिघा-चौघांना चहा मिळाला नव्हता, तेव्हा व्याख्यात्याला चहा देता देता आपण चहावाचून राहू नये - आदरही दाखवावा आणि आपला चहाही बुडू नये - या मनोवृत्तीने प्रत्येक जण स्वत:चा कप सुरक्षित ठेवूनच व्याख्यात्याला चहा आणून देणार होते.

मुद्दा समजून घेण्यासारखा आहे. माणसाने - त्यातही ज्येष्ठ नागरिकाने - स्वत:च्या सुरक्षिततेकडे दुर्लक्ष करू नये. नातेसंबंध, भाव, भावना, त्याग, सहनशीलता यात वाईट काहीच नाही, पण हे सगळं आपला चहाचा कप एका हातात सुरक्षित ठेवूनच करायला हवं. हे सत्य भावनांच्या प्रवाहात किंवा नातेसंबंध कुरवाळण्यात विसरलं गेलं, तर सहन करण्याची वेळ येऊ शकते. त्या वेळी कुणाला दोष देण्यात अर्थ नाही.

नाती रक्ताची की...

महाभारताच्या शांतीपर्वात पितामह भीष्मांनी पुत्रांचे चार प्रकार सांगितले आहेत. पहिल्या प्रकारचा पुत्र पित्याची इच्छा समजून घेऊन त्यांच्या सांगण्यावाचून त्या प्रकारचे आचरण करतो. दुसऱ्या प्रकारचा पुत्र पित्याने इच्छा प्रकट केल्यावर त्यानुसार वागतो. तिसऱ्या प्रकारचा पुत्र वडिलांनी सांगितल्यावरही तसे वागत नाही आणि पित्याने पुन:पुन्हा सांगितले तरी ज्याचे आचरण त्याच्या (विपरीत) विरुद्ध असते हा पुत्राचा चौथा प्रकार! इथे भीष्माचार्यांनी पित्याबरोबर मातेचा उल्लेख केलेला नाही, पण इथे मातेचाही उल्लेख न्यायोचित ठरेल. दुसरे म्हणजे इथे फक्त पुत्रांचेच प्रकार सांगितले आहेत. कन्यांच्या प्रकाराबाबत महाभारतकार मौन बाळगतात.

हल्ली अनेक ज्येष्ठ नागरिक आपल्या मुलांबद्दल असमाधान व्यक्त करत असतात. हे असमाधान खरे असेल किंवा अगदी लहानसहान गोष्टींना मोठे स्वरूप देण्याचा प्रकारही असू शकेल. सर्वप्रथम ज्येष्ठ नगरिकांनी स्वत:लाच एक प्रश्न विचारायला हवा. आपण जेव्हा तरुण होतो त्या वेळी आपलं ज्येष्ठ नागरिकांबरोबरचं वर्तन कसं होतं? आज मुलांविरुद्ध तक्रार करणारे किमान डझनभर नागरिक मला माहीत आहेत जे तरुणपणी मातापित्यांच्या नव्हे तर स्वत:च्या इच्छेप्रमाणे वागले होते. मातापित्यांची इच्छा ही त्यांच्या काळाने त्यांना जे शिकवलं असतं त्याला अनुसरून असते. उदा. ७०-७५ वर्षांपूर्वी वृद्ध पालकांची इच्छा असे की त्यांच्या मुलाने मॅट्रिक झाल्याबरोबर नोकरीला लागावं आणि वेळच्या वेळी लग्न करून संसाराला लागावं. याचं कारण असं की, त्या काळात पन्नाशीचा माणूस आयुष्याच्या उतरणीला लागला असं मानलं जायचं. त्यामुळे कौटुंबिक सुरक्षिततेच्या दृष्टीने मुलगा चार पैसे मिळवायला लागला, घरात सून आली म्हणजे वृद्ध आईबाप

मरायला मोकळे! आपल्या मागे आपलं घर - आपला वंश चालू राहील याचं त्यांना समाधान असे. मात्र याच वेळी मुलगा आपल्या कारकिर्दीचा - जीवनाचा दूरदृष्टीने विचार करत असणंही शक्य आहे. काळ बदलतोय, शिक्षणाचा व्याप वाढतोय, अर्थकारणाचे प्रवाह असे आहेत की आता बेताच्या मिळकतीवर समाधान मानता येणार नाही. मुलाला हे सगळं दिसतंय. इतकंच नव्हे, तर वडिलांचं दारिद्र्य त्याने पाहिलं आहे त्यामुळे त्यालाही जेमतेम पगाराची नोकरी करून तसलंच आयुष्य जगायचं नाहीये. दोन्ही पक्षांचं कमी-अधिक प्रमाणात बरोबर आहे. माझे समवयस्क असे कितीतरी तरुण मला माहीत आहेत ज्यांनी वडिलांच्या इच्छेचा अनादर करून आपल्या पद्धतीने जगण्यासाठी घर सोडलं होतं. ते बऱ्यापैकी शिकले, चांगला पैसा मिळवला, त्यांची लग्न झाली. त्यातले काही परदेशात स्थायिकही झाले. मात्र आईवडील हे पाहायला जगले नाहीत आणि गरिबीतच त्यांना मृत्यू आला. याउलट असेही तरुण मला माहीत आहेत ज्यांनी आईवडिलांची इच्छा प्रमाण मानून शिक्षण थांबवलं, नोकरीला लागले, लग्न केलं आणि काही वर्षांनी त्यांच्या जीवनालाही स्थैर्य आलं. त्यामुळे तर्क-वितर्क दोन्ही बाजूंनी करता येतील. मूळ मुद्दा समजूतदारपणाचा आहे.

महाभारतातलाच आणखी एक प्रसंग इथे उद्‌धृत करण्यासारखा आहे. वनवासाच्या काळात अर्जुन शस्त्रप्राप्तीसाठी हिमालयात जातो. त्या वेळी त्याचं शुभचिंतन करताना द्रौपदीने म्हटलंय, “हे अर्जुना, तुझ्या जन्माच्या वेळी तुझ्या मातेने तुझ्याबद्दल ज्या काही अपेक्षा उरात धरल्या असतील त्या सर्व तू पूर्ण कर.” द्रौपदीचे हे बोल अद्‌भुत आहेत. पुत्रधर्माचा सर्वोच्च आदर्श इथे मोजक्या शब्दांत तिने व्यक्त केला आहे. हे शब्द म्हणजे केवळ सुविचार नव्हे, हा शाश्वत परमधर्म आहे. काही वेळा मातापित्यांच्या अपेक्षा संकुचित आणि स्वार्थप्रेरित असल्या, तरी त्यात आपल्या अपत्यांच्या कल्याणाची कामना असतेच. काही वेळा आईवडिलांनी आपल्या अपेक्षा जरूर व्यक्त कराव्यात, पण त्यांच्या अंमलबजावणीचा आग्रह धरू नये. परिवर्तनाचा रेटा इतका जबरदस्त आहे की वृद्धांनी आपल्या काळात ज्याची कल्पनासुद्धा केली नव्हती ते त्यांच्या १०-१२ वर्षांच्या नातवंडांसाठी सहज शक्य झाले आहे.

आपल्या मात्यापित्यांना त्यांच्या आयुष्यात दुःख दिलेले पण आज समाजात उच्च स्थान प्राप्त केलेले काही सज्जन दिसतात. ही मंडळी आईवडिलांच्या नावे शाळा-कॉलेज, हॉस्पिटल इ. संस्थांना लाखोंच्या देणग्या देतात. अर्थात आईवडिलांच्या दुःखाचं कारण केवळ या पुत्रांचं वर्तन हे नसतं. काही वेळा असंही घडतं की मुला-सुनेचं वर्तन शुद्ध भावनेने प्रेरित असतं, पण मातापित्यांच्या मनात एखादा पूर्वग्रह असतो ज्यामुळे ते अकारण दुःखी होतात. अशा वेळी वृद्धांचा मनोव्यापार हा

अपरिहार्य रोग मानावा आणि मुलांनी आपल्या वागण्यात शक्य असेल तेवढा बदल करावा.

इथे एक स्वानुभव सांगावासा वाटतो.

वडिलांच्या आयुष्याच्या शेवटच्या काही वर्षांत मी त्यांच्या वागण्याबोलण्याशी सहमत नसे. अशा वेळी अगदी दीनवाण्या स्वरात ते म्हणत : पुन्हा ही वेळ येणार नाही. माझं चुकत असलं तरी मला हे आवडतंय. आता तुम्हाला कुठे फार काळ माझ्या आवडीनिवडीप्रमाणे करायचंय? आजचे तर्क लढवणारे चतुर तरुण याला emotional blackmailing म्हणतील. पण हे अर्धसत्य आहे. हे सगळं emotions च्याच पातळीवर राहायला हवं. त्यासाठी blackmailing सारखे सवंग शब्द वापरू नयेत.

लेखाच्या सुरुवातीला आलेल्या शांतीपर्वातील प्रसंगात फक्त पुत्रांचे प्रकार सांगितले आहेत. पुत्रींचा-मुलींचा उल्लेख नाही. आज कायद्याने दोघांना समकक्ष दर्जा दिला आहे. पुत्रांची ही लक्षणं मुलींनाही लागू पडतात का असा एक मजेशीर मुद्दा पुढे येऊ शकतो. नव्या कायद्याने आईवडिलांच्या भरणपोषणाची जबाबदारी मुलींवरही टाकण्यात आली आहे. पण हे केवळ कायद्याच्या पुस्तकातील एक पान आहे. केवळ कायद्यात अंतर्भाव केल्याने एखाद्या गोष्टीची अंमलबजावणी होत नाही हे आपण पाहतो. चौदा वर्षांपर्यंतच्या सर्व मुलामुलींना शालेय शिक्षण मिळायलाच हवं हा कायदा आहे. तरीही आजही देशातली कितीतरी बालकं शिक्षणापासून वंचित असतात हे सत्य आपण जाणतो ना? काही वर्षांपूर्वी माझ्या एका वकील मित्राला एका ऐंशीच्या घरातल्या वृद्धाने आपली कहाणी ऐकवली होती. गृहस्थांची सांपत्तिक स्थिती उत्तम म्हणावी अशी होती. पत्नीचं निधन झालं होतं. मुलगा नव्हता. तीन मुलीच होत्या. तिघीही लग्न होऊन सासरी सुखाने नांदत होत्या. वयाच्या ७५व्या वर्षी गृहस्थांच्या मनात आलं की आता सांसारिक गोष्टीतून बाजूला व्हावं. उरलेली वर्षं हरिद्वार, उत्तरकाशीसारख्या एखाद्या ठिकाणी राहून आध्यात्मिक विषयात मन गुंतवावं. या उद्देशाने आपली सगळी स्थावर-जंगम मालमत्ता त्यांनी तिन्ही मुलींत विभागून टाकली आणि एक विवक्षित रक्कम स्वत:पाशी ठेवून शहराला राम राम ठोकला - वानप्रस्थाश्रम स्वीकारला. गंगेच्या काठावर कोणत्या तरी आश्रमात ते दोन वर्ष राहिले, पण त्यांचं मन काही तिथे रमलं नाही. आता इथे राहण्यापेक्षा आपण गावी परत जावं आणि प्रत्येक मुलीबरोबर थोडा थोडा काळ राहावं असा विचार करून गृहस्थ परत आले. अगदी थोड्या दिवसांत त्यांच्या लक्षात आलं की आपलं परत येणं कुणालाच फारसं रुचलेलं नाही. तिघींनीही सुरुवातीला पित्याचं स्वागत केलं, पण हळूहळू जागेची टंचाई, मोठ्या होत असलेल्या मुलांच्या मित्रांची ये-जा, व्यावहारिक कामाचं ओझं, सुट्ट्यात कधीमधी प्रवासाला जाणं अशी सगळी

कारणं पुढे येत राहिली. त्यातून पित्याला मिळणारा संदेश असा की त्यांचं फार काळ आपल्याकडे राहणं गैरसोयीचं आणि म्हणून स्वागतार्ह नव्हतं.

या पित्याने वयाच्या ऐंशीव्या वर्षी माझ्या वकील मित्राकडे कायदेशीर सल्ला मागितला होता. मुलींना दिलेली आपली मालमत्ता आता परत कशी मिळवता येईल, हा मोठा प्रश्न त्यांच्यापुढे उभा ठाकला होता. वकील मित्रांनी दिलेला व्यावहारिक सल्ला असा की यातून 'केवळ वैरभावनेची तृप्ती' या पलीकडे काहीही साध्य होणार नाही. त्यांचा 'अहम्' कदाचित सुखावेल पण माणुसकी संपेल. शिवाय या सगळ्या भानगडींचं कायदेशीर निराकरण होईपर्यंत कदाचित त्यांचं स्वत:च आयुष्य समाप्त होईल, शिवाय कटुताच निर्माण होईल. यापेक्षा एखाद्या वेगळ्या ठिकाणी जाऊन स्वतंत्रपणे वृद्धाश्रमात राहावं हे शहाणपणाचं ठरेल आणि वृद्धाश्रमात राहता येईल एवढी रक्कम आजही त्यांच्यापाशी होतीच.

उत्तरावस्थेत मुला-सुनेबरोबर राहणाऱ्या आईवडिलांपैकी एकाचं निधन होतं आणि दुसरा मागे राहतो त्या वेळी एक वैशिष्ट्यपूर्ण परिस्थिती निर्माण होते. त्यांचं स्वत:चं जीवन सुसंवादपूर्ण असेल तर परिस्थिती अधिक बिकट बनते. याचं कारण असं की दोघंही एकमेकांवर अवलंबून राहिलेले असतात. आपल्याकडच्या जीवनशैलीत बऱ्याच वर्षांच्या सहजीवनानंतर पुरुषच स्त्रीवर अधिक अवलंबून राहायला लागतो. पत्नीच्या निधनाने तो एकटा तर पडतोच, पण पुष्कळदा लाचार बनतो. स्त्री रोजच्या जगण्यात स्वावलंबी - स्वाश्रयी असते. स्वयंपाकघरात जाऊन चहा किंवा स्वयंपाक करण्यापासून ती सगळी कामं करू शकते. पुरुषाला हे शक्य नसतं. शर्टाचं तुटलेलं बटण लावण्यापासून स्वत:ची लहानमोठी कामं करणं त्याला जमत नाही. पतिपत्नीमधील सुसंवादाचा हा एक नकारात्मक पैलू म्हणायला हवा.

दोन पिढ्यांबद्दल बोलत असताना कोणत्याही प्रकारचे पूर्वग्रह प्रेरित दोषारोप करण्याचा हेतू नाही. मुद्दा मनुष्यस्वभावाचा आहे. माणसाचा स्वभाव स्थलकालसापेक्ष असतो. एखादी व्यक्ती विवक्षित वेळी विवक्षित परिस्थितीत ज्या प्रकारे वागते, तिचं वर्तन दुसऱ्यांदा तसंच असेल असं नाही. माणसाच्या आवडीनिवडी, गरजा इ.चं आंतरिक रसायन अतिशय गुंतागुंतीचं आहे. समजा, समान परिस्थितीत माणूस पुन्हा एकदा तसंच वागला तरी त्याची सहजता, उत्कटता बदललेली असते. मनुष्येतर प्राणी आज जसा वागतो, तसाच कालही वागत होता आणि भविष्यकाळातही त्याचं वर्तन तसंच असेल. पण माणसाबद्दल तसं म्हणता येणार नाही. निकटतम संबंध, रक्ताची नाती या गोष्टीसुद्धा एका मर्यादेपाशी येऊन थांबतात, हे सत्य लक्षात घेऊन माणसाने स्वत:वरही विश्वास न ठेवता कौटुंबिक संबंधातले व्यवहार करायला हवेत.

कौटुंबिक संबंधात सुसंवाद असेल, तोवरच सगळ्या व्यावहारिक बाजू पूर्ण

करणे हा शहाणपणाचा मार्ग आहे. सुसंवाद काचेचं भांडं आहे. एकदा त्याला तडा गेला की अडचणीच अडचणी निर्माण होतात. आईवडिलांनी या सुसंवादाच्या सोबतीने, आपल्या आवडीनिवडी बाजूला ठेवून मुलांना त्यांच्या वाजवी मार्गाने जाऊ द्यावं. पुढच्या पिढीनेही हा संवादाचा स्तर अखंड असतानाच आपलं अहित होत असलं तरी आईवडिलांच्या इच्छेचा मान ठेवायला हवा. अर्थात अशा घरातून पुढे जेव्हा सुसंवादाच्या भांड्याला तडा जातो - सुसंवाद संपतो तेव्हा प्रत्येकाला आपण किती नमतं घेतलं, किती काही सोडून दिलं याची लांबलचक यादी तोंडपाठ असते. हे मानवी स्वभावाचं वैशिष्ट्य आहे. त्यावर आगपाखड करू नये. तो बदलण्याचा प्रयत्न करू नये. त्याच्या विरुद्ध जाण्याचं शौर्यही दाखवू नये. त्याचा सहज स्वीकार करून त्यातून मार्ग काढावा हे बरं!

स्वत:ची मतं, आवडीनिवडी किंवा वर्तन याबाबत माणसाची परिवर्तनशीलता वयाबरोबर कमी कमी होत असते. याला अपवाद असतील, पण वृद्धावस्थेत स्वास्थ्य असलं तरी शक्ती क्षीण होत जाते. परिवर्तनशीलतेबद्दलही हेच म्हणता येईल. तारुण्यात जुळवून घेण्याची जी क्षमता असते ती वृद्धावस्थेत तितकीच राहत नाही. शिवाय तरुण पिढीसमोर काळाचा दीर्घपट्टा असतो. त्यामुळे तडजोड केली तरी त्यांना फार सहन करावं लागत नाही. अट एकच, तडजोड करताना अहंकाराची भावना नको. वृद्धांपाशी आता असा दीर्घ काळही नाही आणि क्षमताही नाही. जी नवीन पिढी आधीच्या पिढीची ही उणीव लक्षात घेऊन वागेल, त्या पिढीला कधीच, काहीच गमवावं लागत नाही. माझ्या वडिलांच्या ज्या वक्तव्याचा या लेखात उल्लेख केला आहे त्यातील निर्विवाद सत्यही लक्षात घेण्यासारखं आहे. आपणा दोघांच्या एकत्र राहण्याचा काळ जितका सरला तितका आता उरला नाही.

आपलं रक्ताचं नातं आहे असं आपण एकमेकांना म्हणतो आणि तसं मानतोही. हे रक्ताचं नातं तात्त्विकदृष्ट्या Solid असलं तरी ते आपण निर्माण केलेलं नसतं. आपले आईवडील आपल्या पसंतीचे नसतात. आपली मुलंही आपण निवडलेली नसतात. त्याचप्रमाणे इतर नातेसंबंधही निसर्ग देतो तेच असतात, आपल्याला निवडीचा अधिकार नसतो. त्यामुळे जे आहे ते आहे हे लक्षात घ्यावं आणि जीवनयात्रा कमीत कमी कष्टदायी आणि अधिकात अधिक आनंदाची व्हावी यासाठी मनापासून प्रयत्न करावा. स्वभावभिन्नतेमुळे आईवडिलांशी पटत नसलेल्या मुलांनी इतर नातेवाइकांपाशी त्याबाबत तक्रार करणं किंवा मुलांकडून आपल्यावर अन्याय होतोय असे प्रामाणिक मत बनलेल्या ज्येष्ठ पिढीने मुलांवर टीका करण्यातून काहीच निष्पन्न होत नाही. डोळे अधू झाले की माणूस चश्म्याचा वापर करतो. बहिरेपणा आला की श्रवणयंत्र जवळ बाळगतो. दात पडले की कवळी बनवून घेतो आणि गुडघे किंवा पाय त्रास द्यायला लागले की हातात काठी घेऊन आपले दैनंदिन

व्यवहार चालू ठेवण्याचा प्रयत्न करतो. त्याच पद्धतीने रक्ताच्या संबंधातील भावना उणावतात, तेव्हा अन्य कुणाच्या तरी आधाराने माणसाने आपली जीवनयात्रा चालू ठेवायला हवी. शाब्दिक नाराजीतून जेव्हा काही बदलणार नाही अशा वेळी मौन हे एकमेव औषध असतं.

कर्मसिद्धान्ताचा वा पुनर्जन्माच्या कल्पनेचा स्वीकार केल्यानेही वास्तवतेचा दाह कमी होतो. काही काळापूर्वी वर्तमानपत्रात आतल्या पानावर कुठेतरी कोपऱ्यात छापलेली ही बातमी हेच सांगते.

आयुष्याचं नववं दशक संपत आलेली एक वृद्धा आपल्या घरात एकाकी जीवन जगत होती. मुली सासरी होत्या आणि मुलाचं निधन झालं होतं. या वृद्धेचे हात-पाय अगदीच चालेनासे झाले, तेव्हा शेजारी राहणाऱ्या एका मुस्लीम कुटुंबाने तिला आधार दिला. त्या कुटुंबातील ज्येष्ठाने तिला म्हटलं, ''आजी, मी मुसलमान आहे, कित्येक वर्षांपासून तुमच्या शेजारी राहतो. तुम्हाला धर्माची आडकाठी नसेल तर मला तुमचा मुलगा माना आणि तुमच्या जेवणापासून सगळ्या गोष्टी करण्याची मला परवानगी द्या.''

आजींजवळ अन्य पर्याय नव्हताच. त्यांनी राजीखुशीने ही व्यवस्था मान्य केली. पुढची तीन वर्षे या दत्तक मुलाने आईची सेवाचाकरी केली आणि शेवटी डॉक्टरांच्या उपस्थित आजींनी अखेरचा श्वास घेतला, तेव्हा या मुलाला म्हटलं, ''बेटा, माझा अग्निसंस्कार तूच कर.''

आणि तसंच झालं, म्हातारीचं निधन झाल्याचं या मुसलमान मुलाने तिच्या नातेवाइकांना कळवलं. सगळे हजरही झाले. मुलाने सगळ्यांना सांगून टाकलं, ''स्मशानयात्रेला सगळे या, पण आजीबाईंच्या मृतदेहाला पहिला खांदा मी देईन आणि अग्निसंस्कारही मीच करेन.'' नातलगांची थोडी चलबिचल झाली, हरकत घेण्याचे प्रयत्नही झाले. पण तो दत्तक मुलगा ठाम राहिला. त्याने बेधडक अग्निसंस्कार केले आणि मग जमलेल्या नातेवाइकांना सांगून टाकलं, ''बाबांनो, आजींच्या घरातल्या चीजवस्तूंचं तुम्हाला काय करायचं ते करा, मला त्यातला एक चमचाही नकोय.''

याला कर्मधर्मसंयोगाशिवाय दुसरं काय म्हणणार? ज्याला आपण रक्ताची नाती म्हणतो ती या ठिकाणी कुचकामी ठरतात, जोडलेल्या अशा नात्याच्या सावलीलासुद्धा उभी राहू शकत नाहीत - त्यांची ती पात्रता नसते.

आहे त्याचा, नाही त्याचा - स्वीकार दोन्हीचा

महाभारतातल्या कर्ण पर्वातील एक घटना फारशी सांगितली जात नसली तरी त्या घटनेचा अर्थ, तात्पर्य व्यापक आहे. युद्धाच्या सतराव्या दिवशी विजयासाठी उतावीळ झालेले युधिष्ठिर युद्धात जखमी झाले. रागावून त्याचा ठपका त्यांनी अर्जुनावर ठेवला. अर्जुनाचे पौरुष आणि त्याचे गांडीव निर्वीय आहेत, शत्रूचा पराभव करायला असमर्थ आहेत अशा शब्दांत त्यांनी अर्जुनाची निर्भर्त्सना केली. या आधी अर्जुनाने प्रतिज्ञा केली होती की जो कोणी त्याच्या गांडीवाची - धनुष्याची निंदा करेल त्याचा तो वध करेल. प्रतिज्ञा आठवून अर्जुनाने ज्येष्ठ बंधू युधिष्ठिरांचा वध करण्यासाठी तलवार उपसली आणि कृष्णाला म्हटलं, ''मी प्रतिज्ञापालनाने बद्ध आहे.'' हे ऐकून कृष्ण उद्‌गारला :

> इदानी पार्थ जानामि न वृद्धाः सेवितास्त्वया
>
> (कर्ण पर्व ६९/१६)

'हे पार्था, तुझ्या बोलण्यावरून कळतंय की तू वृद्धांची सेवा केलेली नाहीस. याचा अर्थ असा : जर तू वृद्धांची सेवा केली असतीस तर त्यांच्या अनुभवातून बरेच शिकला असतास आणि या क्षणी (असा) बावचळून जाऊन असे अविचारी कृत्य करायला सज्ज झाला नसतास.'

जीवन ही एक यात्रा आहे. या जीवनयात्रेत माणूस जसजसा पुढे जातो तसतसे पावलोपावली त्याला विविध प्रकारचे अनुभव येत असतात. हे सारे अनुभव स्वैच्छिक - स्वतःच्या इच्छेने घेतलेले नसतात. बरेचसे अनैच्छिक - इच्छा नसताना

येऊन कोसळलेले असतात. या अनुभवांतून - घटनांतून माणूस बाहेर पडतोच, कारण काळ क्षणभरही थांबत नाही. इथे घटनेतून माणूस बाहेर पडण्याला महत्त्व नाही. पण या अनुभवातून जाताना माणूस काय शिकतो हे महत्त्वाचे आहे. घटनेतून काही शिकणं झालं नाही, तर तो अनुभव बनत नाही. अनुभव शब्दाच्या अर्थातच हे अनुस्यूत आहे. भव म्हणजे होणे. अनु म्हणजे जे काही होत आहे, घडत आहे त्याच्या मागे जाणे. जसा अनुकरण, अनुसरण, अनुज इ. शब्दात मागे असा अर्थ आहे, त्याचप्रमाणे भव म्हणजे घटना झाल्यानंतर तिच्या अनु- मागे राहून आपण जे शिकतो त्याला अनुभव म्हणायचं. वाढत्या वयाबरोबर माणसाचे अनुभव वाढायला हवेत. त्यामुळे जो कुणी वृद्धांचं सेवन करतो तो वृद्धांच्या अनुभवांचा लाभ घेऊन त्यातून शिकू शकतो. इथे कृष्णाच्या बोलण्याचा मथितार्थ असा की वृद्धांची सेवा केल्याशिवाय कित्येक गोष्टी शिकता येत नाहीत.

हा मुद्दा वृद्ध आणि समजूतदार अवृद्ध - म्हणजेच तरुण दोघांसाठीही महत्त्वाचा आहे. जे वृद्ध केवळ वर्षामागून वर्षं जगले, जीवनातील घटनांमधून काहीही न शिकता बाहेर पडले, अनुभवातून ज्यांच्या हाती काही शिदोरी लागली नाही, ते खऱ्या अर्थाने वृद्ध नाहीत. वृद्ध म्हणजे जो वाढला, विकसला, अनुभवाने संपन्न झाला असा माणूस! नाहीतर तो म्हातारा झाला, आजोबा झाला, आणखी काही झाला, पण वृद्ध नव्हे.

वर ज्यांना अवृद्ध म्हटलंय ती पुढची पिढी - या पिढीला अजून अनुभवप्राप्ती व्हायची आहे. तरीही ही पिढी काही वेळा स्वत:ला अतिशय चलाख, हुशार समजते. त्यांच्यापाशी अपार माहिती असते आणि या माहिती भांडारालाच ते बुद्धी मानतात. माहिती भांडार गोळा करणं ही हुशारी आहे, पण बुद्धिमत्ता नव्हे. अशा मंडळींनी किंवा या अवृद्ध पिढीच्या प्रतिनिधींनी वृद्धांकडून त्यांचे अनुभव यथामती, यथाशक्ती ग्रहण करायला हवेत. काही अनुभव तत्कालीन परिस्थितीमुळे आलेले असतील. आता ती परिस्थिती राहिली नसेल, तरी वृद्धांच्या अनुभवांचा पुढच्या पिढीने लाभ घ्यावा. कृष्णाचं हे सांगणं लक्षात ठेवण्यासारखं आहे - वृद्ध-अवृद्ध दोघांनी!

थोडं व्यक्तिगत सांगायचं तर मी माझ्या आजी-आजोबांना पाहिलंसुद्धा नाही. माझ्या जन्माआधीच ते स्वर्गवासी झाले होते. पण नाना-नानी (आईचे आईवडील) दोघांबरोबर राहणं, त्यांच्या गप्पा ऐकणं हे भाग्य माझ्या वाट्याला आलं. नाना माझ्या किशोरावस्थेतच गेले त्यामुळे त्यांच्या आठवणी अस्पष्ट आहेत. नानी मी चाळिशीला आलो तोवर होत्या त्यामुळे त्यांचं पुष्कळसं बोलणं आठवतं. त्यांच्या सहज बोलण्यातून जो अनुभव प्रकट होई तो मला माझ्या आयुष्यात बोधपाठ ठरला आहे. नानींना अक्षरज्ञान मुळीच नव्हतं आणि विसाच्या पुढचे आकडे त्यांना मोजता

येत नसत, तरीही त्यांच्या अनुभवातून आलेल्या शहाणपणाचा एक प्रसंग माझ्या कायमच स्मरणात आहे.

एकदा घरातल्या स्त्रियांपैकी कुणीतरी स्वयंपाकघरातून बाहेर सांगून पाठवलं, 'घरातलं तूप संपलंय; एक-दोन दिवसांत येणाऱ्या जाणाऱ्याकडून मागवून घ्यायला हवंय.' हे शब्द ऐकून नानीमाने लगेच बोलणारीला उद्देशून म्हटलं होतं, 'सूनबाई, स्वयंपाकघरातली एखादी वस्तू संपली आहे असं कधीही म्हणू नये. फक्त तूप आणवून घ्यायचंय एवढंच म्हणावं. स्वयंपाकघर हे अन्नपूर्णेचं ठाणं आहे. अन्नदेवता आपल्या स्थानावरून उठून गेली, तर त्याला दुर्दैव म्हणतात.' असे अशुभ शब्द गृहलक्ष्मीने कधी उच्चारूही नयेत हा त्यांच्या बोलण्याचा आशय होता. तेव्हा ते फारसं कळलं नव्हतं, आज कळतंय.

आजच्या ४०-४५ या वयोगटातील बऱ्याच जणांनी आजी-आजोबांबरोबर राहण्याचा - त्यांच्या सहवासाचा अनुभव घेतला असेल. पण आजच्या विशीच्या आतील किशोरवयीन आणि बहुतेक बालके आजी-आजोबा हरवून बसले आहेत. गेल्या दीड-दोन दशकांमधील सामाजिक बदलाच्या लाटेत बरेच तरुण लग्नानंतर लगेच अलग राहू लागले आहेत. नोकरी-व्यवसाय, पुरेशा जागेचा अभाव किंवा अशीच काही कारणे यामागे असू शकतात. परिणामी या तरुणांच्या अपत्यांच्या दृष्टीने आजी-आजोबा ही week-end luxury असते, सुट्टीत भेटीला जाण्याची संधी असते किंवा सणासुदीला आजी-आजोबांच्या पायावर डोकं ठेवण्याचा - नमस्कार करून येण्याचा एक उपचार असतो.

आजी-आजोबांनी स्वत:च्या बाल्यावस्थेत आजी-आजोबांकडून जे मिळवलं होतं त्याचा आपल्या नातवंडांवर वर्षाव करणं आता अवघड होत चाललं आहे. सामाजिक परिवर्तनाचा मोठा अडसर मध्ये निर्माण झाला आहे. आजची किशोरवयीन मुले आजी-आजोबांकडे येतात, तेव्हा त्यांनाही आजी-आजोबांच्या बोलण्यात फारसा रस नसतो. यामध्ये सर्वांत अधिक नुकसान झालेला पक्ष आजी-आजोबांचा आहे. तरुण पिढीला तर आपलं काय नुकसान होतंय याची जाणच नाही.

घरोघरी तासन्‌तास चालू असलेला टीव्ही हे या मागचं एक मोठं कारण आहे. टीव्हीच्या पडद्यावर कार्टून फिल्मपासून रिॲलिटी शोपर्यंतचं जे तण फोफावलं आहे त्यात लपलेल्या अदृश्य विषधरांच्या फूत्कारांनी सगळं वातावरण कलुषित केलं आहे. उगवत्या पिढीवरील त्याच्या प्रभावाची भयानकता अजून आपल्याला पूर्णपणे कळलेली नाही. कौटुंबिक कलह, सर्व स्तरांवरची फसवणूक आणि अविश्वास, एकमेकांविरुद्ध रचली जाणारी षड्यंत्रे... हे सगळं मनोरंजनाच्या नावाखाली दाखवल्या जाणाऱ्या सिरिअल्समधून ही मुलं पाहतात. अंगप्रत्यंग हलवणं आणि काही अवयवांचं हिडस प्रदर्शन म्हणजे नृत्य अशीच नव्या पिढीची कल्पना झाली आहे की काय

कुणास ठाऊक! टीव्हीच्या पडद्यावर हे सगळं करणाऱ्यांचा हेतू पैसा कमावणं एवढाच असतो आणि यात सत्याचा लवलेश नसतो हे त्यांना पूर्णपणे माहीत असतं. दुर्दैवाने जी लहान आणि किशोरवयीन मुलं हे सतत पाहत असतात त्यांच्यासमोर 'हेच खरं जग आहे, आपणंही असंच जगायचं आहे,' असा आदर्श निर्माण होतो. बलात्कार किंवा खुनाचं दृश्य ही मुलं वारंवार पाहतात, परिणामी त्यांच्या संवेदना बधिर होऊ लागतात. त्यांचे कुटुंबाशी असलेले भावबंध सैल होऊ लागतात. जे पालक भविष्याचं हे मूल्यांकन या घडीला तत्काळ करू शकणार नाहीत त्यांना पुढे जे सहन करावे लागेल त्याला तेच जबाबदार असतील.

नातवंडांशी गप्पा मारताना, त्यांना गोष्टी सांगताना आजी-आजोबांनी लक्षात घ्यायला हवं की आजच्या छोट्यांना 'म्हातारे, म्हातारे कुठे चाललीस?' किंवा 'कोल्होबा, कोल्होबा बोरं पिकली?' या प्रकारच्या गोष्टी आवडणार नाहीत. या वयातच त्यांच्यापाशी जेवढी माहिती असते तेवढी कदाचित आजी-आजोबांनी आयुष्यभरात मिळवली नसेल. या गोष्टी लक्षात घेऊनच त्यांना उगवत्या पिढीशी गप्पा माराव्या लागतील. तुम्हाला 'जॅक ॲन्ड जिल'ची गोष्ट येत नसली तरी हरकत नाही, पण त्यात नसलेल्या अद्‌भुताचा खजिना आपल्या पुराणकथांत आहे, परीकथांत आहे, लोककथांत आहे. मात्र हे सगळं तुम्हाला तुमच्या आजी-आजोबांनी सांगितलं होतं तसंच - त्याच स्वरूपात सांगायला गेलात तर तुम्ही पुन्हा एकदा अनुत्तीर्ण व्हाल. हे सारं तुम्हाला आजच्या संदर्भात, नव्या स्वरूपात आणि त्यांना कळेल अशा शब्दांत सांगता यायला हवं, सरळ उपदेश करण्याऐवजी या कथानकातून प्रकट होणारा संदेश, त्यांच्याकडूनच काढून घ्यायला हवा. मुलांच्या या पिढीजवळ माहितीचा खजिना तर आहेच, त्याबरोबर ती बुद्धिमानही आहेत. त्यांचं हे बुद्धिचातुर्य विधायक मार्गाने नेण्यासाठी तुम्हालाही काही नवीन शिकायला हवं.

राजा हरिश्चंद्राच्या सत्यवादीपणाबद्दल आजच्या मुलांच्या मनात शंका येऊ शकते, प्रश्न उमटू शकतो. तारामती रोहितचं शव घेऊन येते आणि स्मशानातला रखवालदार राजा हरिश्चंद्र कर घेतल्याशिवाय स्वतःच्या मुलाचं प्रेतसुद्धा जाळायला नकार देतो या गोष्टीच्या सत्यतेबद्दल मुलं साशंक बनतील. शंभर-सव्वाशे वर्षांपूर्वी आठ वर्षांच्या मोहनदास करमचंद गांधीने सगळ्यांनीच हरिश्चंद्रासारखं सत्यवादी का असू नये असा प्रश्न विचारला असेल, पण आजचं मूल हा प्रश्न नाहीच विचारणार. इतकंच नव्हे, तर हरिश्चंद्राची गोष्ट त्याच्या गळी उतरणार नाही. तशीच माता पार्वती आणि पुत्र गणेशाची कथा. आई पार्वती स्नानाला जाते त्या वेळी पुत्र गणेशाला दाराशी राखण करायला बसवते आणि पिता शिवजी घरी आले तर तो त्यांनाही थांबवतो. गोष्ट इथेच संपत नाही, शिवजी पुत्र गणेशाचा शिरच्छेद करतात. पुराणातली ही कथा आजच्या मुलांना सांगताना खूप वेगळ्या पद्धतीने

सांगावी लागेल.

आजी-आजोबा आणि नातवंडे यांच्यातील वर्तन आणि व्यवहारात अपेक्षित असलेल्या गोष्टींबद्दल बोलल्यावर थोडी चर्चा या लहानग्यांच्या आईवडिलांबद्दल करू या. सामान्यत: असं दिसतं की २५ ते ४५ वयोगटातील हे पालक शिक्षित असतात आणि कुटुंबाचा आर्थिक स्तर उंचावण्याची क्षमताही त्यांच्यापाशी असते. काही ठिकाणी नोकरी-व्यवसायानिमित्त पतिपत्नी दोघंही घराबाहेर पडतात. मुलं एकतर नोकरांच्या हवाली असतात किंवा ट्यूशन, डान्स क्लास, संगीत क्लास, ज्युडो-कराटे अशा गोष्टीत बुडालेली असतात. आई नोकरी-व्यवसायात नसेल तर किट्टी पार्टी, शॉपिंग, समाजसेवा इ. गोष्टीत मग्न असते. हे दोन्ही प्रकारचे पालक अशा भ्रमात असतात की आपल्या मुलांना महागड्या इंग्रजी मीडिअमच्या शाळेत घातलं, त्यांना दोनाच्या ठिकाणी बुटांचे दहा जोड आणि ढीगभर कपडे आणि खेळणी आणून दिली की त्यांचं कर्तव्य त्यांनी पूर्ण केलेलं असतं. अशा पालकांना कित्येकदा रात्री उशिरापर्यंत स्वत:चे आवडते टीव्हीवरचे कार्यक्रम पाहायचे असतात. याचा परिणाम असा की त्यांची न कळत्या वयाची मुलंही त्यांच्याबरोबर हे कार्यक्रम पाहत असतात. येशू ख्रिस्ताने वधस्तंभावर चढताना आपली हत्या करणाऱ्यांबद्दल म्हटलेलं वाक्य आठवतं, 'हे प्रभू, तू त्यांना क्षमा कर, कारण आपण काय करत आहोत हेच त्यांना ठाऊक नाही.' मात्र आपण ज्या पालकांबद्दल बोलत आहोत त्यांच्यासाठी येशूच्या या प्रार्थनेचाही उपयोग नाही. कारण ते काय करत आहेत हे त्यांना माहीत आहे आणि तरीही ते तसं करत आहेत.

सेवानिवृत्त ज्येष्ठांनी लक्षात ठेवण्यासारखा आणखीही एक मुद्दा आहे. सेवानिवृत्तीनंतर आता त्यांच्यापाशी अर्थार्जनाच्या फार मोठ्या शक्यता नाहीत. गुंतवणुकीवरील व्याज, पेन्शन किंवा घर असल्यास मिळणारं घरभाडं याशिवाय गणनापात्र असे उत्पन्नाचे स्रोत त्यांच्यापाशी नसतात. अशा परिस्थितीत खर्च कमी करण्याकडे माणसाचा कल असतो. आवक पुरेशी असेल, बचतही बरी म्हणता येईल एवढी असेल आणि तार्किकदृष्ट्या उरलेला काळ लक्षात घेतला, तर हे पुरेसं असलं तरी काही ज्येष्ठांच्या मनात याबाबत अस्वस्थता असते. अशा ज्येष्ठांनी स्वत:ला सतत आठवण करून देत राहावं की आता उरलेली वर्षं ही खिशाला परवडेल तेवढा खर्च करून टाकायची आहेत. यात सगळा विवेक वाऱ्यावर सोडून उधळपट्टी करायला लागा असे म्हणायचे नसून, मूठ फार घट्ट मिटून ठेवू नका असं सांगायचं आहे. महिन्याला होणाऱ्या प्राप्तीशिवाय मूळ बचतीचासुद्धा ठरावीक हिस्सा खर्च करायला लागा असं सुचवायचं आहे. पैसे कुठे - कशासाठी वापरायचे हे तुम्ही ठरवायचं आहे. तुम्ही सत्कार्य कशाला म्हणता हे तुमच्या शिक्षण आणि संस्कारांवर अवलंबून आहे. हा पैसा तुम्ही स्वत:च्या सुखसोयीसाठी खर्च करायलाही हरकत नाही. तुमचं

स्वत:चं वाहन असेल तर त्याचा भरपूर वापर करा आणि नसेल तर टॅक्सी-रिक्षाचा वापर करायला मुळीच संकोच करू नका. आता बसची वाट पाहत उभं राहण्याचे दिवस संपले आहेत. लोकलच्या प्रवासात धक्काबुक्कीला तोंड देण्याचा धोका पत्करू नका. तोकड्या आर्थिक परिस्थितीमुळे असं करावं लागणं हे ईश्वरदत्त दुर्भाग्य आहे. पण तसं नसून केवळ जवळच्या पैशात थोडी भर घालण्याच्या हव्यासापोटी तुम्ही हे करत असलात तर ते स्वनिर्मित दुर्भाग्य आहे. स्वनिर्मित दुर्भाग्याला ईश्वरापाशीही क्षमा नाही, कारण त्याने दिलेल्या संधीचा वापर न करून तुम्ही इतरांच्या अडचणीत भर घातली आहे.

शक्यतो मुलांसाठी फार मोठी रक्कम मागे ठेवण्याचा मोह कमी करणं हितावह आहे. जिथे मुलं आर्थिक अडचणीत असतील तिथे त्यांना मदत करणं हा आईवडील म्हणून तुमचा धर्म आहे. पण जिथे अपत्यं सक्षम असतील तिथे त्यांच्यासाठी धनसंपत्ती ठेवण्याचा मोह धर्मविपरीत आहे. थोड्या बारकाईने सभोवताली पाहा. तुमचे मित्र, आप्तपरिचित कुटुंबं इ.चं निरीक्षण करा ज्यांनी स्वत:ची शेवटची वर्षं अत्यंत काटकसरीने जगून बऱ्यापैकी पैसा मुलांसाठी ठेवला, अशांच्या मुलांनी निर्माण केलेले प्रश्न नजरेसमोर आणा, अशी अनेक कुटुंबे असतील जिथे वडिलांचा पैसा समस्यामूलक ठरला असेल. उत्तराधिकाऱ्यांमध्ये पैशाने अनेक प्रश्न निर्माण केले अशी कुटुंबे दृष्टोत्पत्तीस येतील. वडिलांनी खूप काळजी घेऊन मोठ्या हौसेने बांधलेला बंगला भग्नावस्थेत असावा आणि रस्त्यावरची बेवारशी गुरंढोरं तिथं साठलेल्या उकिरड्यावर लोळत असावीत - अशी अवस्था आली तरी उत्तराधिकाऱ्यांनी वडिलांच्या मृत्युपत्राबाबत तंटेबखेडे करत राहावेत, अशा कुपात्रांचा इथे तोटा नाही. बँकेत पुरेशी रक्कम असताना आजारपण येऊन हॉस्पिटलमध्ये ॲडमिट व्हायला लागलं, तर मेडिक्लेम नसल्याचा विचार मनात आणू नका. इतकंच नव्हे, तर हॉस्पिटलचं बिल तुमच्याच बँक खात्यातून भरलं जावं याचा आग्रह धरा, अगदी मुलगे सक्षम असले तरी! या उपरही मुलाने बिल भरलं तर 'मलाच भरायचं होतं' असा दुराग्रहही धरू नका. बहुतेक वेळा तुम्ही बिल भरण्याची तयारी दर्शवाल त्याला मुलांचा होकार असेल.

काही ज्येष्ठ मंडळी आपल्या निवृत्तीनंतर फावल्या वेळात सार्वजनिक क्षेत्रातल्या एखाद्या कामात भाग घेतात. धार्मिक, सामाजिक, शैक्षणिक, सांस्कृतिक अशा एखाद्या संस्थेच्या कामात सहभागी होऊन ते स्वत:ला कार्यमग्न ठेवतात ही चांगली गोष्ट आहे. आपला वेळ, शक्ती आणि थोडाफार पैसाही या पद्धतीने समाजाला परत करणं हा प्रत्येक वरिष्ठ नागरिकाचा धर्म आहे. मात्र काही व्यक्ती अशा सामाजिक कामातून आपल्याला स्वत:ला काय मिळेल याकडे लक्ष द्यायला लागतात हे दुर्दैवी आहे. इथे मूळ हेतूच बाजूला पडतो. परत करण्याऐवजी अधिक मिळवण्यासाठी

एक अदृश्य स्पर्धा सुरू होताना दिसते. एखाद्या संस्थेचे पदाधिकारी बनण्यासाठी जी चढाओढ चालते त्याच्या मुळाशी असे वाट चुकलेले वरिष्ठजन असतात. एखाद्या संस्थेचं कार्य चालवण्यासाठी, पुढे नेण्यासाठी वरिष्ठांचा सहभाग निश्चितच उपयुक्त असतो. पण त्यांनी स्वत:च एक विशिष्ट कालमर्यादा स्वीकारायला हवी. एखाद्या पदावर आजीवन हक्क दाखवण्याचा हट्ट धरू नये. ऐंशीच काय नव्वदी ओलांडलेले काही 'आजीव' सेवक एखाद्या संस्थेतील आपले पद सोडत नाहीत, परिणामी पुढच्या पिढीतील इच्छुक मंडळी त्यांच्या मृत्यूची प्रतीक्षा करू लागतात. एखादा जिमखाना किंवा व्यायामशाळेचे अध्यक्ष म्हणून नव्वदीचे गृहस्थ काठी टेकत येतात हे दृश्य हास्यास्पद असते. काही ठिकाणी तर हे वृद्धजन एकाच वेळी अनेक संस्थांत विविध पदाला चिकटून राहिलेले दिसतात. या मंडळींनी आता पदाला चिकटण्याचे नव्हे तर सोडण्याचे दिवस आले आहेत हे ओळखून इतर योग्य व्यक्तींना संधी देणे सयुक्तिक असते.

जीवन अतिशय गुंतागुंतीचं आहे याचा प्रत्यय तुम्हाला साठ-सत्तर वर्षे जगल्यानंतरही आला नसेल, तर तुम्हाला सुदैवी नव्हे तर दुर्दैवी म्हणायला हवं. आजवर अनेक गुंते उकलण्यात आणि त्यातून काहीतरी मिळवण्यात आपण गुंतलो होतो. आता हे गुंते उकलणं पुरे झालं आणि त्यातून काही मिळवायची वृत्तीही सुटायला हवी. आता जे काही 'आहे' त्याचा 'आहे' म्हणून आणि जे 'नाही' त्याचा 'नाही' म्हणून सहज स्वीकार व्हावा. असं झालं तर इतर काही नाही तरी आयुष्याची शेवटची वर्षं पिसासारखी हलकी बनतील.

उतारवयातील पोकळी

मानवी जीवनाचं एक मोठं मजेदार वैशिष्ट्य आहे. आपण चांगले आहोत याबद्दल जवळजवळ प्रत्येकाची खात्री असते. स्वत:मधील एखादा दोष कळल्यावरही तो झाकण्यासाठी निरनिराळे मुद्दे शोधून माणूस आपण चांगलेच आहोत असं दाखवत सगळं आयुष्य जगतो. म्हणूनच कुणीतरी म्हटलंय की चांगलं दिसण्यासाठी माणूस जेवढा वेळ आणि शक्ती वाया घालवतो त्यापेक्षा निम्मा वेळ आणि शक्ती खर्च करून तो खरोखर चांगला बनू शकतो. मानवी मनाच्या गुंतागुंतीचा मुद्दा इथे यासाठी मांडला आहे की इथून पुढे आपण ज्या क्षेत्रात प्रवेश करून हितगूज करणार आहोत तो प्रदेश अत्यंत नाजूक आणि गुंतागुंतीचा आहे.

वयाच्या ७०-८० वर्षांपर्यंत ज्या कुणाचं दांपत्यजीवन अखंडित राहिलं असेल त्याच्या सहजीवनाने जवळजवळ अर्धशतक गाठलं असेल. आयुष्याची सुरुवातीची २०-२५ वर्षं ज्यांनी एकमेकांना पाहिलेलंही नसतं असा एक पुरुष आणि एक स्त्री पुढची पन्नास वर्षं एकत्र राहून वयाची सत्तरी वा ऐंशी गाठतात. काळाचं हे गणित जितकं सोपं वाटतं तितकं प्रत्यक्षात नसतं. या दीर्घ सहजीवनाने दोघंही एकमेकांबद्दल तृप्तता अनुभवत असतील तर ते मोठं भाग्य म्हणायला हवं. अशा पुष्कळशा वृद्ध पतिपत्नींना एकमेकांचं उणंदुणं काढताना आपण पाहतो. त्या वेळी दोघांच्या तोंडून निघणारी काही मुक्ताफळंही आपल्या कानावर पडतात. अगदी तृप्त तृप्त झालो मी तुझ्या सहवासाने किंवा अगदी तुडुंब पोट भरलं माझं तुमच्या बरोबर राहून! (या उद्‌गारात तृप्तीचा भाव असला, तरी ही तृप्ती म्हणजे समाधानाचा ढेकर नाही किंवा या तुडुंब पोट भरण्यात आनंद नसून उचमळून येण्याची भावना आहे.) पण प्रत्यक्षात असं तृप्त होण्याचं भाग्य कुणाच्या वाट्याला येतं का? प्रश्नाचं उत्तर द्यायची मुळीच

गरज नाही, कारण खरं उत्तर आपल्या कुटुंब आणि समाजरचनेच्या मुळावरच घाव घालण्याची भीती आहे.

एक संस्कृत सुभाषित आहे - अतिपरिचयात् अवज्ञा! माणसं एकमेकांपासून दूर असतात तोवर एकमेकांचं भरपूर गुणगान करतात. गुजरातीतही या अर्थाची एक म्हण आहे - सोनु लईये कसीने अने माणस जोइये वसीने (सोनं घ्यावं कसून आणि माणूस पारखावा एकत्र राहून)! कसोटीच्या दगडावर घासून कस काढल्यावरच सोन्याची खरी किंमत करता येते. कस काढण्यापूर्वी सोनं पुष्कळ चकाकत असलं तरी कस काढण्याची प्रक्रिया झाल्यावरच त्याची १४ कॅरेट की २४ कॅरेट अशी पारख होते. पुष्कळदा एकमेकांच्या शेजारी राहणारी माणसं किंवा व्यवसायातील मित्रं वर्षानुवर्षं गुण्यागोविंदाने राहत असतात. पण जर कधी त्यांनी महिन्याभराची एकत्र ट्रिप केली तर त्यांची एकमेकांबद्दलची मतं बदलतात. सकाळी उठल्यावर चुळा भरण्यापासून रात्री झोपेत घोरण्यापर्यंतच्या एकमेकांच्या सवयी, तऱ्हा आणि लहानसहान प्रसंगी सहज प्रकट होणारे विचार जेव्हा कळतात तेव्हा बऱ्याच पूर्वकल्पनांना धक्का बसतो आणि मग प्रयत्नपूर्वक नव्हे तर अगदी न कळत परस्परांच्या तसबिरीतले रंग बदलतात. ही एक रासायनिक प्रक्रिया आहे जी आपण सामान्य माणसं रोखू शकत नाही. ती रोखायला मोठा आवाका हवा.

जे इतरांच्या बाबतीत, तेच जीवनाच्या जोडीदाराबाबत! वैवाहिक जीवनात अर्धशतक, दिवसाचे चोवीस तास एकत्र राहिल्यावर अशी रासायनिक प्रक्रिया होणारच. ही नैसर्गिक प्रक्रिया आहे आणि समजूतदारपणा हा त्यावरचा उपाय आहे. अनेक व्यवहारचतुर माणसं तथाकथित अध्यात्मगुरू आणि मानसशास्त्रज्ञांनी प्रेमाच्या नावाने या विषयी भरपूर वावड्या सोडल्या आहेत. प्रेम या परमतत्त्वाविषयी अपार समज-गैरसमजांच्या गर्दीत आपण जगत असतो. महर्षी नारदांनी भक्तिसूत्रात प्रेमाची जी लक्षणं सांगितली आहेत ती लक्षात घेतली, तर आजवर जगात कुणीही कुणावर प्रेम केलेलं नाही आणि कुणाही व्यक्तीला कुणाचं प्रेम मिळालेलं नाही. 'प्रेम अकारण असतं, प्रेम क्षणोक्षणी वर्धिष्णू असतं, प्रेम अविच्छिन्न असतं', इ. इ. प्रेम हे असं असल्यामुळे आपण इथे प्रेमाविषयी बोलणार नाही. लग्नानंतर सुरुवातीच्या काळात आपण ज्याला प्रेम मानतो ते एकमेकांच्या गरजांचं संतुष्टीकरण असतं. संतुष्टीकरण जितकं अधिक, परस्परांबद्दलच्या भावनाही तितक्याच अधिक गहिऱ्या. ज्या भावनेला आपण प्रेम म्हणून ओळखतो, वास्तवात तो मोह असतो.

या दीर्घ सहजीवनाच्या काळात दोघांनाही काही अवघड नाजूक क्षणांतून जावं लागतं. मात्र कौटुंबिक आणि सामाजिक दृष्टीने ते आता अशा अवस्थेत असतात की अशा क्षणांचं अस्तित्व मान्य करतानासुद्धा मनाचा थरकाप होतो. अशा वेळी आपण आपल्या त्या भावनांचा इन्कार करतो. सामाजिक आणि कौटुंबिक स्थिरतेसाठी

हा नकार अनिवार्य असतो. त्यात शहाणपण असतं आणि समजूतदारपणाही. पण या खोलवरच्या भावनांकडे आपण चालवलेली डोळेझाक, त्यांना नकार देणं हे मनाच्या एका कोपऱ्यात साठत जातं. याचा परिणाम असा की वरून सगळं बहरलेलं - डवरलेलं वाटत असलं तरी आत एक पोकळी कुरतडत असते. ही पोकळी म्हणजे काय याचा थोडा विचार करू.

एका बाईंना तीर्थयात्रा, प्रवास, पर्यटन इ.मध्ये प्रचंड रस आहे. अशा प्रवासात येणाऱ्या अडचणी किंवा त्यातील अनिश्चिततादेखील त्यांना आनंद देऊन जातात. त्यांच्या श्रीयुतांना मात्र प्रवास म्हणजे वैताग असंच वाटत आलं आहे. त्यांना आरामातच राम वाटतो. त्यामुळे शक्यतो प्रवासाला जाणं ते टाळतात. मात्र तसे ते समजूतदार आहेत. पत्नीची प्रवासाची हौस पूर्ण व्हावी या दृष्टीने ते तिला थांबवत नाहीत. त्यामुळे बाई जेव्हा एखाद्या प्रवासी कंपनीबरोबर प्रवासाला जातात तेव्हा एकट्याच असतात. प्रवासात इतर जोडपी पाहून त्यांना पतीची गैरहजेरी खटकते. पण म्हणून प्रवासाचा शौक त्यांना घरी बसू देत नाही. काही काळाने याबद्दल मनात नाराजी उत्पन्न होते. पतीच्या नकारावर मनातल्या मनात धुसफुसत त्या तीर्थाटनाच्या नावाखाली आणखी प्रवास करत राहतात. आता नवऱ्यालाही त्यांच्या या प्रवासाचा राग यायला लागतो. यात्रेच्या नावाखाली ही भटकंती चालली आहे, असा ग्रह मनात पक्का होतो. त्यामुळे वरून सगळं 'आलबेल' दिसलं, तरी आत एक अदृश्य अंतर निर्माण होतं.

एका पतिराजांची बौद्धिक क्षेत्रातली झेप उंच आहे. त्यांच्या आवडीच्या विषयालाही एक बौद्धिक स्तर असतो. पत्नीपाशी यातलं काही नाही. ती आपली संसारात रमणारी, सुगृहिणी आहे. त्यामुळे दोघांत बौद्धिक विषयावर चर्चा रंगण्याचा प्रश्नच उद्‌भवत नाही. त्यांचा संसार सुरळीत चालत असला तरी दोघांमध्ये एक प्रकारचं अंतर वाढत जातं. पाहणाऱ्याला सगळं 'छान' चाललेलं दिसतं, पण कालांतराने दोघांच्यामध्ये एक पोकळी निर्माण होते.

लैंगिक जीवनातही या ना त्या कारणाने एकमेकांना समाधान देऊ न शकणाऱ्या आणि अतृप्तीच्या भावनेने ग्रासलेल्या ज्येष्ठ नागरिकांचं अस्तित्व नाकारता येणार नाही. हा एक असा मुद्दा आहे जो आपण चट्कन स्वीकारत नाही. पण कालांतराने मनातल्या पोकळी व्यतिरिक्त अवांछनीय अशा वैचारिक विकृती निर्माण होतात. सभोवताली पाहिलं तर याचा प्रत्यय येतो. समाजात वावरताना असे काही ज्येष्ठ पुरुष नागरिक असतात जे गप्पांच्या ओघात, अगदी सहज वाटेल अशा पद्धतीने, शेजारी बसलेल्या स्वत:पेक्षा निम्म्या वयाच्या तरुण मुलीला - स्त्रीला, तिच्या खांद्याला, हाताला किंवा इतरत्र स्पर्श करत असतात. पाठीवर थाप मारत असतात. या महाभागांना ही सवयच असेल, तर प्रत्येक वेळी गप्पा मारताना शेजारी बसलेल्या

पुरुषमित्रांबरोबरचं त्यांचं वर्तनही तसंच असायला हवं. पण तसं दिसत नाही. आपल्या वयाच्या ज्येष्ठतेचा फायदा घेत शेजारी बसलेल्या स्त्रीवर्गाशी असं वागून मनातली ती पोकळी भरून काढण्याचा हा प्रयत्न असतो. वरवर पाहता त्यांचं हे वर्तन आत्मीयतेपोटी असेल असं वाटू शकतं. पण बारकाईने निरीक्षण केलं तर लक्षात येतं की स्वत:च्या पत्नीच्या उपस्थितीत त्यांची ही सवय अदृश्य होते! बाल्यावस्थेतील अशा वागण्याला आपण बालिशचाळा म्हणू, पण या वयातल्या या वर्तनाला काय नाव देता येईल? म्हातारचळ म्हणतात का?

अशा वर्तनाची अनेक उदाहरणे देता येतील.

सामान्यत: अशी पोकळी समजूतदारपणे भरून काढण्याचा प्रयत्न स्त्री-पुरुष दोघांनीही करायला हवा. मनुष्यस्वभावातली ही दुर्बलता एखाद्या वेळी उताराच्या दिशेला नेते. उतारवयात अशा उतारापासून दूर राहणं हा सुज्ञपणाचा मार्ग आहे. कुणाला हा अप्रामाणिकपणा, दांभिकपणा किंवा मुखवटे चढवून जगण्यासारखा पर्याय वाटेल. असं वाटणं तर्काला धरून असलं तरी इथे परिस्थिती दोन जीवघेण्या रोगातला पर्याय निवडण्यासारखी आहे. समजा त्यातल्या एकावर उपाय सापडलेला आहे, पण दुसऱ्यावर अजून सापडायचा आहे, अशा वेळी कशाची निवड करावी? जे मुखवटे चढवून गेली पन्नास वर्षं वावरलो आहोत ते शेवटच्या पाच-सात वर्षांच्या आयुष्यात उतरवून टाकायचं ठरवलं तर संपूर्ण समाजात अनोळखी चेहऱ्यांचा पूर येईल! म्हटलं आहे ना, व्यापक धर्मरक्षणासाठी, समाजहितासाठी प्रसंगी माणसाने अधर्म आचरावा.

हा एक अत्यंत नाजूक विषय आहे. याबद्दल कोणतंही एकच असं धोरण ठरवता येणार नाही. समजूतदारपणा महत्त्वाचा. व्यक्तिश: विवेकही तितकाच महत्त्वाचा. मानसिक पोकळीची ही समस्या उत्तर आयुष्यात कमी-अधिक प्रमाणात उद्भवतेच. स्वत:शी प्रामाणिक असण्याच्या नावाखाली कौटुंबिक आणि सामाजिक स्वास्थ्य आणि स्थैर्य नष्ट होईल असं वर्तन करण्याचा अधिकार कुणालाच असू शकत नाही.

या विषयाच्या संदर्भात दोन उदाहरणं वृत्तपत्रात 'बातमी' स्वरूपात वाचनात आली. ही टोकाची उदाहरणं आहेत. त्यांचं सामान्यीकरण करता येणार नाही. तरीही ती लक्षात घेण्यासारखी आहेत, कारण ती मानवी आयुष्याला, विशेषत: उत्तर आयुष्याला स्पर्श करणारी आहेत.

एका जमान्यात हॉलिवूडची 'सेक्स बॉम्ब' म्हणून चर्चेत असलेली एलिझाबेथ टेलर, हे नाव बहुतेक सगळ्या ज्येष्ठ नागरिकांच्या परिचयाचं आहे. ऐंशी वर्षांची ही अभिनेत्री आता नवव्यांदा लग्न करणार आहे, अशी बातमी होती. या आधी तिने आठ लग्ने केली आहेत आणि त्यातली दोन तर एकाच नवरदेवाशी! ऐंशी वर्षांची

ही अभिनेत्री आता एकाकी अवस्थेत जगत असताना तिने एका अभिनेत्याशी लग्न करायचं ठरवलं आहे. आपल्या देशात हे घडताना दिसत नाही, कारण आपली संस्कृती आणि आपले सामाजिक निर्बंध त्या दिशेला जाऊ देत नाहीत. आता आपल्याकडेही दोन-तीन घटस्फोट घेणाऱ्यांची संख्या वाढताना दिसते आहे. शारीरिक आकर्षण हेच याचं मुख्य कारण असतं, पण ऐंशीव्या वर्षी शारीरिक आकर्षण हे एकमेव कारण असू शकत नाही. आपण वर ज्याबद्दल बोललो ती उत्तरावस्थेतील पोकळी भरून काढण्यासाठी मूर्खासारख्या केलेल्या उपद्व्यापाचे हे उदाहरण आहे.

दुसरं उदाहरण गेल्या तीस वर्षांपासून आपल्या पतीपासून अलग राहणाऱ्या स्त्रीचं आहे. ८१ वर्षांच्या या स्त्रीने आपल्या ८३ वर्षांच्या पतीविरुद्ध कोर्टात दावा दाखल केला आहे. तिची मागणी आहे की कोर्टाने तिच्या पतीला तिच्याबरोबर राहण्याचा आदेश द्यावा. तीस वर्षांपूर्वी एकत्र राहणाऱ्या या पतिपत्नीमध्ये मतभेद निर्माण झाला होता. पतीने आर्थिक कारणास्तव आपला व्यवसाय बदलला होता. मुंबईपासून काही अंतरावर एक फार्महाउस खरेदी करून तिथे शेती आणि कुक्कुटपालनाच्या उद्योगावर त्याने आपलं लक्ष केंद्रित केलं. या काळात पत्नी एका विशिष्ट राजकीय पक्षाची सक्रिय कार्यकर्ती होती. पक्षात पद होतं आणि अधिक मोठं स्थान मिळवण्याच्या अपेक्षेने ती काम करत होती. याच कारणामुळे पतीबरोबर फार्महाउसवर जाऊन राहण्यास तिने असंमती दर्शवली. याचा परिणाम असा की तीस वर्षं दोघं एकमेकांपासून अलगच राहिले. बहुतेक वेळा घडतं तेच घडलं आणि पत्नीला राजकारणात अपेक्षित यश मिळालं नाही. राजकारणातून ती दूर फेकली गेली. प्रकृतिस्वास्थ्य बिघडलं त्याबरोबर आर्थिक परिस्थितीही! बाईंवर अंथरुणावर पडून राहण्याची पाळी आली. आता पतीने आपल्याबरोबर राहावं यासाठी बाईंनी न्यायालयात धाव घेतली आहे.

पत्नी घर सोडून गेली आणि पती आपल्या वैवाहिक जीवनाच्या हक्कासाठी न्यायालयाचे दरवाजे ठोठावतो असे अनेक किस्से आपण पाहतो पण पत्नीने उत्तरआयुष्यात पतीविरुद्ध अशा प्रकारची फिर्याद करण्याचा हा पहिलाच किस्सा असावा. मूळ मुद्दा उत्तरावस्थेतील पोकळी भरून काढण्याचा आहे.

या दोन्ही उदाहरणांतून मानवी स्वभावाचं जे दर्शन घडतं ते लक्षात घेण्यासारखं आहे. आपल्या समाजात फार क्वचित कुणावर असा प्रसंग येतो. हे असं मानस आहे की असे प्रसंग आल्याशिवाय त्याविषयी आपण छातीठोकपणे काही सांगू शकत नाही. एकच म्हणता येईल की उत्तरावस्थेत माणसाच्या प्रतिकारशक्तीलाही ओहोटी लागते. आजवरच्या जीवनात आलेल्या विविध प्रसंगात संघर्ष करण्याचं बळ माणूस स्वत:मध्ये निर्माण करतो. प्रत्येक वेळी त्याला यश येतंच असं नाही,

कधी अपयशही पदरी पडतं, परिणामी बदनामीला तोंड द्यावं लागतं. पण हे सगळं पचवता येईल असं आंतरिक बळ असतं. वाढत्या वयाबरोबर हे बळ घटतं किंवा सरतंही! आपल्यात आता अशा प्रकारचं बळ नाही ही वस्तुस्थिती वरिष्ठजनांनी मान्य करायला हवी. मात्र त्यामुळेच ही पोकळी उग्र रूप धारण करते आणि क्वचित एखादी अनुचित कृती घडते. अशा वेळी त्याचा तिरस्कार न करता समाजाने क्षमाशील व्हायला हवं.

यावरचा सर्वांत सोपा आणि परिणामकारक उपाय म्हणजे माणसाने वय वाढण्यापूर्वीच स्वतःला काही विधायक कामात गुंतवणं. हे काम म्हणजे रोज देवळात किंवा आश्रमात जाणं असेल किंवा एखादं समाजसेवेचं क्षेत्र असेल. स्त्री आणि पुरुष दोघांनाही हे निरीक्षण लागू पडतं. ज्याप्रमाणे निवृत्तीनंतरच्या आर्थिक जीवनाचं नियोजन आपण आधीच्या काही वर्षांतच सुरू करतो, त्याचप्रमाणे मनाला कोणत्याही प्रकारच्या पोकळीने, रिकामपणाने ग्रासू नये यासाठी आधीच तयारी करायला हवी. जो यात कमी पडतो त्याला अंती सहन करावं लागतं.

सामान्यतः स्वानुभवाने आपण काही मापदंड तयार करतो आणि त्यानुसार आपण आजवरचे व्यवहार पार पाडलेले असतात. आपले सगळेच मापदंड बरोबर नसतात याचाही आपल्याला अनुभव येत असतो. तरीही अनेक वर्षांनंतर दृढ झालेल्या धारणा आपण सहज सोडू शकत नाही. आजवरच्या ७०-७५ वर्षांच्या काळात तुम्ही जी परिवर्तने अनुभवलीत, त्यापेक्षा अनेक पटींनी जास्त परिवर्तने पुढच्या पाच-सात वर्षांत येणार आहेत. या परिवर्तनाचं स्वरूप इतकं उग्र असेल की आपल्या धारणांना चिकटून राहण्याचा प्रयत्न हे अवघड समस्यांना आमंत्रण ठरेल. तेव्हा परिवर्तनाशी जितकं जुळवून घ्याल, आपल्या धारणा जितक्या बदलाल, तितकं जगणं सोपं होईल. 'सुखी होईल' असे शब्द जाणूनबुजून वापरले नाहीत. मानसिक तडजोडी करूनही मनातली वादळं शमत नाहीत. सुख नाही तरी समाधान मिळतं आणि समाधानालाच सुख मानून जगणं जमलं की इतर काही नाही तरी खिन्नता कमी होते. उत्ताप शमले नाहीत, तरी त्याच्या झळा असह्य होणार नाहीत.

अंतर्मुखतेचे आनंदवन

काही दिवसांपूर्वी एका नातेवाइकांकडे जाण्याचा प्रसंग आला. सत्तरीतल्या या गृहस्थांची प्रकृती अलीकडे बरी नसते असं कळल्यावरून त्यांची विचारपूस करण्याच्या निमित्ताने आम्ही गेलो होतो. सर्वसाधारण मध्यमवर्गातील कुटुंबाच्या घरासारखं घर होतं. बैठकीच्या एका कोपऱ्यात टीव्ही होता आणि उरलेल्या जागेत बैठकव्यवस्था केलेली होती. या बैठकव्यवस्थेत बरोबर मध्ये म्हणजे टीव्हीच्या अगदी समोर बसून त्यांचा ८-१० वर्षांचा नातू अतिशय एकाग्रतेने टीव्ही पाहत होता. आम्ही बेल दाबली आणि त्या वृद्ध गृहस्थांनीच दार उघडलं. त्यांच्या पत्नी - त्याही सत्तरीच्या आसपासच्याच असाव्यात - त्याही शेजारीच होत्या. दोघांनी आमचं स्वागत केलं. उंबऱ्यात उभं राहूनच आम्ही एकमेकांना भेटल्याचा आनंद व्यक्त केला. या काही मिनिटांत टीव्ही पाहत असलेल्या त्या नातवाने त्या लहानशा बैठकीच्या खोलीतल्या कोणत्याही हालचालींची नोंद न घेता आपलं लक्ष टीव्हीवरच केंद्रित केलेलं होतं. सोफ्याच्या बरोबर मध्ये बसलेल्या या मुलाला तिथून उठवून इतरत्र बसवायला आजी-आजोबांना चांगलेच परिश्रम पडले. बरीच समजूत घातल्यावर अगदी नाइलाजानेच तो तिथून उठला आणि सोफा रिकामा झाला. त्याने उठून सोफा रिकामा केला, तरच त्या सोफ्यावर आम्ही सगळे बसू शकू अशी परिस्थिती होती. आम्ही स्थानापन्न झालो. ते वृद्ध जोडपंही बसलं आणि औपचारिक विचारपूसही झाली. दरम्यानच्या काळात स्वयंपाकघरात कामात असलेल्या सूनबाईंनी बाहेर येऊन आमचं स्वागत केलं आणि पाण्याचे ग्लासही आणून ठेवले.

आमची बऱ्याच दिवसांनी भेट झाली होती. एकापाठोपाठ एक विषय निघत गेले. आमच्या गप्पा रंगल्या. काही वेळाने असं जाणवलं की टीव्हीच्या सतत सुरू

असलेल्या आवाजामुळे आमच्या गप्पात खंड पडतो आहे. त्या सद्गृहस्थांच्याही ते लक्षात आलं. त्यांनी पुन्हा एकदा नातवाची समजूत घालण्याचा प्रयत्न केला. 'बेटा, थोडा वेळ टीव्ही बंद करून खाली जाऊन खेळ बरं, पाहुणे आलेत ना, त्यांच्याशी आम्हाला बोलायचंय.'

पण नातवाने काही ऐकलं नाही. उलट काही वेळापूर्वी त्याला सोफ्यावरून स्थानभ्रष्ट केल्याची नाराजी त्याने व्यक्त केली. त्यानंतर समजूत घालण्याची पाळी आजीची होती. शेवटी दोघांनी मिळून त्याला काहीतरी लालूच दाखवली. तरीही टीव्ही बंद करायला तो तयार नव्हता. शेवटी स्वयंपाकघरातून बाहेर येऊन त्याच्या मम्मीने त्याची आर्जवं केली. पण तो अजिबात ऐकेना. शेवटी आजोबांनी थोडं रागाने त्याला दटावलं. यावर त्याने रडण्याचं शस्त्र उपसलं, शेवटी मम्मीने यातून मार्ग काढला. ती सासऱ्यांना म्हणाली, ''दादाजी, त्याने एकदा आकांत मांडला की मला स्वयंपाकही करू देणार नाही, त्यापेक्षा त्याला इथे बसून टीव्ही पाहू द्या.'' आणि मग मुलाच्या डोक्यावरून हात फिरवत, कुरवाळत त्याला म्हणाली, ''बेटा, तू बस टीव्ही पाहत, पण आवाज थोडा कमी करना!''

अशा रीतीने तोडगा निघाला. नातवाने उदारपणे टीव्हीचा व्हॉल्युम कमी केला आणि आमचं बोलणं जणू काही झालंच नाही अशा पद्धतीने पुढे तासभर चाललं.

हे दृश्य काही नवीन नाही. घरोघरी कमी-अधिक प्रमाणात असंच चालतं, आजी-आजोबांना पाहुण्यांच्या उपस्थितीत किंवा अनुपस्थितीतही टीव्हीचा एकसुरी आवाज नको असतो. मम्मीला तिचं काम उरकण्यासाठी मूल किंवा मुलं एका जागी शांतपणे बसायला हवी असतात. यासाठी दुसरा कुठला पर्याय उपलब्ध नाही.

या प्रसंगाने माझ्या मनात जणू वीज चमकली. साठ-पासष्ट वर्षांपूर्वीची एक घटना माझ्या डोळ्यांसमोर तरळून गेली. घरात रेडिओ असणं ही मोठी गोष्ट होती त्या काळात. माझ्या वडिलांनी दीडशे रुपयाचा महागडा रेडिओ खरेदी केला होता. तो ठेवण्यासाठी भिंतीवर एक फळी ठोकण्यात आली होती. वडिलांच्या आज्ञेवरून ती फळी आम्हा मुलांचे हात पोहोचणार नाहीत इतक्या उंचीवर बसवण्यात आली होती. वडिलांच्या हजेरीतंच रेडिओ लागायचा आणि त्यांना जे कार्यक्रम ऐकायचे असत किंवा आम्हाला ऐकवायचे असत तेच स्टेशन लावले जाई. आम्ही रेडिओ लावायचा नाही अशी वडिलांची सक्त ताकीद होती. कारण? कारण आम्हाला त्यातलं काही कळत नाही, त्यामुळे आम्ही तो बिघडवून टाकू!

त्यानंतर कित्येक दशकांनी आता घरात कॉम्प्युटरचा प्रवेश झाला आहे. नातवंडं एखाद्या खेळण्याप्रमाणे तो चालवत असतात. त्यांनीच मला कॉम्प्युटरच्या अनोख्या जगाची ओळख करून दिली. पण त्या अजब जगाशी माझी मैत्री होऊ शकली नाही. नातवंडांनी शिकवलेल्या धड्याप्रमाणे कॉम्प्युटर चालवण्याचा प्रयत्न

करावा, प्रत्येक वेळी काही मिनिटांतच तो बंद पडावा आणि मी हजर असलेल्यांपैकी एखाद्या नातवंडाला SOS पाठवून बोलवावं; हे असं काही दिवस चालल्यावर त्या पोट्ट्यांनी मला सांगून टाकलं, 'आजोबा तुमचं कॉम्प्युटरवर काही काम असलं तर आम्हाला सांगा, आम्ही करून देऊ. तुम्ही चालवायला जाऊ नका, तुमच्या हातून तो बिघडतो.'

उपरोक्त तिन्ही अनुभव व्यक्तिगत असले तरी माझी खात्री आहे की बऱ्याच ज्येष्ठ नागरिकांना कमी-अधिक प्रमाणात अशा प्रसंगांना तोंड द्यावं लागतं. आज जे ज्येष्ठ नागरिक आहेत त्यांच्या बाल्यावस्थेत आणि किशोरावस्थेत त्यांना वळण लावायचं काम आईवडिलांपेक्षा आजी-आजोबांकडे असायचं - ती त्यांची जबाबदारी असायची. संयुक्त कुटुंब ही जगरहाटी होती आणि अशा मोठ्या परिवारात आजी-आजोबा केंद्रस्थानी असत. आता समाजरचना पूर्णपणे बदलली आहे. संयुक्त कुटुंब ही संस्था नामशेष होत चालली आहे. काही कुटुंबात आजी-आजोबा राहत असतात, पण तत्त्वत: त्याला संयुक्त कुटुंब म्हणता येणार नाही. अशा कुटुंबातून आजी-आजोबा केंद्रस्थानातून बाजूला झाले आहेत. त्यांची जागा परिघावर आहे. आता नातवंडांसमोर आदर्श म्हणून आईवडील आहेत. हा बदल अनेक परिबळांमुळे झाला आहे. हे दबाव मान्य करण्यावाचून पर्याय नाही. आता नातवंडांना तुम्ही हलक्या आवाजात सल्ला देऊ शकता, पण त्यांना सुधारण्याचे तुमचे प्रयत्न क्वचितच यशस्वी होतील. तुमच्या अशा प्रयत्नांना मुला-सुनेचा पाठिंबा असेल तर कदाचित नातवंडं मान्य करतील. नाहीतर तुम्ही गप्प बसायला हवं. अधिक आग्रह धरलात, तर मुलगा आणि सुनेशीही वाद होईल आणि अनुभवाअभावी मुलगा आणि सून जे सत्य जाणत नाहीत ते या वयात तुम्हाला कळलेलं असायला हवं. वादविवादाच्या आखाड्यात विजय कोणत्याच पक्षाचा होत नाही, दोघांचीही हार होते.

दुसऱ्याला सुधारण्याच्या भावनेचा थोडा व्यापक विचार या ठिकाणी करणं गरजेचं आहे. तुम्ही ज्याला बिघाड किंवा सुधार समजता तो तुमचा अनुभव आणि समज यांच्या सीमेवर थांबतो. अर्थात काही मूल्ये शाश्वत असतात आणि त्या बाबतीत बिघाड हा बिघाडंच आणि सुधारणा ही सुधारणाच असते. पण आजच्या क्रांतिकारक म्हणता येतील अशा बदलांच्या लाटांवर आरूढ झालेल्या समाजात आपल्या काही धारणा पूर्वग्रहदूषित असतात. कोणत्या शाश्वत आणि कोणत्या शाश्वततेचा बुरखा धारण केलेल्या पूर्वग्रहदूषित आहेत हे आपणच ठरवलं तर त्यात चूक होण्याची शक्यता असते. हे कळालं तर मानसिक समाधान प्राप्त होतं, इतरांना सुधारण्याच्या प्रयत्नांना मानवजातीच्या इतिहासात फारसं यश मिळालेले दिसत नाही. भगवान बुद्ध, महावीर, श्रीकृष्ण या साऱ्यांनी आपल्याला लाभलेले परमज्ञान स्वजनांना, मित्रांना देऊन त्यांच्या कल्याणासाठी काही कमी प्रयत्न केले

नाहीत, पण ते सफल झाले नाहीत. बुद्धाला त्याच्या मेहुण्याने - देवदत्तने आणि महावीरांना त्यांच्या जावयाने काही कमी यातना दिल्या नाहीत. यादवांनी तर कृष्णाचा एकही सल्ला ऐकला नाही आणि त्याच्या डोळ्यांदेखत परस्परांचा नाश केला - यादवकूळच संपवलं!

सांगण्याचं तात्पर्य एवढंच की इतरांना सुधारण्याचा उत्साह - मग ते आप्त असोत वा अन्य- मर्यादित ठेवावा. परिवारात काही अनुचित घडत आहे असं वाटत असेल त्या वेळी आपली स्पष्ट मतं व्यक्त करणं चूक नाही - असं मत व्यक्त करायलाच हवं. मात्र ते सगळ्यांना मान्य झालंच पाहिजे असा आग्रह धरणं चूक. हे जग आणि माणसाचं मन या दोन गोष्टी अशा आहेत की ज्यांना बाह्य उपचार सुधारू शकत नाहीत. माणूस आपल्या अनुभवानेच शिकतो, थोरांचे बोल, ग्रंथ इ. कुचकामी असतात.

शेवटी शरीर हे एक यंत्र आहे. यंत्राचा वापर वाढला की त्याचे भाग झिजतात. मन आणि बुद्धी ही दोन तत्त्वंही शरीराचीच अंगं आहेत. इतर अवयव आपण पाहू शकतो त्याप्रमाणे मन आणि बुद्धी ही इंद्रिये आपल्याला दिसत नाहीत. हृदय, किडनी, फुप्फुसे इ. इंद्रिये ही बाहेरून दिसत नसली तरी शस्त्रक्रिया करताना डॉक्टर या इंद्रियांना अलग करून पाहतात आणि तपासतात. आजचं प्रगत विज्ञान अद्यापि मन व हृदयावर बोट ठेवू शकलेलं नाही. तरीही या दोन्हीच्या अस्तित्वाबद्दल शंका नाही. वाढत्या वयाबरोबर डोळे, कान, नाक आणि पचनेंद्रियेही दुबळी होतात, तशीच मन आणि बुद्धीची शक्ती पूर्ववत राहत नाही. ज्येष्ठ नागरिकांनी या सत्याचा स्वीकार करायला हवा. असे केल्याने उरलेल्या वर्षांची कामगिरी सोपी होईल. जे मन कालपर्यंत एखाद्या घटनेकडे दुर्लक्ष करत होते तेच मन आज त्याच घटनेने व्यथित होण्याइतकं हळवं बनतं. एका ज्येष्ठ भगिनींच्या अनुभवाने हा मुद्दा अधिक स्पष्ट होईल. ऐकण्यासारखी आहे त्यांची गोष्ट. पंचाहत्तरी गाठलेल्या या भगिनीचं घर गोकुळासारखं भरलेलं, सुखी आणि संपन्नही आहे. बाईंना या वयातही कुठलीही व्याधी नाही. पण हात-पाय दुखणे, गुडघेदुखी किंवा कंबरदुखी अशा तक्रारी रोजच असतात. उपाय म्हणून एखादं मालीश करण्याचं तेल, बाम किंवा विक्स इ.चा त्या उपयोग करतात. त्यांनी स्वत:बद्दल जे सांगितलं ते त्यांच्याच शब्दांत ऐकू या-

‘हात-पाय दुखणं ही माझी रोजची तक्रार आहे. घरात ज्याची त्याची आपापली कामं असतात. सूनबाईही नोकरी करतात. दोन नाती आणि एक नातू आहे. पण तेही टीव्ही पाहाण्यापासून शाळा-कॉलेजचा अभ्यास यात मग्न असतात. कमरेला तेल लावून मालीश करवून घ्यायला मला कुणाची तरी मदत लागते. बाकी हाता-पायाला माझी मीच मालीश करते. कधीतरी कुठेतरी ठेवलेली विक्सची बाटली सुनेला किंवा नातवंडाना शोधून द्यायला सांगते, तेव्हा ते शोधून माझ्या हातात आणून देतात.

आता मी विक्सची बाटली मागते तेव्हा माझं काहीतरी दुखतंय, खुपतंय हे कळतंच की! पण बाटली दिल्यावर कुणी विचारत नाही की आजी, तुमचा पाय दुखतोय का, विक्स लावून चेपून देऊ का? इतकंच काय, माझ्या हातात बाटली देऊन सगळे टीव्ही पाहत बसलेले असतात. तिथेच बसून त्यांच्या डोळ्यांसमोर माझी मीच पायाला विक्स लावत बसते. आधी मला हे खटकायचं. वाईटही वाटायचं. कधीतरी त्याबद्दल बोलायचीसुद्धा! कधी तर नातवंडाना रागावून त्यांच्याकडून हात-पाय चेपूनसुद्धा घ्यायचे, पण मग मनात आलं, हात-पाय चेपून देणं हे काही घरातला केर काढणं, फरशी पुसणं यांसारखं काम नाही. हे काम करण्यात मन आणि सेवाभाव हवा. तो नसेल तर त्या चेपण्याने माझी हाडं आणखी दुखतील आणि त्यांची मेहनतही वाया जाईल. हे लक्षात घेतल्यावर आता मला वाईट वाटत नाही, उलट बाटली हातात आणून दिली याचं सुखच वाटतं.

पाहू गेलं तर अगदी क्षुल्लक, कुणाच्या लक्षातही राहणार नाही इतकी साधी घटना, पण त्यात दडलेला अर्थ वरिष्ठांनी ध्यानात घेण्यासारखा आहे. हे वरिष्ठजन जेव्हा त्यांच्या नातवंडांच्या वयाचे असतील तेव्हा त्यांनी आजी-आजोबांचे पाय चेपून दिले असतील. घरातल्या एखाद्या मुलीला, बाईला, आईचे किंवा सासूचे पाय चेपताना पाहिलं असेल, यात कुणालाच काही वावगं वाटत नव्हतं. आजचा एखादा मुलगा किंवा सून आपल्या वृद्ध मातापित्यांना विजेवर चालणारं मालीश करण्याचं यंत्र आणून देत असतील. हे यंत्र आपलं काम करत असेल, त्याने थोडंफार 'बरं'ही वाटत असेल. पण त्याने मनाचं समाधान होत नाही हे मान्य करायला हवं.

मन आणि बुद्धी या इंद्रियांच्या घटत्या कार्यक्षमतेवर आपण जी चर्चा केली तो मुद्दा सुद्धा या संदर्भामुळे स्पष्ट होईल. कालपर्यंत हेअर कटिंग सलूनमधल्या कारागिराने डोक्याला मालीश करून दिलं की हलकं वाटायचं. आज ते तितकं वाटत नाही. त्यात काहीतरी सांगता येणार नाही अशी उणीव भासते. हे मन आणि बुद्धीची स्वीकारण्याची क्षमता कमी झाल्याचं लक्षण आहे. त्यातही मन हळवं असल्याने अधिक व्यथित होतं. बुद्धीजवळ सूक्ष्म यांत्रिक रचना असल्यामुळे ती हळव्या मनाची भावना चाळून घेऊन त्यात समाधान शोधते. मन पूर्णपणे आपल्या ताब्यात नसतं हे मान्य, पण बुद्धीला आपण कमी-अधिक प्रमाणात वश करू शकतो. हळवं मन जेव्हा अशा प्रकारच्या घटनेने व्यथित होतं तेव्हा बुद्धीच्या मदतीने मनाची समजूत काढायला हवी.

मनाला समजावता आलं नाही तर नाराजी उपजते आणि त्या नाराजीतूनच चिडचिडेपणा येतो. घरातली सगळी माणसं ती घटना - विक्सच्या बाटलीची - विसरून आपापल्या कामाला लागली असतील. त्यांच्यापैकी कुणाच्याही मनात तुमची उपेक्षा केल्याची अपराधी भावना असणार नाही. परंपरागत संस्कार आणि

विवेक त्यांच्यात विकसित झालेला नसल्यामुळे त्यांना स्वत:ला त्यांचं वर्तन अगदी सहज वाटलं असेल. एखादी वेल हिरवीगार नसेल तर त्याचा अर्थ असा की माळ्याने तिला खतपाणी दिलेलं नाही किंवा तिला हवा आणि पुरेसा प्रकाश मिळालेला नाही. माळ्याने सगळं करूनही वेल वाढत नाही. याला इतर काही गोष्टी कारणीभूत असतात. जमीन क्षारयुक्त असेल, शेजारच्या मोठ्या वृक्षाच्या मुळांचा अडसर होत असेल किंवा कुत्रं, मांजर, शेळी, कुणीतरी तिच्या मुळापाशी उकराउकरी करत असतील. अशी सगळी कारणं लक्षात घ्यावी लागतात. वरच्या प्रसंगातलं सगळ्यांचं वर्तन सतत आठवून तुम्ही त्याला मोठं स्वरूप देत बसलात, तर तुम्ही चिडचिड कराल. हा चिडचिडेपणा तुम्हाला नकारात्मक दिशेला नेईल. इथून पुढे कुटुंबातल्या सगळ्यांकडे पाहण्याचा तुमचा दृष्टिकोन पूर्वग्रहदूषित बनेल आणि तुम्ही संतापी बनाल. संताप ही चिडचिडेपणाची पुढची पायरी आहे.

इथे ज्येष्ठांवर दोषारोप करण्याचा हेतू नाही. नव्या पिढीच्या वर्तनातील अविवेकाला अपेक्षित अशा विवेकाकडे नेणं आता केवळ तुमच्या हातात नाही. तुम्ही आणि नातवंडं, यांच्यामधल्या पिढीला - तुमच्या मुलाला आणि सुनेला हे समजून घ्यावं लागेल. आजवर तुम्ही त्यांना मुलांवर संस्कार करण्याची त्यांची जबाबदारी पटवून देऊ शकला नसाल, तर आता ती वेळ निघून गेली आहे. आईवडिलांना मुलांना समजावण्यासाठी स्वत:तच वर्तनबदल करायला हवा. चहूकडून वेगाने वाहणाऱ्या बदलाच्या प्रवाहात हे करणं सोपं नाही. आजवर तुम्ही अनेक संघर्ष केले असतील, पण पस्तिशीतलं संघर्ष करण्याचं बळ सत्तरीत कुठून आणणार? आजवर मी माझ्या मस्तीत-खुमारीत जगलोय, पुढेही असाच जगेन हा मूर्खपणा कमी करून मनाला वश करण्याची नवी खुमारी तुम्हाला अभ्यासायला हवी. प्रत्येक बाबतीत बहिर्मुख असण्याऐवजी अंतर्मुख बनायला लागा. जगाचं मिथ्यत्व काठावर उभं राहून पाहता येतं याची अनुभूती येईल. आजवरचा तुमचा आनंद बहिर्मुख होता. आता अंतर्मुखतेच्या आनंदाच्या प्रदेशात तुम्ही पाऊल टाकलं आहे. आता जो विजय मिळवायचा तो बाहेर नसून आत आहे. हरणं किंवा जिंकणं आता तुमच्या हातात आहे. ज्याने इतरांवर विजय मिळवण्याचा विचार सोडला त्याला कुणीच हरवू शकत नाही.

वृद्धत्व आणि शैशव

'म्हातारपण आणि बालपण दोन्ही सारखीच' असं आपल्या रोजच्या बोलण्यात सहज येतं. हे वाक्य न ऐकलेला माणूस शोधून सापडणार नाही. इथे 'म्हातारपण' हा शब्द वृद्धांचा अवमान करण्यासाठी वापरलेला नाही. म्हातारपण ही जीवनाची एक अवस्था आहे. या शब्दात वृद्धावस्थेचं वैभव अभिप्रेत आहे. जेव्हा एखादा वृद्ध माणूस 'माझे केस काही उन्हात पांढरे झाले नाहीत, अनुभवाने झाले आहेत,' असं म्हणतो तेव्हा त्याला आपल्या पांढऱ्या केसांचा अभिमान वाटत असतो. योग्य वेळी केस पांढरे होणे हे नैसर्गिक आहे, गौरवाचं चिन्ह आहे आणि काही सामाजिक अधिकार मिळण्याचा पासपोर्टही आहे.

म्हातारपणाची बालपणाशी केलेली तुलना थोडी समजून घेऊ या. बालपणात दात नसतात आणि जे असतात ते दुधाचे दात असतात. म्हातारपणातही दात पडून गेलेले असतात. काही राहिले असले तर हलत असतात किंवा कवळी तरी आलेली असते. लहान असताना विविध प्रकारचं, वेगवेगळं आणि नित्यनवीन खायला हवं असतं. वृद्धावस्थेतही माणसाची खाण्याची इच्छा वाढलेली असते. (ग्रामीण भाषेत याला 'खा खा सुटणे' म्हणतात!) लहान बालकांच्या खाण्यावर अंकुश ठेवून, पालक त्याला तो मागेल ते देत नाहीत, त्याच्या पचनशक्तीला आणि आरोग्याला योग्य ते आणि तेवढेच देण्यात शहाणपण असतं. डायबेटिस झालेल्या घरातल्या वृद्ध व्यक्तींना गोड पदार्थ, मिठाई इ. पाहून ओठावरून जीभ फिरवताना आपण पाहतो. घरातल्या इतरांनी त्यांचं आरोग्य लक्षात घेऊन गोड किंवा तळलेले पदार्थ दिले नाहीत, तर त्यांना राग येतो. याही वरताण करणारे असे वृद्ध मी पाहिले आहेत, जे सगळ्यांची नजर चुकवून अपथ्यकर पदार्थ गुपचूप खातात, अगदी

लहान बालकांप्रमाणे!

लहान मुलांच्या बाहेर जाण्यावरही पालकांना असंच लक्ष ठेवावं लागतं. मूल कुठेतरी पडतं, धडपडतं, एखाद्या वाहनाशी धडकतं, अनोळखी ठिकाणी कुतूहलापोटी जाऊन स्वत:ला इजा करून घेतं... या सगळ्यावर डोळ्यांत तेल घालून लक्ष ठेवावं लागतं. या बालसुलभ वृत्तीशी तुलना केली, तर वृद्धांकडे अधिक समजूतदारपणा असतो. मात्र काही वृद्ध मंडळींना आपण आता म्हातारे झालो ही नैसर्गिक गोष्ट मान्यच नसते. सिलिंग फॅन, इलेक्ट्रिकचं कनेक्शन, नळाची पाइपलाइन अशा गोष्टींच्या दुरुस्तीसाठी उंच स्टुलावर चढणं, डुगडुगणाऱ्या शिडीवरून वर जाणं, नळदुरुस्तीसाठी खोदलेल्या खड्ड्यात उतरणं असल्या गोष्टी आपण करू शकतो अशी त्यांची कल्पना असते. याबद्दल त्यांना कधीकधी अद्दलही घडते. या बाबतीतही बाल्यावस्थेशी वृद्धत्वाचं साम्य आहेच.

पण बालपण आणि म्हातारपण दोन्ही सारखंच या शब्दांत केवळ शारीरिक अवस्थेचाच विचार नसतो. लहान मूल बऱ्याच वेळा आपल्या मनासारखं झालं नाही की हट्ट करतं, चिडतं आणि आपला राग मोठमोठ्याने ओरडून वा रडून व्यक्त करतं. वाढत्या वयामुळे शारीरिक शक्ती ओहोटीला लागते त्याचा परिणाम म्हणून काही वृद्धही दुराग्रही बनतात. दुराग्रह हे हट्टाचच सौम्य स्वरूप असतं. स्वत:च्या दुराग्रहाला वृद्धांनी आवर घालायला हवा. आपली एखादी इच्छा एक-दोनदा व्यक्त करावी, विशिष्ट बाबतीतलं आपलं मत सांगावं, कुठे काय करायला हवं आणि काय नको या विषयीही यथाशक्ती यथामती सल्ला द्यावा. मात्र आपला आग्रह मर्यादा ओलांडून दुराग्रह होणार नाही याबद्दल सावध असावं. लहान मूल हट्ट करतं तेव्हा त्याचा हट्ट अल्पजीवी असतो, चार-दोन क्षणांत दुसरी एखादी गोष्ट त्याचं लक्ष वेधून घेते आणि आपला आधीचा हट्ट ते पार विसरून जातं. मोठ्यांनी लहानांचा हा गुण घेण्यासारखा आहे.

बालकाचं मानस कोवळं असतं, निरागस असतं. थोरांच्या मनात वर्षानुवर्षं साठलेल्या गोष्टींचे थरावर थर असतात, त्यामुळे त्यांना बालकांप्रमाणे विस्मृतीच्या प्रदेशात लगेच प्रवेश करता येत नाही. असं असलं तरी वृद्धांनी हट्टाच्या प्रदेशात न शिरण्याचा प्रयत्न करावा.

चिडलेल्या बालकाला हात-पाय आपटताना आपण सगळेच पाहतो. काहीतरी खाण्यासाठी किंवा न खाण्यासाठी, एखादी गोष्ट हवी म्हणून किंवा नको म्हणून, टीव्हीवरचा अमुक एक कार्यक्रम पाहायचा म्हणून, ठरावीक कपडे घालायचे म्हणून किंवा नकोत म्हणून... एक ना दोन, अनेक बाबींसाठी बालक हटून बसतं. काही बालकं शांत प्रकृतीची असतात. अशी बालकं स्वत:ला न आवडणारी गोष्टदेखील मोठ्यांच्या सांगण्यावरून, तोंड वाकडं करत का असेना, मान्य करतात. पण सगळी

बालकं अशी नसतात. मग ती विरोध दर्शवण्यासाठी आरडाओरडा करतात हात-पाय आपटतात, चावतात, हातातली गोष्ट भिरकावून देतात, सर्व शक्तिनिशी आपला राग व्यक्त करतात. अशा वेळी समजूतदार पालक त्याचं लक्ष दुसरीकडे वळवतात, वेगळं काहीतरी दाखवून किंवा बोलून त्याचं लक्ष इतरत्र जाईल असं करतात. या नव्या गोष्टीत गुंतलेलं ते मूल आपला आधीचा हट्ट साफ विसरतं, काही क्षणापूर्वी ज्याच्यावर चिडलेलं असतं, त्याचंच बोट धरून खेळायला लागतं, त्याचा रागाचा आवेश ओसरून जातो.

म्हातारपणाने बाल्याकडून हे शिकण्यासारखं आहे. कधी क्रोध येतो, कधी मन खिन्न होतं, तर कधी डिप्रेशन येतं, घरात आजूबाजूला, समाजात बरंच काही घडत असतं जे आपल्याला आवडत नाही, योग्य वाटत नाही; इतकंच काय समाजाच्या पायाभूत मूल्यांना पायदळी तुडवणारं आहे याची आपल्याला खात्री असते तरी आपण त्याला पायबंद घालू शकत नाही. काही वेळा असंही घडतं की तुम्ही जी पायाभूत मूल्यं मानता ती बदललेल्या मूल्यविचारात पार मागे पडलेली असतात. शालेय शिक्षणही पूर्ण न झालेली १४-१५ वर्षांची मुलं-मुली, हातात मोबाइल आणि त्याला जोडलेल्या वायरीची दोन टोकं कानात खुपसून रस्त्याने फिरत असतात हे पाहिल्यावर तुम्हाला बदललेल्या मूल्यांची कल्पना येते, माझ्या अल्पशा कॉलेजजीवनातली एक घटना मला आठवते. त्या काळात ज्याला स्लीव्हलेस म्हणत अशा पद्धतीचं ब्लाउझ घालून एक चांगल्या घरची मुलगी कॉलेजला आली की 'एक पाहणीय गोष्ट' बनायची. सगळे 'काय अवतार केलाय' अशा दृष्टीने पाहायचे. अगदी मुलीसुद्धा तिच्याकडे पाहून नाकं मुरडत असत. कॉलेजच्या त्या वर्षीच्या 'फिश-पॉन्ड' कार्यक्रमात या मुलीला अर्ध्या वाराचा कापडाचा तुकडा देण्यात आला होता. 'दंड दाखवत फिरू नका' हा त्या मागचा संदेश उघड होता. आज जर 'फिश-पॉन्ड'मधे असं करायचं ठरवलं तर मुलींना भेट द्यायला भारतातल्या सगळ्या कापडगिरण्यातलं कापड अपुरं पडेल अशी अवस्था आहे. अशीच सबंध कॉलेजमधली एकच मुलगी ओठाला लिपस्टिक लावून यायची. सौंदर्यप्रसाधनातला हा प्रकार त्या काळी सन्मान्य नव्हता आणि सर्वमान्यही नव्हता. तमाम कॉलेज तरुण-तरुणी 'A lady with lipstick looks like a letter box' अशी टिप्पणी करून तिची टिंगल उडवत- अर्थात आपापसात! आजच्या काळात मात्र शरीराच्या कोणकोणत्या भागावर किती किती प्रकारच्या सौंदर्यप्रसाधनाचा वापर होतो ते पाहिलं तर १९५५ मधील त्या मूल्यांचं किती अवमूल्यन झालं आहे ते लक्षात येईल.

तात्पर्य इतकंच की प्रत्येक ज्येष्ठाने त्या बालकासारखं व्हायला हवं. स्वत:चं लक्ष स्वत:च दुसरीकडे आकृष्ट करायला हवं.

निरागसता हा बालकाकडून घेण्यासारखा सर्वांत मोठा गुण. समाजाने निर्माण

केलेल्या दूषित कल्पनांचा त्याला स्पर्शही झालेला नसतो. संपन्न घरातली माणसं स्वतःच ठरवलेल्या संस्कारांच्या नावाखाली आपल्या मुलांना नोकरांच्या मुलांशी खेळू देत नाहीत. इतकंच नव्हे, तर शेजारच्या किंवा गल्लीतल्या इतर मुलांचे संस्कार कमी लेखून मुलांना बजावत असतात, 'हे बघ, त्या अमक्याशी खेळायचं नाही, वाट्टेल त्याच्याशी मैत्री करायची नाही,' इ. बालकाला असले निर्बंध ठाऊक नसतात. आपणच खेळाच्या निरागस आनंदापासून त्याला वंचित करतो, आपणच निर्माण केलेल्या दूषित वातावरणात घेऊन जातो. तरीही संधी मिळाली की जाती, धर्म, भाषा, सामाजिक दर्जा अशा गोष्टींपासून दूर असलेलं हे मूल सगळ्यांशी मिळूनमिसळून खेळण्याचा आनंद घेतं, पाहण्यासारखं असतं ते दृश्य!

आपल्या समाजात जाती-धर्माची कुंपणं आहेत. धर्म, भाषा किंवा जातीच्या कुंपणाबरोबर अनेक पूर्वग्रहही आपल्या मनात असतात. आता हे पूर्वग्रह सोडून देण्याची संधी ज्येष्ठांना मिळत असते. पूर्वग्रहांमुळे ज्या धारणा मनात पक्क्या झाल्या असतात त्यापासून दूर होण्याची प्रक्रिया आता सुरू होते. पूर्वग्रह हे अनुभवातून निर्माण होत असले तरी असे अनुभव व्यक्तिगत असतात, हे विसरता कामा नये. पूर्वग्रह जितके पक्के तितकी मानसिकता अधिक बंदिस्त बनत असते. पूर्वग्रह मुक्त असल्यामुळेच मूल निरागस असते. आता ज्येष्ठांनी शक्य तेवढी अशी निरागसता आपल्या जगण्यात आणण्याचा प्रयत्न करावा.

आज समाजातील २५ ते ४५ या वयोगटातील स्त्री-पुरुष पदोन्नती, धनप्राप्ती, प्रतिष्ठा आणि शक्य असेल तर सत्ता या गोष्टींच्या मागे असतात. पैशाने सर्व काही मिळवता येतं या सर्वव्यापक कल्पनेने सगळ्यांना झपाटलं आहे. या गोष्टींच्या मागे लागलेली ही पिढी आपल्या अपत्यांची किंमतही बँकेच्या पासबुकाने करत असते. मुलांना महागडी खेळणी आणून देणं, त्यांच्या गरजेपेक्षा कितीतरी अधिक कपड्यांचा ढीग त्यांच्यासमोर ठेवणं, सर्वांत महागड्या शिक्षण संस्थेत त्यांना ॲडमिशन मिळवून देणं आणि त्यांना आया-मोलकरणींच्या हाती सोपवणं... यातच आपल्या पालकत्वाची इतिकर्तव्यता होते असं त्यांना वाटतं. काही वेळा मूल होऊ न देण्याची खबरदारी घेतली जाते, तर काही वेळा बालकाने आपण येत असल्याची सूचना दिली तर वैद्यकीय मदत घेऊन त्याला परत पाठवले जाते. या कोणत्याही प्रकारात पालकाच्या जबाबदारीचं पालन होत नाही, तर ती जबाबदारी टाळली जाते. हे सत्यही या पालकांना उमगत नाही. काहींना उमगलं तरी ते देखील आपला वेळ अपत्यासाठी खर्च करण्याऐवजी अधिक पैसा मिळवण्याच्या समाजव्यापी शर्यतीत आपण मागे राहू या भीतीने पळत सुटतात. वरिष्ठ नागरिकांनी या परिस्थितीचं अवलोकन करायला हवं. हे पालक आपल्या अपत्यांच्या भविष्यासाठी जे आणि जितकं करणं आवश्यक आहे ते करत नाहीत, तर समाजातील आपलं स्थान

सुरक्षित राहावं यासाठी आपल्याला आवडेल ते आणि तितकंच करतात. टीव्हीवरच्या कार्यक्रमापासून मॅक्डोनल्डच्या बर्गरपर्यंत प्रत्येक गोष्टीत हे पालक आपल्या अपत्यांना सांस्कृतिक भूमीतून मुळापासून उखडून टाकत असतात.

आता जे आपल्या अपत्यांची जबाबदारी योग्य प्रकारे निभावत नाहीत त्यांच्याकडून ज्येष्ठ नागरिकांनी त्यांची जबाबदारी वाहिली जाईल अशी अपेक्षा राखू नये. आपल्या अपत्याबद्दल ममत्व असणं हे अगदी नैसर्गिक असतं, कारण अपत्य हा मातापित्याच्या देहाचा विस्तार असतो. जेव्हा या अपत्यांना त्यांच्या जनक-जननीकडून चिरंतनाने निर्देशिलेलं संगोपन प्राप्त होत नसेल, केवळ पैशाच्या उधळपट्टीतच संगोपनाची इतिश्री होत असेल तर त्यांच्याकडून प्राचीन परंपरेनुसार ज्येष्ठांनी आपली काळजी घेतली जाण्याची अपेक्षा करणं ही बुद्धीची दिवाळखोरी ठरेल.

नव्या पिढीच्या आईवडिलांनी वर्तमान सामाजिक व्यवस्थेनुसार आपल्या अपत्याचं बालपण हिरावून घेतलं आहे. दीड ते दोन वर्षांच्या बालकाला - ज्याला अजून शी-शूचंही पुरतं भान नाही - नर्सरी किंवा प्लेग्रूपमध्ये पाठवून आधुनिक बनवण्याच्या स्पर्धेत सहभागी होणाऱ्या या आईवडिलांना आपण केवढं पाप करत आहोत हे कळत नाही. पाच वर्ष पूर्ण होईपर्यंत ज्या बालकाला आईवडिलांचा पूर्ण सहवास मिळायला हवा त्यांना पगारी शिक्षक आणि सरकारी अधिकाऱ्यांनी बनवलेल्या कायदे आणि धोरणाच्या राज्यात ढकललं जातंय, इंग्रजीतून शिक्षण देणाऱ्या संस्थेत पाठवताना त्याला टाय बांधून देणाऱ्या पालकाला हे कळत नाही की तो आपल्या अपत्याच्या गळ्यात टाय नव्हे, फास अडकवत आहे. अतिशय दयनीय अवस्थेत मूल शाळेत जातं, होमवर्क करतं, ट्यूशनला जातं, मात्र आनंदाने पळापळी करण्यासाठी, धडपडून पडून ढोपरं फुटण्यासाठी त्याच्यापाशी ना वेळ असतो ना क्रीडांगण!

आता ज्येष्ठ नागरिक असलेले आजी-आजोबा आपल्या नातवंडांची ही दयनीय अवस्था थांबवण्यासाठी फार काही करू शकत नाहीत. मात्र या बालकांचे आईवडील ही आपलीच अपत्यं आहेत हे निर्विवाद सत्य त्यांनी लक्षात ठेवायला हवं. या मातापित्यांनी आपल्या अपत्याचं बालपण हिरावून घेतलं आहे, त्याप्रमाणे तुमची वृद्धावस्था कुणी हिसकावून घेणार नाही, याची काळजी तुमची तुम्हीच घ्यायला हवी. अनेक वर्षांच्या सवयीचे गुलाम बनून अजूनही वेळ घालवण्यासाठी तुम्ही एखाद्या ऑफिसमध्ये पार्टटाइम नोकरी करत पगार मिळवत राहिलात तर तुमची वृद्धावस्था तुम्ही स्वत:च घालवून बसल्यासारखं होईल. ज्यांची आर्थिक परिस्थिती दुर्बळ असेल त्यांचा इथे अपवाद करायला हवा. कित्येक मोठमोठ्या कंपन्यामधून वरच्या हुद्द्यावरून निवृत्त झालेले महाभाग पुरेशी बचत आणि पेन्शन असूनही केवळ हुद्द्यासाठी नव्याने व्हिजिटिंग कार्ड्स तयार करून फिरताना पाहिले की

वाटतं, म्हातारपणी त्यांनी आपला हुद्दा राखला असेल पण बुद्धी मात्र गमावली आहे. वृद्धावस्थेचा मोठेपणा - गौरव सतत कार्यशील असण्यामध्ये असला तरी हा मोठेपणा आता केवळ देखणी व्हिजिटिंग कार्ड्स आणि हुद्दा यांनी मर्यादित होता कामा नये. नाहीतर जसं त्या बालकाचं बाल्य हरवलं तसा तुमचा गौरव तुम्ही तुमच्याच हाताने घालवून बसाल.

म्हातारपण आणि बालपण या दोन्हीत आणखी एक अद्भुत आणि मजेशीर साम्य असतं. बालक ईश्वरापासून अलग होऊन नुकतच या पृथ्वीवर आपल्यापाशी आलेलं असतं. ईश्वर आणि बालक यांच्यामधलं अंतर केवळ ४-५ वर्षांचं असतं. त्यामुळे इतर कुणापेक्षाही ते ईश्वराच्या अधिक जवळ असतं. अगदी तशीच अवस्था वृद्ध व्यक्तीची असते. ही व्यक्तीही आता ईश्वरापासून फार दूर नसते. परमात्म्याच्या उजव्या हातातून एक बालक नुकतच सुटलेलं असतं. त्याच परमात्म्याच्या डाव्या हाताचं बोट धरायला निघालेली व्यक्ती फार लांब नसते. जणू एक वर्तुळ पूर्ण होत आलेलं असतं आणि बालकाच्या रूपाने दुसरं वर्तुळ सुरू होत असतं. अशी कल्पना केली तर म्हातारपण आणि बालपण दोन्ही ईश्वराच्या निकट आहेत. बालकाला काही निश्चित कर्म करण्यासाठी ईश्वराने इथे पाठवलेले असते, आणि ज्याचं वर्तुळ पूर्ण झालं असेल असा वृद्ध ईश्वरसन्निध असेल तेव्हा ईश्वर त्याला निश्चित प्रश्न करेल, 'तुला काही विवक्षित कार्ये करण्यासाठी पाठवले होते. मला सांग, तू काय काय करून आला आहेस?'

प्रत्येक ज्येष्ठ नागरिकाने या प्रश्नाचं उत्तर देण्याची तयारी करून ठेवायला हवी.

उतारवयातील प्राणवायू

साठीत प्रवेश केलेल्या किंवा साठी उलटलेल्या ज्येष्ठांचे मानसिक, कौटुंबिक, सामाजिक, शारीरिक अशा सगळ्याच क्षेत्रातले विचार समाजातील उर्वरित लोकांच्या विचारापेक्षा भिन्न असतात. त्याच न्यायाने त्यांच्या आर्थिक बाजूचा विचारही वेगळ्या पद्धतीने व्हायला हवा.

शेवटच्या जनगणनेप्रमाणे आपल्या देशातील ८ टक्के जनसंख्या वरिष्ठ नागरिकांची आहे. ही दहा वर्षांपूर्वीची आकडेवारी नुकत्याच झालेल्या जनगणनेचे आकडे हाती येतील तेव्हा ही संख्या १० टक्के झालेली असेल. याचा अर्थ असा की, सव्वाशे कोटींच्या या देशात १२ कोटी ज्येष्ठ नागरिक असतील. ही संख्या लहान नव्हे. यातले किती नोकरदार असतील, किती उद्योगधंद्यात असतील, किती खेड्यांतून राहणारे कृषी क्षेत्राशी निगडित कामे करत असतील, किती शिक्षित असतील, किती अशिक्षित याचा सध्या केवळ अंदाजच करता येईल. पण या ज्येष्ठांचा एक अगदी लहानसा अंश समृद्ध किंवा अतिसमृद्ध वर्गात मोडेल हे खात्रीपूर्वक सांगता येईल. यातले बहुतेक सगळे पेन्शन किंवा प्रॉव्हिडंट फंड किंवा स्वतः आयुष्यभर केलेल्या बचतीच्या आधाराने पुढचे आयुष्य काढणारे असतील. या वर्गाची बचत फार फारतर २०-३० लाखांपर्यंत असू शकते. लहानसहान व्यवसाय करणारे तर एवढी रक्कमही साठवू शकत नसतील. दहा ते वीस हजारांपर्यंत मासिक पेन्शन मिळवणाऱ्यांचं निवृत्तीनंतरचं आयुष्य सुखाचं म्हणता येईल. आज आकाशाला भिडणारा चलनफुगवटा लक्षात घेतला तर १०-२० हजारांची पेन्शन किंवा २०-३० लाखांची बचत ही रक्कम हास्यास्पद वाटेल इतकं रुपयाचं अवमूल्यन झालं आहे. असं असलं तरी देशातल्या बहुसंख्य ज्येष्ठ

नागरिकांपाशी एवढी पेन्शन किंवा बचतही नसते. इथे ज्येष्ठ नागरिकांच्या या मोठ्या वर्गाच्या आर्थिक बाजूचा विचार करायला हवा.

जोवर माणूस अर्थार्जनाच्या कोणत्याही क्षेत्राशी संलग्न असतो तोवर त्याला अधिकाधिक लाभांची अपेक्षा असते. उद्योगधंदा किंवा व्यवसाय करणाऱ्यांना काहीतरी घडेल आणि आपण मालामाल बनू असं वाटत असतं. नोकरी करणाऱ्यांनाही कुठून ना कुठून एकदम मोठी रक्कम मिळण्याची संधी असते. पण माणूस अर्थार्जनाच्या क्षेत्रातून निवृत्त झाला की आर्थिक लाभाच्या मार्गाचा dead-end येतो. आता कोणतेही अनपेक्षित लाभ आपल्या वाट्याला येणार नाहीत. आता फक्त पेन्शन आणि आजवरची बचत! या दोन्ही गोष्टींच्या सुरक्षिततेची काळजी घेऊनच भविष्यातील आकडेमोड करायची असते. चलनफुगवट्याचा दर लक्षात घेतला तर तुमच्या जवळच्या रकमेचा आकडा व्याजाची भर पडूनसुद्धा लहानच होत जाणार आहे. या वस्तुस्थितीकडे दुर्लक्ष करून काही वरिष्ठ नागरिक थोडं अधिक मिळवण्याच्या अपेक्षेने अकारण धोका पत्करत असतात. काही वेळा नको इतका विश्वासही याला कारणीभूत ठरतो.

दहा-बारा वर्षांपूर्वीची गोष्ट आहे. माझे एक मित्र निमसरकारी संस्थेतून ३८ वर्षांच्या सेवेनंतर निवृत्त झाले. त्यांच्या हाती एकरकमी बारा लाख रुपये आले. तोवरची त्यांची बचतही आठ-दहा लाखांची होती. त्या वेळी ठेवीवरील व्याजदर १० ते १२ टक्क्यांच्या आसपास होता. या माझ्या मित्राच्या मोठ्या भावाची फॅक्टरी होती. ही फॅक्टरी बँकांकडून लाखो रुपयांचं भांडवल घेत असे. धाकट्या भावाने आपली १५ लाखांची बचत मोठ्या भावाच्या फॅक्टरीला लोन म्हणून दिली. या रकमेवर फॅक्टरीच्या धोरणाप्रमाणे अठरा टक्के व्याज दिलं जात होतं. धाकट्याला वाटलं, पैसे मोठ्या भावाकडे सुरक्षित आहेत आणि बँकेतून मिळणाऱ्या व्याजापेक्षा कितीतरी अधिक व्याज भावाच्या फॅक्टरीतून मिळेल. काही काळ सगळं अपेक्षेप्रमाणे चाललं, पण नंतर परिस्थिती बदलली. काही अनपेक्षित सौद्यांमुळे भावाची फॅक्टरी अडचणीत आली. आपले पैसे वसूल करण्यासाठी बँकांनी फॅक्टरी ताब्यात घेतली. धाकट्याची आयुष्यभराची बचत या सगळ्यात अडकून पडली. आता कित्येक वर्षे कायदेशीर कारवाया चालू आहेत आणि धाकटा डोक्याला हात लावून नशिबाला दोष देत बसला आहे.

या संपूर्ण घटनेत अधिक व्याज मिळवण्याच्या इच्छेइतकीच आपला पैसा भावाकडे सुरक्षित आहे ही विश्वासाची भावनाही महत्त्वाची होती. आपला पैसा कुठेही गुंतवताना वरिष्ठ नागरिकांनी चोवीस कॅरेट सोनं घेण्याइतक्या सहजतेने कोणत्याही गोष्टीवर विश्वास ठेवू नये. काही वेळा असं घडतं की समोरच्या पक्षाची दानत वाईट नसते, पण दुर्दैवाने अशी परिस्थिती निर्माण होते की पैसा अडकून

पडतो. असं घडल्यावर कायदेशीर उपाययोजना करणं किंवा कोर्टकचेऱ्या करणं हे ज्येष्ठांच्या दृष्टीने अर्थहीन ठरतं. कोणतीही कायदेशीर प्रक्रिया खऱ्या अर्थाने न्याय मिळवून देत नाही. कोर्टकचेरी किंवा पोलीस स्टेशन हे दुर्बलांच्या रक्षणार्थ असते असं म्हटलं जात असलं, तरी व्यवहारात ते सबलांच्याच हातातलं आणखी एक शस्त्र बनतं. ज्येष्ठांनी याचा कधीही विसर पडू देऊ नये.

शेअरबाजार जेव्हा अतिशय तेजीत होता, सेन्सेक्स वीस-वीस हजारांच्या पुढे गेला होता त्या काळात माझ्या एका स्नेह्याचा मुलगा माझ्याकडे एक प्रस्ताव घेऊन आला. हे स्नेही आणि त्यांचा मुलगा दोघांशीही माझे अतिशय सलोख्याचे संबंध आहेत. हा मुलगा मलाही त्याच्या वडिलांइतकाच मान देतो. आर्थिकदृष्ट्याही संपन्न आणि सुखी आहे. तो मला म्हणाला, "अंकल, माझ्या पप्पांचे जे काही शेअर्स आहेत ते सगळे मी अशा पद्धतीने फिरते ठेवतो की शेअर्सची मालकी त्यांचीच राहते तरीही महिन्याला २५ हजार रुपये त्यांना घरबसल्या मिळतात. तुम्हीही मला पप्पांसारखेच आहात, तुमचे शेअर्स तुम्ही माझ्या योजनेप्रमाणे फिरवण्यासाठी मला दिलेत तर तुम्हालाही मी दर महिन्याला २५ हजारांपर्यंत रक्कम देत जाईन. शेअर्स तुमच्याच खात्यात राहतील, त्यामुळे ते तुमच्याच मालकीचे असतील. मात्र हे शेअर्स चलनात आणण्यासाठी तुम्हाला मला एक Letter of Authority द्यावं लागेल.

मी त्याच्या या योजनेला मान्यता दिली नाही. शेअर सर्टिफिकेट्स् केवळ डीमॅट अकाउंटमध्ये पडून राहण्याऐवजी दर महिन्याला पेन्शनपेक्षाही अधिक रक्कम सहज मिळत राहणार हे काही एवढं तेवढं प्रलोभन नव्हतं. पण भूत, भगवान आणि शेअरबाजार या तिघांबद्दल अंदाज वर्तवता येत नाहीत, हे सत्य मी इतक्या वर्षांच्या अनुभवाने जाणून चुकलो होतो. मित्राच्या मुलाने मला २५ हजार दर महिन्याला मिळवून दिले तर ते मला आवडलंच असतं, पण हे जास्तीचे २५ हजार ही काही माझी गरज नव्हती. या २५ हजारांवाचूनही माझ्या गरजेपुरतं माझ्यापाशी होतंच. मग अनावश्यक अशा २५ हजारांसाठी मी माझ्या सुरक्षित अवस्थेतून असुरक्षित प्रदेशात प्रवेश करणं योग्य होतं का? मित्राच्या मुलाबद्दल पूर्ण विश्वास होता तरीही आयुष्याच्या उत्तरावस्थेत अकारण नवे प्रश्न निर्माण व्हावेत अशी माझी मुळीच इच्छा नव्हती. काही महिन्यांनी मला कळलं की त्यांची योजना बारगळली होती आणि या जादा कमाईसाठी ज्यांनी त्यांचे शेअर्स दिले होते ते कोर्टकचेऱ्या करण्यात गुंतले होते.

अपुरी बचत आणि वाढतं वय या दोन गोष्टी एकत्र आल्यामुळे ज्येष्ठांच्या मनात जो गोंधळ माजतो, मनाची जी घालमेल होते तीदेखील समजून घ्यायला हवी. बँका, पोस्ट ऑफिस, सरकारी संस्था, इ. मधील गुंतवणूक सुरक्षित असते, पण

दिवसेंदिवस कायदेकानून इतके गुंतागुंतीचे झाले आहेत की खेड्यातील किंवा अर्धशहरी भागातील ज्येष्ठ नागरिकांना त्याची माहिती मिळवणं आणि आवश्यक कागदपत्रांची पूर्तता करणं शक्य नसतं, उदा. पॅनकार्ड, टीडीएस इ. साधं बँकेत खातं उघडण्यासाठी आज ज्या विविध गोष्टींची पूर्तता करावी लागते ती अल्पशिक्षित किंवा अशिक्षित वृद्धांच्या दृष्टीने सोपी नसते. त्यामुळे काही वेळा असं घडतं की अशिक्षित वृद्ध आपली अल्पस्वल्प बचत जवळच्या एखाद्या सधन नातेवाइकाला व्याजाने देतात. माझेच एक नातेवाईक त्यांचा धंदा वाढवण्याच्या खटपटीत होते. त्याच काळात त्यांच्या मामांनी स्वत:ची काही स्थावर मालमत्ता विकली होती. खेड्यातल्या या जमिनीचे त्यांना लाखभर रुपये मिळाले होते. मामांनी हे एक लाख रुपये भाच्याला धंद्याच्या वाढीसाठी दिले. भाच्यानेही आपल्या वाढणाऱ्या धंद्यात मामाला रोज दोन तास बसण्याची सोय करून दिली. मामा प्रकृतीने धडधाकट होते. त्यांनी होता होईल तितकी मदत केली. भाच्याने त्याबदल आणि व्याजापोटी वेळोवेळी काही रक्कम दिली. तीन-चार वर्षांत मामा गेले. मग भाच्याने त्यांच्या मुलांना ती व्याजाची रक्कम देण्याचं थांबवलं. मुलांना वृद्ध पित्याच्या आर्थिक व्यवहाराबद्दल फारशी माहिती नव्हती, पण वडिलांनी गावाकडची जमीन विकून आलेले पैसे भाच्याच्या धंद्यात लावले आहेत एवढं ठाऊक होतं. त्यांनी सगळा हिशेब जाणून घेण्यासाठी भाच्याकडे वारंवार तगादा लावला, पण भाच्याने काही दाद दिली नाही. दुर्दैवाने काही काळानंतर या भाच्याचाही मृत्यू झाला. आता मामांचे उत्तराधिकारी भाच्याच्या उत्तराधिकाऱ्यांशी डोकेफोड करत आहेत, पण त्यातून काही निष्पन्न होणार नाही. मामाची मुलं फारसं शिकलेली नाहीत. कोर्टकचेऱ्या करणं त्यांना जमणार नाही. उत्तराधिकारी म्हणून आवश्यक ते पुरावे, प्रॉबेट या गोष्टीही त्यांच्यापाशी नाहीत त्यामुळे हा देण्याघेण्याचा व्यवहार स्थगित होऊनही काही वर्षं लोटली आहेत.

थोडक्यात तात्पर्य हे की पैशाच्या गुंतवणुकीबाबत ज्येष्ठ नागरिकांनी सावध आणि सतर्क असायला हवं. इतकंच नव्हे, तर कोणत्याही प्रकारच्या वैयक्तिक गुंतवणुकीचा व्यवहार करू नये. याचा अर्थ असा नव्हे की कुणा नातेवाइकाला अडचणीच्या वेळी मदत करू नये. शेवटी पैसा हा योग्य वापरासाठीच आहे. एखाद्या अगदी जवळच्या नातेवाइकावर गरजेच्या वेळी हात पसरण्याची वेळ येऊ शकते. अशा वेळी त्याच्या नजरेला नजरसुद्धा न भिडवता त्याला काही रक्कम देऊन विषय संपवावा, यात स्वत:चं समाधान आहे, प्रतिष्ठाही आहे. दिलेले पैसे कधीकाळी परत मिळाले तर आनंदच, पण जर त्याला परत करता आले नाहीत तर मरेपर्यंत ती गोष्ट लक्षात ठेवून कष्टी होऊ नये.

नव्या पिढीची वृद्धांबद्दल अशी तक्रार असते की ते खर्चाच्या बाबतीत कंजूषपणा

करतात आणि पैशाचा लोभ त्यांना सुटत नाही. या मागचं मानसशास्त्रीय कारण समजून घेण्यासारखं आहे. कोणतीही वृद्ध व्यक्ती आणखी किती काळ जगणार आहे याची कुणालाच कल्पना नसते. उतारवयात माणूस सुदैवापेक्षा दुर्दैवाच्या भयाने पछाडलेला असतो. पैशाच्या अभावामुळे वाईट अवस्थेत काळ कंठणाऱ्या आपल्या काही समवयस्कांची उदाहरणं डोळ्यांसमोर आली की त्यांची स्वत:बद्दलची काळजी वाढते. या वयात एकतर निश्चयाचं बळ कमी झालेलं असतं आणि मनाचा दुबळेपणा वाढलेला असतो. याला अपवाद असतील, पण सामान्यत: वृद्धांची परिस्थिती अशीच असते. महागाई वाढते आहे, व्याजदर घटत आहेत आणि आपल्यापाशी मिळकतीचं दुसरं साधन नाही; अशा वेळी दुर्दैवाने आजारीपण, अपघात असं काही झालं तर? या विचाराने ही वृद्ध माणसं त्यांना जो खर्च अकारण वाटतो तो करायला तयार नसतील तर त्यांना कंजूष किंवा लोभी म्हणता येणार नाही : ते त्यांचं व्यक्तिगत धोरण आणि निश्चित अशी योजना आहे.

वृद्धांची ही मानसिकता पुढच्या पिढीला कळत नाही. याला असलेला एक सुखद अपवाद माझ्या पाहण्यात आहे. पंचाहत्तरीच्या एका जोडप्याचे दोन्ही मुलगे आपापल्या व्यवसायात चांगला पैसा मिळवतात. वडील आयुष्यभर सरकारी नोकरीत होते त्यामुळे त्यांची बचत आणि पेन्शन ठरावीक असणार हे त्यांना कळत होतं. आईवडील स्वत:चे खर्च पेन्शनमधून करत असत, पण आपली बचत कमी होऊ नये याबद्दलची दक्षता बाळगत. मुलांच्या लक्षात आलं की आपण जितक्या मोकळेपणाने पैसा खर्च करतो तसा आईवडील करत नाहीत. आपला पैसा कमी होण्याच्या काळजीबरोबरच भविष्याबद्दलही ते काहीसे साशंक असतात. आपल्या स्वाभिमानी स्वभावामुळे वडील मुलांकडे काही मागण्याची शक्यताच नव्हती. यावर दोन्ही मुलांनी मिळून तोडगा काढला. दर पाच-सहा महिन्यांनी दोघांपैकी एक मुलगा फिक्स्ड डिपॉझिट किंवा अशाच प्रकारची गुंतवणूक आईवडिलांच्या नावाने करून त्याची रिसीट त्यांना आणून देत असे. दोघेही प्रत्येक वेळी एकच कारण पुढे करायचे. तुमचं नाव धंद्यात भागीदार म्हणून घातलं आहे. हा तुमच्या वाट्याचा नफा आहे. असं केलं नाही तर आमचा नफा जास्त होऊन अकारण जास्त इन्कमटॅक्स भरावा लागेल. आम्ही तुम्हाला वेगळं काही देत नाही, ही फक्त टॅक्स वाचवण्याची एक क्लृप्ती आहे. याचा परिणाम असा झाला की आईवडिलांपाशी स्वत:ची म्हणता येईल अशी बऱ्यापैकी रक्कम आली. हा पैसा वापरायची त्यांना मुळीच गरज नव्हती. पण आता आपल्यापाशी पुरेसा पैसा आहे असं समाधान त्यांना प्राप्त झालं, आणि आता ते स्वत:चा पैसा जरा मोकळ्या हाताने खर्च करायला लागले.

दीर्घ सहजीवनानंतर वृद्ध पतिपत्नींमध्ये एक आंतरिक एकवाक्यता हवी. त्याचं स्वरूप लेखी किंवा तोंडी दोन्ही नसलं तरी चालेल, मात्र परस्परांचा एकमेकांवर

विश्वास हवा. ७५ वर्षांच्या एका स्त्रीच्या मृत्यूनंतर तिच्या व्यक्तिगत सामानामध्ये तिच्या हस्ताक्षरातली एक चिठ्ठी निघाली. आपण अशाप्रकारे काही लिहून ठेवल्याचं तिने पती आणि मुलांनाही सांगून ठेवलं होतं. चिठ्ठीत आपल्या दागिन्यांचं काय करायचं याबद्दल तिने लिहिलं होतं. लग्न झालेल्या मुली, नातवंडं असं मोठं कुटुंब होतं ते. गेलेल्या व्यक्तीने आपल्या दागिन्यांपैकी ठरावीक दागिने मुलींना देण्याबद्दल लिहिलं होतं. मुलांनीच नव्हे, तर नवऱ्यानेही या सद्गत स्त्रीची इच्छा पूर्ण करताना चलाखीचा वापर केला. चार सासुरवाशिणी लेकी होत्या, आता दर दीड-दोन वर्षांनी कोणत्या तरी नातवंडाचं कार्य निघायचं. मग नवऱ्याने आणि मुलांनी ठरवलं की अशा कार्यात जो अहेर करायचा त्यात आईने लिहून ठेवल्याप्रमाणे दागिना द्यायचा. असं करण्यात प्रामाणिकतेचा अभाव होता. सासरी गेलेल्या लेकी वडिलांना वाईट वाटू नये म्हणून काही बोलल्या नाहीत, पण मनात कुठेतरी कळ उमटलीच. लग्नकार्य किंवा तत्सम प्रसंगी देवघेव करण्याचा जो व्यवहार करायचा त्याच्याशी आईच्या इच्छापत्रातल्या सूचनांचा मेळ घालणं योग्य नव्हतं. यात असंही घडू शकतं की एका लेकीकडे लगेच लग्नकार्य निघालं आणि तिच्या वाटणीचा दागिना तिला मिळून गेला. पण दुसरीला तिच्या वाटणीचा दागिना मिळायला काही वर्षं थांबावं लागलं. याही पलीकडे जाऊन, समजा मधल्या काळात वडिलांचा मृत्यू झाला तर आईच्या इच्छेची अंमलबजावणी मुलांच्या मर्जीवर अवलंबून राहील.

या संपूर्ण घटनेतून सुचवायचं एकच की वृद्ध नवरा-बायकोनी आपल्या जोडीदाराच्या इच्छेचं प्रामाणिकपणे पालन करायला हवं. अन्य कोणत्याही लाभालाभाचा हिशेब त्यात आणू नये. ४०-५० वर्षांच्या सहजीवनानंतर पुढे निघून गेलेल्या व्यक्तीला आपल्या जोडीदाराकडून ही अपेक्षा करण्याचा अधिकार नक्कीच आहे, अगदी आयुष्यभर दोघात मानसिक सुसंवाद नसला तरी!

वृद्धांनी आपलं विल किंवा इच्छापत्र करून ठेवायला हवं, असा बऱ्याच लोकांचा आग्रह असतो. असं काहीतरी करणं चांगलं आहे, करायलाही हवं. पण शेवटी त्याची अंमलबजावणी उत्तराधिकाऱ्यांच्या प्रामाणिकतेवर अवलंबून असते. प्रामाणिकता नसेल तर उत्तराधिकारी मृत्युपत्रात अनेक प्रकारचे वांधे, विघ्ने आणू शकतात. मृत्युपत्राची प्रामाणिक अंमलबजावणी करणारी अपत्ये सगळ्यांच्या भाग्यात नसतात. काही वेळा विषाचा एक थेंबही घागरभर दूध बिषमय करतो. मात्र दुधाची भरलेली घागरही त्या थेंबभर विषाचं दूध करू शकत नाही हे निखळ आणि कठोर वास्तव आहे. आपल्याला त्यातच जगायचं आहे.

माणसाचं काही सांगवत नाही

माणूस आयुष्यभर यथाशक्ती, यथामती धनोपार्जनासाठी जे कष्ट करतो त्यातून त्याच्या प्रारब्धाप्रमाणे त्याला जे काही प्राप्त होतं ते सर्व आपल्या मृत्यूनंतर योग्य व्यक्तीला योग्य मार्गाने वापरायला मिळावं अशी इच्छा असणं अगदी स्वाभाविक आहे. एका संस्कृत सुभाषिताप्रमाणे धनाच्या तीनच वाटा असतात. एक तर ते तुम्ही स्वत:साठी वापरा, किंवा त्याचा वापर इतरांसाठी वा समाजकार्यासाठी करा. मात्र यापैकी एकही पर्याय निवडला नाहीत, तर तुम्ही मिळवलेली संपत्ती चोरडाकू तरी लुटून नेतील किंवा शासकाकडे जाईल. सुभाषिताच्या काळात वसियतनामा किंवा मृत्युपत्र करण्याची प्रथा नसावी. म्हणूनच न वापरलेली नावारस संपत्ती लुटारूंच्या हातात पडायची किंवा राजाच्या आज्ञेवरून राज्याच्या खजिन्यात जमा व्हायची. स्वत:च्या मृत्यूपूर्वी मृत्युपत्र लिहिण्याची प्रथा प्राचीन किंवा मध्ययुगातही आढळत नाही. त्या काळच्या प्रथेनुसार कुटुंबातील ज्येष्ठाच्या मृत्यूनंतर त्याची धनसंपत्ती त्यांच्या मुलांमध्ये विभागली जात असावी. यात फारसे मतभेद होत नसावेत आणि झाले तरी गावातील पंच किंवा कुटुंबातील शहाणी माणसं मधे पडून जो काही निर्णय देत तो सर्वमान्य होत असावा. पैतृकसंपत्तीसाठी त्या काळात कोर्टकचेऱ्या झाल्याचं दिसत नाही.

आज आपण ज्याला वसियतनामा म्हणतो तो शब्ददेखील संस्कृत किंवा तद्जन्य भाषेत सापडत नाही. वसियत हा शब्द मूळ अरबी भाषेतील आहे आणि त्याचा अर्थ वारसपत्र असा होतो. विल हा त्याचा इंग्रजी भाषेतला पर्याय आहे. हा शब्दही आपण आपल्या भाषेत स्वीकारला आहे. आजचं जग इतकं गुंतागुंतीचं आणि कौटुंबिक नाती इतकी विसविशीत झाली आहेत की कोणत्याही व्यक्तीने विल

किंवा वसियतनामा करून ठेवण्यातच शहाणपण आहे.

वसियत किंवा विल हा शब्द वयाची ज्येष्ठता सुचवतो. आपलं वय आता वाढलं आहे आणि आपण मृत्यूच्या जवळ आहोत हे स्वीकारायला माणूस पट्कन राजी होत नाही. माझे वडील वयाच्या ऐंशीव्या वर्षी अगदी आरोग्यपूर्ण आणि धडधाकट अवस्थेत होते. त्यांच्या एखाद्या स्नेह्याने विल करायचं सुचवलं तर किंचित नाराजीच्या स्वरात ते म्हणत, 'एवढी काय घाई आहे? माझी प्रकृती अगदी ठणठणीत आहे.' या मागची मनोभूमिका काय असावी? विल म्हणजे मृत्यूनंतर करण्याची कार्यवाही आणि विल लिहिणं म्हणजे मृत्यूच्या समीपतेचा स्वीकार करणं हे कोणत्याही ज्येष्ठ नागरिकाला आवडत नाही.

पण प्रत्येक ज्येष्ठ नागरिकाने मृत्यूनंतर आपल्या मालमत्तेची विभागणी कशी करावी हे स्पष्ट शब्दांत आणि लिखित स्वरूपात व्यक्त करायला हवं. तसं पाहता विलची कायदेशीर प्रक्रिया अगदी सोपी आहे. कोणत्याही व्यक्तीने, कोणत्याही दोन व्यक्तींच्या उपस्थितीत आपल्या मालमत्तेच्या विभागणीबद्दलची स्वत:ची योजना लिखित स्वरूपात केली आणि त्यावर हजर असलेल्या दोन्ही साक्षीदारांनी सह्या केल्या की त्याला कायदेशीर स्वरूप प्राप्त होते. आपल्या संपत्तीच्या विभागणीची आपण जी योजना केली आहे त्याची नीट अंमलबजावणी व्हावी यासाठी एखाद्या विश्वासपात्र व्यक्तीची वहिवाटदार म्हणून नेमणूक करायला हवी. हा वहिवाटदार मृत्युपत्र करण्याची प्रक्रिया इतकी साधी, सरळ आहे की काही वेळा उत्तराधिकाऱ्यांची मनं अस्वस्थ होतात, एकमेकात कटुता येते आणि हे विल पूर्णपणे बेकायदेशीर आहे असे दावे-प्रतिदावे सुरू होतात. मला असं एक उदाहरण ठाऊक आहे. वडिलांनी केलेल्या मृत्युपत्राबद्दल असंतुष्ट असलेल्या एका वारसदाराने फॅमिली डॉक्टरकडून एक सर्टिफिकेट मिळवलं. सर्टिफिकेटप्रमाणे ज्या दिवशी विल तयार करण्यात आलं त्या वेळी ती व्यक्ती अतिशय आजारी होती, वेदना होऊ नयेत यासाठी त्यांना सतत गुंगीची औषधं देण्यात येत होती. हे सर्टिफिकेट देणाऱ्या डॉक्टरांनीच त्या व्यक्तीचं डेथ-सर्टिफिकेट दिलेलं होतं, इतकच नव्हे, तर तेच डॉक्टर त्या व्यक्तीवर अधूनमधून उपचारही करत होते. त्या असंतुष्ट वारसदारांनी मिळवलेलं सर्टिफिकेट खोटं होतं तरीही विलची कायदेशीर अंमलबजावणी होण्यात अडचण निर्माण झाली. अशा वेळी प्रॉबेट मिळण्यासाठी विल कोर्टात सादर केलं जातं, तेव्हा त्याच्या कायदेशीरपणाबद्दल शंका घेण्यात येते आणि मग वकिलांमधली कायद्याची लढाई सुरू होते.

हे थांबवण्यासाठीचा सर्वांत सोपा मार्ग असा :

मृत्युपत्रावर साक्षीदार आणि वहिवाटदार यांच्या उपस्थितीतच वारसदारांच्या विल-स्वीकृतीबाबत सह्या घेणे. या सह्या घेताना मृत्युपत्रातील सर्व मजकूर दाखवण्याची

गरज नाही. मजकूर झाकून ठेवून शेवटच्या कागदावर वारसदारांकडून इतकंच लिहून घ्यावं की आमच्या माता/पित्यांनी जे काही विल केलेलं आहे ते आम्हाला मान्य आहे. जर एखाद्या वारसदाराने सही करायला कांकू केलं तर त्याचा अर्थ इतकाच की त्याचा तुमच्यावर विश्वास नाही. इतकंच नव्हे, तर तुमच्या पश्चात इतर भावंडांच्या हक्कावर त्याचा डोळा आहे किंवा त्याला अधिक काही हवं आहे. अशा परिस्थितीत तुम्ही विल रजिस्टर करवून घ्यायला हवं. ही प्रक्रियाही फारशी गुंतागुंतीची नाही. फक्त एखाद्या वकिलाची मदत लागेल. तीही अगदी मामुली. रजिस्टर झालेल्या विलची अंमलबजावणी कायदेशीर मार्गानेच होते आणि त्यात कुणी खोडा घालू शकत नाही. फक्त हे सगळं करायची वेळ आली तर कौटुंबिक कलहाची ही सुरुवात असून यातच पुढच्या कलहाची बीजं आहेत याची मनाशी खूणगाठ बांधावी. वृद्ध मातापित्यांसाठी हे सुखद नसलं तरी पुढचे मोठे कलह टाळण्यासाठी हे दुःख सहन करायला हवं.

काही वेळा असंही घडतं की विल केल्यानंतर कालांतराने परिस्थिती बदलते. मुलांच्या वागणुकीत बदल होतो किंवा तुमची आर्थिक परिस्थिती बदलते. अशा वेळी केलेल्या विलमध्ये आवश्यक ते फेरबदल करता येतात. मात्र हे फेरफार जुन्या विलवर न करता नवीन विल तयार करावं लागतं. जुनं विल नष्ट करणंही हितावह असतं. विल किंवा मृत्युपत्रासोबतच प्रत्येक ज्येष्ठ नागरिकाने आपल्या विविध गुंतवणुकीची किंवा इतर देण्याघेण्याच्या व्यवहारांची सविस्तर नोंद करून ठेवावी. ही नोंद स्वत:साठी नसून वारसदारांसाठी आहे हे लक्षात घेऊन त्यात स्पष्टता असावी. अशा नोंदी वेळोवेळी update करणंही आवश्यक असतं. उत्तर आयुष्यात या सगळ्या भानगडींपासून दूर राहता येणं ही उत्तम आणि आदर्श परिस्थिती म्हणता येईल. पण आदर्श आणि वस्तुस्थिती या दोन अलग गोष्टी आहेत. माझ्या पाहण्यात अशा वृद्ध व्यक्ती आहेत ज्यांनी म्हातारपणात या झंझटापासून मुक्त व्हावं म्हणून सगळा व्यवहार मुलांच्या हातात सोपवला आणि पुढे नाइलाजाने सगळा व्यवहार पुन्हा आपल्याकडे घेतला. असं झालं की मनं दुखावतात, नात्यातील फटी रुंदावतात.

आईवडिलांना आपली सगळी अपत्यं सारखीच प्रिय असणं नैसर्गिक असतं, चांगलंही असतं. प्रत्यक्षात मात्र असं घडत नाही. बऱ्याच वेळा असं होतं की कुटुंबात तीन-चार मुलगे असतील, तर त्यांचा आईवडिलांशी असलेला व्यवहार एकसारखा असत नाही. हे केवळ आर्थिक विषयापुरतं मर्यादित नसतं. एक मुलगा खूप मिळवत असतो आणि अधूनमधून आईवडिलांसाठी १०-२० हजार खर्चही करतो. दुसऱ्याची आवक कमी असल्याने तो असा खर्च कमी करतो. पैसे खर्च करण्याचा हा मापदंड आईवडिलांनी लक्षात घेऊ नये. याउलट पुष्कळ आवक

असूनही एखादा मुलगा आईवडिलांना आपल्या घरी ठेवून घ्यायला राजी नसतो. पत्नी किंवा मुलांसाठी पादत्राणांच्या दहा जोड्या हौसेने खरेदी करतो, पण आईवडिलांची आवश्यक अशी औषध आणायला मात्र विसरतो. अशा ठिकाणी सगळ्या मुलांना सारखं मानण्याचा मापदंड योग्य ठरत नाही. आईवडिलांनी सगळ्या मुलांवर सारखंच प्रेम करावं हे खरं, पण गूळ आणि बारदानाची किंमत सारखी धरून चालणार नाही. असं झालं तर तो अंधेरनगरीच्या चौपट राजाचा टका शेर भाजी, टका शेर खाजा असा न्याय होईल. हे न्याय आणि व्यवहार दोन्हीला धरून नाही. विल करताना आईवडिलांनी हा मुद्दा लक्षात ठेवायला हवा. एक मुलगा आर्थिकदृष्ट्या दुबळा आहे, एकाने आईवडिलांच्या इच्छेला मनापासून मान दिला आहे, दुसऱ्याने तसं केलं नाही. वागण्यावागण्यातला हा फरक समजून घ्यायला हवा.

गुजराती कला क्षेत्रातील एक अग्रगण्य चित्रकार बऱ्याच वर्षांपूर्वी मुंबईत वास्तव्याला होते. गुजराती भाषेतील आजचे एक आघाडीचे प्रकाशक त्या काळी प्रकाशनाच्या क्षेत्रात येण्यासाठी प्रयत्नशील होते. आपल्या प्रकाशन संस्थेच्या पुस्तकांची मुखपृष्ठं तयार करून घेण्यासाठी हे तरुण प्रकाशक त्या वयोवृद्ध चित्रकाराकडे जात असत. हे चित्रकार आलेल्या कोणत्याही व्यक्तीचं आदरातिथ्य केल्यावाचून तिला जाऊ देत नसत. सुनेला सासऱ्यांची ही सवय फारशी पसंत नव्हती. एकदा या तरुण प्रकाशकाच्या भेटीच्या वेळी त्या चित्रकार गृहस्थांनी चहा आणण्याची सूचना घरात पाठवली. योग्य तेवढा वेळ गेल्यावरही चहा आला नाही. कामाबद्दलचं बोलणं संपलं तरी चहा आला नाही. दुसऱ्यांदा हाक मारून आठवण करून दिल्यावरही चहा आला नाही, तेव्हा परिस्थिती ओळखून प्रकाशकाने निरोप घेतला.

सांगण्यासारखी गोष्ट अशी की दुसऱ्या दिवशी या ज्येष्ठ चित्रकाराने आपल्या वकिलाकडे जाऊन स्वतःचं विल बदलून टाकलं. त्यात त्यांनी लिहिलं होतं, 'माझ्या मुलाने आणि सुनेने फक्त माझ्या मालमत्तेचं वारस न बनता माझ्या संस्कारांचेही वारस बनणं अपेक्षित आहे. माझ्या हयातीतच त्यांना माझे संस्कार स्वीकारार्ह वाटत नसतील, तर माझी मालमत्ता त्यांना न मिळता त्यांच्या मुलांना-माझ्या नातवंडाना मिळावी. ही नातवंडेही माझ्या संस्कारांचे अनुसरण करतील, त्याप्रमाणे वागतील याची मला खात्री नाही. पण वेगाने बदलत्या काळात मी तशी अपेक्षाही ठेवत नाही आणि तोवर मी हयातही असणार नाही. मात्र माझ्या मुलांवर मी स्वतः संस्कार केले आहेत. ते संस्कार माझ्याच घरात माझ्या वृद्धावस्थेत नष्ट होत असतील तर त्याचं मला दुःख वाटतं.'

कौटुंबिक जीवनात असंतुलन किंवा अडचण आणण्यासाठी वरील उदाहरण दिलेले नाही. आईवडील आणि मुले- दोन्ही पक्षांनी योग्य दिशेने विचार करावा

एवढाच हेतू आहे.

एकेकाळी सामाजिक संरक्षण आणि व्यक्तिगत विकास या दोन्ही गोष्टींसाठी संयुक्त कुटुंब अर्थपूर्ण ठरत असे. आज अशी वेळ आली आहे की संयुक्त कुटुंब तर लांब, या शतकात पतिपत्नी तरी एक युनिट म्हणून राहतील का, असा मोठा अवघड प्रश्न निर्माण झाला आहे. व्यक्तिस्वातंत्र्याच्या वेडाने आपल्याला अक्षरश: पछाडलं आहे. कौटुंबिक बंधने शिथिल झाली आहेत. कुटुंबातील इतरांसाठी 'जाऊ दे' म्हणण्याची भावना लुप्त होत चालली आहे. कोणत्याही मुद्द्यावर 'जाऊ दे' म्हणणं म्हणजे व्यक्तिस्वातंत्र्यावर गदा असा समज दृढ होऊ लागला आहे. या चक्राची दिशा आणि गती भोवंडून टाकणारी आहे. ती रोखण्याचं सामर्थ्य आपल्यात... ज्येष्ठ नागरिकांत नाही. हे वास्तव स्वीकारून आईवडिलांनी आपल्या हयातीतच संयुक्त कुटुंबाचं विभाजन करणं उचित ठरेल. हे विभाजन म्हणजे एअरटाइट कंपार्टमेंट्स तयार करणं नव्हे, पण एका घरात राहणारे विवाहित मुलगे आपल्या बायको-मुलांसह जवळजवळच पण अलग राहावेत; रोज भेटत राहावेत आणि आईवडिलांच्या गरजेला सगळे उभे राहतील अशी व्यवस्था करायला हवी. काही काळ धंदा एकत्र असला, तरी राहणं अलग असावं. माझ्या ओळखीच्या एका गृहस्थांना मी काही वर्षांपूर्वी असा सल्ला दिला तेव्हा तो गांभीर्याने न घेता ते म्हणाले होते की त्यांची मुलं आज्ञाधारक आहेत व मुलांनाच हे मान्य होणार नाही. दुसऱ्या मुलाचं लग्न झाल्यावर पुन्हा एकदा मी सुचवलं की आता मोठ्या मुलाला वेगळं राहू द्या आणि नव्या सुनेला जवळ ठेवून तुमच्या कुटुंबाचे संस्कार तिला शिकू द्या. त्यांना माझं म्हणणं पटलं नाही. अगदी थोडक्या काळात दोन सुनांत एवढ्या तेवढ्यावरून मतभेद व्हायला लागले. त्याच काळात तिसऱ्या मुलाचं लग्न होऊन तिसरी सून घरात आली आणि परिस्थिती आधी गंभीर आणि मग स्फोटक बनली. प्रत्येकीचे घरकामाचे, स्वयंपाकाचे दिवस ठरले. घरात नोकर होता, गाडी होती, फ्लॅट बऱ्यापैकी मोठा होता. तरीही गाडी किंवा टेलिफोनच्या वापरापासून पाहुणे आले तर त्यांचं आतिथ्य करण्यापर्यंत, प्रत्येक मुद्द्यावर भांडणं होऊ लागली. काही वेळा स्वयंपाकघरात संप पुकारला जाऊ लागला. भावाभावांमध्येही कटुता यायला लागली. सासू-सासऱ्यांची अवस्था बिकट म्हणावी अशी झाली. एका सुनेने जबरदस्तीने - इच्छा नसूनही अलग फ्लॅट घेऊन द्यायला भाग पाडलं आणि आणखी एकीने लाखो रुपये एकरकमी घेऊन घटस्फोट घेतला. संपूर्ण कुटुंब जणू धगधगत्या अग्निकुंडात होरपळून निघालं. परिस्थिती नेहमीच इतकी विकोपाला जाते असं नाही. पण या प्रकारच्या शक्यता लक्षात घेऊन शहाण्या आईवडिलांनी एका मुला-सुनेला आपल्या जवळ ठेवून दुसऱ्या किंवा तिसऱ्या मुलाला अलग व्यवस्था करून द्यावी.

अर्थात सर्वच आईवडिलांची असे दोन-तीन मुलांचे, आजच्या जीवनशैलीत

बसणारे संसार मांडून देण्याची ऐपत नसते. जर सगळे एका धंद्यात नसले तर मुलांची कमाईही सारखी नसते. अशा वेळी अधिक कमाई असलेला मुलगा आपला अलग संसार मांडू शकतो. मात्र कमी मिळवणाऱ्या भावाला वडिलांनी थोडंफार अधिक दिलं, तर त्याला आपल्या हक्कावर गदा आल्यासारखं वाटतं. कारण एकच, आजची पिढी ही कर्तव्यापेक्षा हक्काबाबत अधिक जागरूक आहे. तेव्हा अशी भावना वाढीस लागणार नाही यासाठी आईवडिलांनी कुशलतेने मार्ग काढायला हवा.

कुटुंबविभाजनात वाईट असं काही नाही. धंदा एकत्र असेल, तर त्याचं विभाजनही आईवडिलांनी आपल्या हयातीतच करावं. विभाजन करताना पुढच्या काळात भावाभावांत स्पर्धा किंवा भांडणं होणार नाहीत याची काळजी घ्यावी. बऱ्याच वेळा कौटुंबिक कलहाला संपत्ती कारणीभूत नसते. सात पिढ्यांनी बसून खाल्लं तरी संपणार नाही अशा अब्जावधी रुपयाची संपत्ती असलेल्या अंबानी भावांमधली भांडणं आपल्या डोळ्यांसमोर आहेत. एकाजवळ पाचशे अब्ज आणि दुसऱ्या जवळ सातशे अब्जाची मालमत्ता असल्याने दोघांपैकी कुणालाही काय फरक पडणार आहे? पण अहंकार, ईर्षा आणि द्वेष यांसारख्या भावना भांडणाच्या मुळाशी असतात. विसाव्या शतकातील एक सुसंस्कृत, संपन्न असा मफतलाल परिवार आज विविध प्रकारचे हेवेदावे, तंटेबखेडे आणि कोर्टकचेऱ्यांनी ग्रासला आहे. बिर्लासारख्या प्रसिद्ध परिवारातही एका मृत्युपत्रावरून न्यायालयीन युद्ध सुरूच आहे.

या ठिकाणी एका मुद्द्याची आवर्जून नोंद घ्यायला हवी. कुटुंबातील कुणावरही विश्वास दाखवू नये किंवा अविश्वासच दाखवावा असं मुळीच नाही. फक्त ज्या मार्गावर पुढे जाताना अरण्य येत असेल, जिथे हिंस्र श्वापदं तुम्हाला फाडून खायला बसलेलीच आहेत, अशा मार्गावर पाऊलच टाकू नये. माणूस हा एक अगम्य प्राणी आहे. कुत्रा, कावळा, सिंह यांसारख्या प्राण्यांचं वर्तन विशिष्ट परिस्थितीत, कोणत्याही काळात तसंच असतं, त्यात बदल होत नाही. पण माणसाबद्दल असं खात्रीपूर्वक म्हणता येणार नाही. यातून आपण स्वत:ला देखील वगळू शकत नाही. एकेकाळचे अगदी जिवलग मित्र, आप्तजन, अशी माणसंही पुढच्या काळात इतकी एकमेकांविरुद्ध उभी ठाकतात की अगदी हीन म्हणावं असं कृत्य करायलाही मागेपुढे पाहत नाहीत. याही पुढे जाऊन आपल्या अशा वर्तनाचं समर्थन करू पाहतात. मानवी आयुष्यातलं हे कारुण्य आहे. आपल्याला या कारुण्यासहच जगायचं आहे.

जुन्या डोळ्यांनी नवे तमाशे

बहात्तर वर्षांच्या एका ज्येष्ठ मित्राने गप्पांच्या ओघात स्वत:चा एक अगदी ताजा अनुभव सांगितला, तो त्यांच्याच शब्दांत :

'आमच्या परिवारात एक लग्नकार्य होतं. त्या निमित्ताने काही खरेदी करणं गरजेचं होतं. आम्ही खरेदीची यादी केली आणि त्याप्रमाणे खरेदीला सुरुवातही केली. त्या दरम्यान माझ्या चाळिशीच्या मुलाने म्हटलं, "पप्पा, मला बूट आणायला जायचंय, तुमच्या वहाणाही झिजून गेल्या आहेत आणि तुमच्याजवळ बूटही नाहीत. माझ्या बरोबरच चला, आपण घेऊन टाकू."

त्याचं म्हणणं बरोबर होतं. मी सरकारी नोकरीत होतो तेव्हा बूट घालत असे. पण आता पुष्कळ दिवसांपासून चप्पलच वापरतो. कधी बाहेरगावी जाणं झालं आणि त्यातही हिवाळा असला तर बुटाची आठवण होते. पण असं क्वचित घडतं. मुख्य म्हणजे चपला घातल्या की पायांना मोकळं वाटतं त्यामुळे बऱ्याच वर्षांत मी बूट घेतलेच नव्हते. आता घरचंच कार्य होतं म्हणून मी बूट घ्यायला तयार झालो.

एक प्रसिद्ध ब्रँडच्या एअरकंडिशन्ड दुकानात आम्ही गेलो. मुलाने स्वत:च्या पसंतीच्या बुटांची खरेदी केली आणि मग माझ्या पसंतीसाठी एक जोडी माझ्यासमोर ठेवली. बुटांची किंमत होती पाच हजार! किंमत ऐकूनच मी मुलाला म्हटलं, "मला असल्या महागड्या बुटांची अजिबात गरज नाही. आता महागाई आहे म्हणून पाचशे रुपयांपर्यंत बूट घ्यायला हरकत नाही, पण एवढे पाच हजाराचे बूट घालून मला जायचंय कुठे?" मुलानं आग्रह धरला. म्हणाला, "हजार-पाचशेचे बूट घालून तुम्ही फिरणं बरं दिसत नाही. हे पाच हजाराचे बूट घेऊन टाका." आमच्यात थोडी शाब्दिक चकमक झडली. बुटाचे पैसे मी द्यायचे नसले, तरी इतके महागडे बूट

घेण्याची मला गरजच वाटत नव्हती. मुलगा नाराज होऊन म्हणाला, ''पप्पा, तुम्हाला कुठे द्यायचेत पैसे? माझे पैसे खर्च होत आहेत. मग तुम्ही का कंजूषपणा करताय?''

मुलाची नाराजी पत्करूनही मी ते बूट घेतले नाहीत. पाच हजार खर्च करण्यासारखी मुलाची प्राप्ती आहे, किंवा मी मनात आणलं तर माझ्या खिशातून तेवढे पैसे खर्च करण्याची आर्थिक कुवत माझ्यापाशीही आहे. मात्र मुलाने माझ्यासाठी वापरलेल्या कंजूषपणा या शब्दाचा इथे काय संबंध होता ते मला कळलं नाही.

काल-परवापर्यंत जो रुपया गाड्याच्या चाकाएवढा मोठा वाटायचा तो आता सूक्ष्मदर्शक लावून शोधला तरी दिसणार नाही इतका सूक्ष्म झाला आहे. दहा-बारा वर्षांपूर्वी ३५ वर्षांच्या नोकरीनंतर निवृत्त होणाऱ्या कर्मचाऱ्याचा पगार १०-१५ हजार होता. त्याचीच मुलं आज एखाद्या कंपनीत ५० हजार ते लाखभर रुपयांची नोकरी सहज मिळवू शकतात. वाढणाऱ्या प्राप्तीबरोबर माणूस थोडा मोकळ्या हाताने पैसा खर्चू लागला किंवा रोजच्या जगण्यात अधिक सुखसोयी उपभोगू लागला, तर त्यात काही चूक नाही, पण ज्या ज्येष्ठांनी आपलं सगळं आयुष्य काटकसरीत आणि साधेपणाने घालवलं, त्यांना असे पुष्कळसे खर्च हा पैशाचा अपव्यय वाटू लागतो. ज्यांनी चपलांच्या एका जोडांवर वर्ष-दोन वर्षं सहज काढलेली असतात. त्यांच्या दृष्टीने मुलगा-सून किंवा नातवंडं स्वत:साठी मॅचिंग पोशाखाबरोबरच ढीगभर पादत्राणेही घेतात हे नक्कीच आश्चर्यकारक वाटतं.

एकदा एका श्रीमंत कुटुंबाच्या बंगल्यावर माझं जाणं झालं. दाराजवळच्या पॅसेजमधल्या शू-रॅकवर विविध रंगाची आणि विविध ढंगाची पादत्राणे ठेवलेली माझ्या नजरेस पडली. प्रथम मला वाटलं की त्यांच्याकडे एखादं कार्य किंवा कार्यक्रम असावा. पण मग वाटलं, बाहेरून आलेले पाहुणे पादत्राणे अशी रॅकमध्ये व्यवस्थित लावून ठेवणार नाहीत. काय लहर आली कुणास ठाऊक, कॉल-बेलचं बटण दाबण्यापूर्वी मी पादत्राणाच्या जोड्या मोजल्या. तब्बल ४७ होत्या! घरात मध्यमवयाचे नवरा-बायको दोघंच राहत होते. पण आधुनिकतेच्या हव्यासापोटी प्रत्येक प्रसंगाला आणि वेषभूषेला साजेशी पादत्राणे त्यांनी घेऊन ठेवलेली दिसत होती.

सांगायचं तात्पर्य इतकंच की नवी पिढी जी खरेदी करते ती मागची पिढी ज्याला 'गरज' म्हणायची त्या प्रकारची नसते. आता गरजेची व्याख्या बदलली आहे. तुमच्या पिढीतली मुलं आईवडिलांनी महुव्याहून आणलेल्या लाकडी खेळण्यांनी खेळायची. ही खेळणी सहसा तुटायची नाहीत. निकामी व्हायची नाहीत. तुमच्या नंतर दोन-पाच वर्षांनी तुमची धाकटी भावंडं त्याच खेळण्यांनी खेळायची. आजची नवी पिढी सकाळी आणलेलं खेळणं दुपारपर्यंत मोडूनतोडून मोकळी होते.

कुटुंबातील ज्येष्ठ म्हणून तुम्ही जेव्हा हे पाहता तेव्हा मनातल्या मनात नाराज होता. कारण असं की ज्येष्ठांना हा पैशाचा अपव्यय वाटतो. यात त्यांना उथळपणा आणि उधळेपणा दिसतो. एकाचं पाहून दुसऱ्याने करण्याची वृत्ती दिसते. आणि मग त्यांना बोलल्यावाचून राहवत नाही. यातील सत्य हे की, आता जीवनदृष्टी, जीवनधोरण एवढंच नव्हे तर जगण्याची मूल्ये देखील पार बदलून गेली आहेत. ज्येष्ठांना ही नवीन मूल्ये 'जुन्या डोळ्यांनी नवे तमाशे' वाटत असले, तरी मान्य करण्यावाचून गत्यंतर नाही.

सभोवार नजर फिरवली तर तुमच्या नातेवाइकांमध्येसुद्धा अशी कित्येक उदाहरणं सापडतील. ज्या घरात साधेपणा हा वडिलांनी जीवनमंत्र मानला होता त्या साधेपणाला त्यांची मुलं लोभी वृत्ती किंवा कंजूषपणा मानतात. रुपयाचा आकार इतका बदलला आहे की निवृत्तीच्या वेळी हजारभर पेन्शन मिळणाऱ्या पेन्शनरच्या विधवेला आज पाच हजारांपर्यंत फॅमिली पेन्शन मिळू लागलं आहे. जो पेन्शनर काशी-रामेश्वर किंवा गोकुळ-मथुरेची यात्रा करण्याची स्वप्नं पाहायचा त्याची विधवा या फॅमिली पेन्शनमधून पतीच्या श्राद्धाला पाच हजार रुपये खर्चून ब्राह्मणभोजन घालते.

मॅट्रिकपर्यंत शिकलेल्या ज्येष्ठांना इंग्रजी भाषेच्या पाठ्यपुस्तकातील रिप वॅन विंकलची गोष्ट कदाचित आठवत असेल. हा रिप वॅन विंकल गावाबाहेरच्या एका टेकडीमागे झाडाच्या गर्द सावलीत झोपी जातो. तब्बल वीस वर्ष तो झोपून राहतो. वीस वर्षांनी उठल्यावर त्याला मात्र आपण दोन-चार तासच झोप काढल्यासारखं वाटतं. आपला चेहरासुद्धा बदललाय हे त्याच्या लक्षातच येत नाही. तो अगदी सहजपणे गावात येतो तर त्याला कुणीच ओळखीचं दिसत नाही. गावातले रस्ते, चौक आणि इतर ठिकाणं सगळी पार बदललेली आहेत आणि त्याचं बोलणं ऐकून गावातले टारगट तरुण त्याची खिल्ली उडवतात. आज कित्येक प्रसंगी तुमची अवस्था या रिप वॅन विंकलसारखी होत असली तर नवल नाही.

कालवर तुम्ही जिला काटकसर म्हणत होता त्या काटकसर शब्दाची व्याख्या आता बदलावी लागेल. महानगरातील सतत वाढणारा वाहन व्यवहार आणि लोकांची धावपळ लक्षात घेता तुम्हाला तुमची काटकसरीची कल्पना सोडून द्यायला हवी. तुमची काटकसर कंजुषी ठरणार नाही याचा विचार करायला हवा. तुमच्यापाशी पुरेशी बचत असेल, तर त्यावरील व्याजाचा नुसता हिशेब करत बसू नका, ते खर्च होईल असं पाहा. महागाईची तक्रार करणाऱ्या ज्येष्ठांनी हेही लक्षात घ्यावं की महागाई असह्य होत असली तरी तीही आता वैश्विक झाली आहे. मात्र सरासरी मध्यमवर्ग म्हणून पन्नास वर्षांपूर्वी आपण ज्या प्रकारचं जीवन जगत होतो त्यापेक्षा स्थूलार्थाने आज कितीतरी अधिक भौतिक गोष्टी उपलब्ध आहेत ज्यांचा आपण उपभोग घेऊ शकतो. अशा परिस्थितीत जर तुमच्या मुलांची प्राप्ती तुमच्या कल्पनेपेक्षा

कितीतरी पटीने अधिक असेल तर त्यांचा खर्चही अधिक असणारच. खर्च करताना सारासार विवेक असावा एवढंच आपण त्यांना म्हणू शकतो. भाजपचे स्वर्गवासी नेते श्री. प्रमोद महाजन; त्यांचे चिरंजीव राहुल महाजन. त्यांची जेव्हा पोलीस चौकशी चालली होती तेव्हा वर्तमानपत्रांनी त्यांच्या मित्रांचा हवाला देऊन म्हटलं होतं की राहुल पाचशे किंवा हजार रुपयांच्या नोटेत अमली पदार्थाची गुंडाळी करून धूम्रपान करत असे. पैशाच्या अतिरेकातून असे मूर्ख चाळे घडू नयेत एवढा तरी विवेक राहावा. तरीही तुम्ही तुमच्या मुलांना सांगण्याची, उपदेश करण्याची एक मर्यादा असते हे लक्षात ठेवा. स्वजनांच्या मोहाने भ्रमित झालेल्या अर्जुनाला स्वत:ला शक्य होतं तेवढं सांगून झाल्यावर शेवटी कृष्णानेही म्हटलं आहे : 'हे अर्जुना, मला जो मार्ग कल्याणकारी वाटतो तो तुला सांगितला. आता तुझी बुद्धी आणि स्वभावानुसार तुला योग्य वाटेल ते कर - यथेच्छसि तथा कुरु!

तुमच्या वयाच्या आठव्या किंवा दहाव्या वर्षी तुमच्या वडिलांनी किंवा आजोबांनी सद्वर्तन कशाला म्हणायचं हे सांगितलं किंवा शिकवलं असेल. त्यांचं सांगणं तुम्ही कोणताही प्रतिप्रश्न न करता ऐकून घेतलं असेल, वडील किंवा आजोबा जे सांगतात ते चांगलच असणार असं तुम्हाला वाटत असे. त्या वेळी आवडलं नाही किंवा अवघड वाटलं तरीही 'बाबांनी असं सांगितलंय' किंवा 'आजोबांना हे आवडत नाही,' असं म्हणून तुम्ही त्यांच्या सांगण्याप्रमाणे वागत होता. असं करताना बऱ्याच वेळा त्यांच्याबद्दलच्या आदरापेक्षा त्यांची भीती हेच कारण असायचं.

आज परिस्थिती अगदी भिन्न आहे. आठ-दहा वर्षांच्या मुलामुलींच्या पोशाखाकडे, राहणीकडे बारकाईने लक्ष द्यायला त्यांच्या आईवडिलांपाशी वेळ नाही. आजी-आजोबा म्हणून तुम्हाला त्यांचं वागणं खटकलं, गैर वाटलं तर तुम्ही त्यांना टोकल्याशिवाय राहणार नाही. शिवाय काही गोष्टी मुलांनी लहानपणीच कुटुंबाचे संस्कार म्हणून आत्मसात कराव्या अशी तुमची इच्छा असते. पण ज्याप्रमाणे तुमच्या लहानपणी वडिलांनी किंवा आजोबांनी अमुक कर किंवा करू नको असं सांगितल्यावर तुम्ही काहीही न बोलता मान्य करत होता, तसं आता घडणार नाही. आजच्या नातवंडाना तुम्ही कोणतीही गोष्ट करायला भाग पाडू शकणार नाही किंवा एखादी गोष्ट करण्यापासून परावृत्तही करू शकणार नाही : आजचं आठ-दहा वर्षाचं मूल लगेच प्रतिप्रश्न करेल, वाद घालेल, आपण जे करतोय तेच बरोबर आहे हे पटवून द्यायचा प्रयत्न करेल. त्याच्या या वागण्याला टीव्हीवरच्या सिरियल्स, रिॲलिटी शो आणि त्यातील पात्रांची पार्श्वभूमी आहे. तेच जग खरं मानून मूल तुमचं सांगणं ऐकणार नाही. यामुळे तुमची ग्रहणशक्ती आणि वाद घालण्याची शक्तीही कमी झाली असेल, तर तुम्हाला त्याच्या बोलण्याचा कंटाळा येईल, तुमची सहनशक्ती संपेल आणि तुमच्या रागाचा पारा चढेल. याचा परिणाम काय

होईल? ते मूल तुमच्यापासून दूर जाईल. तुमचं काही ऐकणार तर नाहीच, पण त्याला असंही वाटू लागेल की आजोबांना काही कळत नाही. आता यातून गणिती उत्तराप्रमाणे एकच एक मार्ग असणार नाही. केवळ शांत राहून युक्तीने, यथाशक्ती, यथामती जमेल ते करावं, आणि त्याचा फार त्रास करून घेऊ नये. ज्याने तुमचा आजवर सांभाळ केला तोच या बालकालाही त्याच्या कर्मानुसार सांभाळेल असा विश्वास मनात बाळगावा.

साठीनंतर डोळे, कान, दात या अवयवांची कार्यक्षमता कमी होते हा आपणा सर्वांचाच अनुभव असतो. मग चश्मा, श्रवणयंत्र, कवळी अशा साधनांची मदत घेतली जाते. क्वचित गुडघ्याचा त्रास सुरू झाला, तर काठीचा आधारही घ्यावा लागतो. हे सगळं स्वाभाविक, नैसर्गिक आहे. मात्र चश्मा लागल्यावरही चश्मा न घालता सुईत दोरा ओवण्याचा प्रयत्न करणं हे मात्र असयुक्तिक आहे. चश्मा घालूनही अपुऱ्या उजेडात अशा गोष्टी करण्याचे प्रयत्न वृथा ठरतात. तीच गोष्ट कवळीची. कवळी घालून सुपारीचं खांड किंवा उसाचे करवे खाण्याचे प्रयोग निष्फळ ठरणारच. जेव्हा निसर्गाने तुमच्या काही क्षमता काढून घेतल्या आहेत आणि तुम्ही विज्ञानाच्या मदतीने या क्षमतांवर ठिगळ लावलं आहे, अशा वेळी ठिगळ फाटणार नाही याची काळजी घ्यायला हवी. श्रावणबाळ अंध मातापित्यांची तीर्थयात्रा करण्याची इच्छा पूर्ण करण्यासाठी त्यांना कावडीत बसवून वाहून नेतो ही कथा मातृ-पितृभक्तीचा आदर्श म्हणून सांगितली जाते. पण या कथेत श्रावणबाळ राजा दशरथाच्या बाणाला बळी पडतो आणि श्रावणाचे आईबाप त्या दुःखाने प्राणत्याग करतात. इतकंच नव्हे, तर दशरथाला पुत्रवियोगाचा शाप देतात. या शापामुळेच रामाला वनवास घडतो आणि पुत्रवियोगाचं दुःख वाट्याला येऊन दशरथाचा मृत्यू होतो. या संपूर्ण घटनाचक्राच्या मुळाशी श्रावणबाळाच्या अंध मातापित्यांची तीर्थयात्रेची इच्छा होती असंच म्हणावं लागेल ना? शारीरिकदृष्ट्या सक्षम नसलेल्या ज्येष्ठांनी होता होईल तोवर आपल्या इच्छापूर्तीसाठी मुलांवर किंवा इतरांवरही अकारण ओझं घालू नये असा संदेशही आपल्याला या कथेतून घेता येईल.

दोन्ही गुडघे निकामी झालेल्या एका ज्येष्ठांची कथा इथे सांगाविशी वाटते. काठीवाचून ते एक पाऊलही टाकू शकत नाहीत. बसल्या जागेवरून उठण्यासाठी त्यांना मदतीची गरज भासते. जिन्याच्या पायऱ्या चढताना दोघांनी बगलेत हात घालून उचलून न्यावं लागतं. मात्र तरुणपणी भरपूर प्रवास केल्यामुळे पर्यटन हा त्यांच्या आवडीचा विषय आहे. प्रवासावाचून फार काळ घरात बसणं त्यांना अवघड जातं. कुठे लग्नकार्य असलं किंवा कुणी प्रवासाला निघालं की घरच्यांबरोबर जायला ते अगदी अधीर असतात. त्यांच्या सुदैवाने त्यांचे नातेवाईकही त्यांच्या आज्ञेत आहेत. त्यामुळे तेही या गृहस्थांची इच्छा पूर्ण करतात. पण अशा प्रत्येक प्रवासात

ते गृहस्थ सोडून इतरांना प्रचंड धावाधाव करावी लागते. प्रवासात गृहस्थ दमले की थांबावं लागतं, त्यांच्यासाठी विशिष्ट जेवणाची सोय करावी लागते. चढण्या-उतरण्यासाठी किंवा फिरवण्यासाठी खास व्यवस्था करावी लागते. यात कालापव्यय तर होतोच पण काही वेळा वेळेवर न पोहोचल्यामुळे एखादं स्थलदर्शन किंवा भेट रद्दसुद्धा करावी लागते.

हे वागणं औचित्याला धरून नाही. या ज्येष्ठ नागरिकाने स्वत:च समजूतदारपणे इतरांवर ओझं बनण्याचं टाळायला हवं. स्वेच्छेने अशा प्रवासापासून लांब राहायला हवं. आप्तजन कितीही तत्पर आणि आज्ञांकित असले तरी काही वेळा टाळाटाळ करणं मनुष्यस्वभावाला धरूनच आहे. अशा वेळी कुणा कवीने म्हटल्याप्रमाणे 'कुणाचं प्रेम-माया आटत नसते, कमी होत नसते, आपल्या अपेक्षा वाढत असतात.' ज्येष्ठांनी अशा परिस्थितीत आपल्या अपेक्षा कमी करायला हव्यात.

भगवत् गीतेच्या पंधराव्या अध्यायात श्रीकृष्णाने या संसाराला अश्वत्थाची उपमा दिली आहे. अश्वत्थ म्हणजे प्रतिक्षण बदलणारा, क्षणभंगुर! तथागत बुद्धांनीही या समग्र विश्वाला सतत परिवर्तनशील म्हटलं आहे. काहीच स्थिर नसतं, सगळंच सर्वकाळ बदलत असतं. जो हा बदल जाणून आपल्या अंगवळणी पाडून घेतो. त्याच्या आयुष्यांची शेवटची वर्षे सुखात सरण्याची संभावना भरपूर असते. दु:खाचा समूळ नाश आणि सर्व सुखाची प्राप्ती असं झालं नाही तरी समजूतदारपणाने आपण आपलं उर्वरित आयुष्य सहज, सोपं बनवू शकतो.

आजारपण ही मैफल नव्हे

एका वडीलधाऱ्या गृहस्थांची प्रकृती अचानक बिघडली. २-३ दिवस भेट झाली नाही तेव्हा मी चौकशी केली आणि मग त्यांची विचारपूस करायला दुसऱ्या दिवशी त्यांच्याकडे गेलो.

"अचानक काय झालं काका?" मी सहानुभूतिपूर्वक म्हटलं, "दोन-तीन दिवस दिसला नाहीत म्हणून काळजी वाटली."

"आता तुम्हीच पाहा ना!" त्यांनी सुरुवात केली. "सोमवारी तर आपण भेटलो होतो. तेव्हा मी अगदी 'फिट्ट' होतो. मंगळवारी सकाळी रोजच्याप्रमाणे उठलो, तेव्हा सर्व काही ठीक होतं. मग चहा घेतला. अंघोळ करून पूजाअर्चा केली. पूजा करून उठलो तोवर काहीच वाटत नव्हतं. नाश्ता केला तेव्हा नाश्त्यालासुद्धा सगळं रोजचच खाल्लं होतं. रोजच्यासारख्या गोळ्याही घेतल्या..."

"ते सगळं ठीक," मी किंचित उतावळेपणाने म्हटलं, "पण प्रकृतीला झालं काय ते तर सांगा."

"अहो, तेच तर सांगतोय, नाश्ता करून उठलो आणि रोजच्यासारखं शिवमंदिरात जायचं म्हणून कपडे बदलले." काकांनी शांतपणे आपलं बोलणं चालू ठेवलं, "कफनीचं बटण तुटलं होतं ते तुमच्या काकूंना लावायला दिलं. बटण लावून होईपर्यंत सगळं ठीक होतं..."

"ते कळलं हो काका," मी घड्याळाकडे पाहत म्हटलं. "पण प्रकृती एकाएकी कशी बिघडली?"

"फारच उतावळे बुवा तुम्ही!" काका नाराजीने म्हणाले, "कुणाची चौकशी करायला गेलं तर शांतपणे त्याचं बोलणं ऐकावं."

यावर मी बोलण्यासारखं काही नव्हतंच. काकांनी सकाळी उठल्यापासून जी जी नित्यकर्मे केली त्याची सविस्तर माहिती दिली. थेट दुपारच्या चहाच्या वेळी त्यांना चक्कर आली इथवर यायला त्यांनी वीस मिनिटं घेतली. आणि मग चक्कर आल्यानंतर टॉयलेटला किती वेळा जावं लागलं. हातापायात कळा कशा आल्या, रात्री बराच वेळ झोप लागली नाही, डॉक्टरांनी कोणकोणत्या तपासण्या केल्या, कोणती औषधं दिली, हे सगळं मला सविस्तर ऐकवलं. हे कमी असल्यासारखं पुढे भर घालत म्हणाले, ''पाच वर्षांपूर्वी माझं ब्लडप्रेशर डाउन झालं होतं. तेव्हा मला तीन दिवस नर्सिंग होममध्ये ठेवावं लागलं होतं. एकदा प्रोस्टेटचं प्रकरणही उद्‌भवलं होतं... प्रोस्टेटचं ऑपरेशनही करवून घ्यायला डॉक्टरांनी सांगितलंय.''

काकांबद्दल भरपूर सहानुभूती आणि आदरभाव असूनही हा सगळा इतिहास ऐकण्यात अजिबात स्वारस्य नव्हतं. सहनशीलता आणि सौजन्याचा अंत व्हायची वेळ आली होती.

पण ही काही एकटीदुकटी घटना नव्हे. बरेच ज्येष्ठ नागरिक जेव्हा आजारी पडतात त्या वेळी चौकशी करायला आलेल्या पुढे आपली सगळी केस हिस्टरी सांगायला लागतात. चौकशीला येणारे सामान्यतः दोन गटांत मोडतात. पहिल्या गटातली मंडळी केवळ व्यवहार म्हणून येतात. बरेचसे आप्तजन, स्नेही इ. या गटात असतात. दुसऱ्या गटातल्या मंडळींना तुमच्याबद्दल प्रेम असतं, आदर असतो. त्यांच्या आयुष्यात तुमचं काहीतरी विशिष्ट स्थान आहे असं प्रामाणिकपणे मानणारी ही मंडळी असतात. हा दुसरा गट अर्थात लहान असतो.

विशाल बहुमत असलेला पहिला गट तुमचं बोलणं ऐकतो तेव्हा व्यवहार सांभाळण्यापलीकडे त्यांना मुळीच रस नसतो. तुमच्या आजारपणाच्या गप्पा ऐकणं हा त्यांच्या दृष्टीने वेळेचा अपव्यय असतो. तेव्हा शक्यतो आजारपणाबद्दल असं प्रदीर्घ बोलणं टाळावं. चार-दोन वाक्यांत तुमच्या प्रकृतीबद्दल सांगा. त्यातही जे चांगलं घडत असेल त्याबद्दल बोला. त्यामुळे वातावरण दोन्ही पक्षी चांगलं राहील. आणि त्याच त्या गोष्टी पुन्हा पुन्हा सांगण्याच्या प्रक्रियेतून तुमचीही सुटका होईल. बऱ्याच वेळा असं होतं की आपण असं सगळं सांगत असतो तेव्हा समोरचा माणूस सौजन्याने ऐकत असतो आणि एखाद्या वेळी धोक्याची सूचनाही देतो- 'सांभाळा बरं का काका, आमच्या शेजारी पण एकांना असंच झालं, आधी दुर्लक्ष केलं आणि मग मोठ्ठं ऑपरेशन करावं लागलं, सहा महिने अंथरुणावर पडून होते आणि तरीही अधूपणा राहिला तो कायमचाच!' असं ऐकल्यावर त्या कॉटवर पडलेल्या काका किंवा मामांची प्रकृती आणखी नाजूक होणं अगदी स्वाभाविक आहे.

प्रकृतीची चौकशी करायला आलेली दुसऱ्या गटातली मंडळी तुमच्यावर खरोखर प्रेम करतात आणि त्यांना तुमच्याबद्दल सद्‌भावही आहे, पण त्यातील

कुणीच डॉक्टर नाही. डॉक्टरांच्या सूचनांची अंमलबजावणी व्हावी असं त्यांना मनापासून वाटतं. तुमची त्यांना काळजी वाटते. अशा परिस्थितीत तुमच्या दुखण्याबद्दल बारीकसारीक माहिती सांगितल्याने तुमचं दुखणं तर कमी होणार नाहीच, उलट तुमची ही प्रेमाची माणसं जी काळजीत आहेत त्यांच्या काळजीत भर पडेल. याचा अर्थ असा होतो की ज्यांना आपल्याबद्दल खरोखर काहीतरी वाटतं, अशांच्या भावनांचा आपण दुरुपयोग करतो आहोत. तुमच्यावरील प्रेमामुळे ते तुमचं दुखणं कमी व्हावं म्हणून काळजी करतात अशा वेळी त्यांची चिंता कमी करणं हे तुमचं कर्तव्य ठरतं. दुखण्याबद्दलची सविस्तर माहिती डॉक्टरांना सांगणं गरजेचं असतं याबद्दल दुमत नाही. तसं केलं नाही तर डॉक्टर योग्य निदान आणि उपचार करू शकणार नाहीत, पण या सगळ्या गोष्टी बिचाऱ्या काळजी करणाऱ्या नातेवाइकांना सांगून तुमचं दुखणं तर जाणार नाहीच आणि त्यांचं दुःख अकारण वाढेल. म्हणून होता होईल तो तुमच्याबद्दल त्यांना वाटणाऱ्या काळजीत भर घालू नका. दुखणं वाढलं तरी कुणाला काही सांगू नये असा याचा अर्थ नाही. स्वजन आहेत, स्नेहीजन आहेत. तुमच्याबद्दल त्यांना जे करता येईल ते सांगण्यात संकोच नसावा, पण त्यांना काहीच करता येण्यासारखं नाही हे कळूनही पोट साफ झालं नाहीपासून ते रात्री झोप लागली नाहीपर्यंतच्या तक्रारींचा पाढा वाचण्यात तुमच्याकडून औचित्यभंग होतो आहे, हे ध्यानात घ्या.

आपल्या आजारपणात कुणी कुणी विचारपूस केली, कोण जातीने भेटायला आलं, कुणी टेलिफोनवरच भागवलं या सगळ्याची यादी करण्याची मुळीच गरज नाही. बहुतेक वेळा कोण आलंपेक्षा कोण आलं नाही हेच आपल्या लक्षात राहतं आणि मग दुर्दैवाने त्यांच्यावर तसा प्रसंग आला तर आपण त्यांची गैरहजेरी लक्षात ठेवून वागतो. काही वेळा तुमच्या आजारीपणाची बातमी त्यांच्यापर्यंत पोहोचली नसल्याची शक्यता असते, कुणी बाहेरगावी गेलेलं असतं, कुणी एखाद्या कामात अडकून पडलेलं असतं. तेव्हा त्यांच्यावर असाच प्रसंग आला, तर हे सगळं लक्षात घेऊन आपल्या सोयीने जरूर जाऊन यावं. त्याचप्रमाणे समजा कुणी तुम्हाला भेटायला येऊन गेलं, पण त्यांच्याकडे जाणं तुम्हाला अवघड आहे, अशा वेळी व्यवहार पाळण्यासाठी त्यांच्याकडे जाण्याचा हेका अजिबात धरू नका. आता व्यवहार म्हणून नव्हे, तर स्थळकाळाच्या संदर्भात जितकं करणं शक्य असेल तितकंच करण्याचा परिपाठ ठेवा.

आजारी माणसाची चौकशी करायला येणाऱ्या आणि जाणाऱ्या दोन्ही प्रकारच्या ज्येष्ठ नागरिकांचं डोळ्यात भरणारं - की खुपणारं? - वैशिष्ट्य म्हणजे ही मंडळी उपचाराबद्दल अकारण सल्ले देत असतात. अमक्याला हाच आजार झाल्यावेळी कोणकोणत्या घरगुती उपचारांचा उपयोग झाला होता याची भलीमोठी यादी काही

ज्येष्ठ नागरिकांना तोंडपाठ असते. कुणी अ‍ॅक्युप्रेशरची भलावण करतं तर कुणी अ‍ॅक्युपंक्चरने होणाऱ्या फायद्याची यादी देतात. कुणी गरम पाण्याने शेकण्याचा सल्ला देतं तर कुणी थंड पाण्याच्या पट्ट्या ठेवून पाहायला सांगतं. ही सगळी माणसं अनुभवी असतात आणि सांगितलेल्या उपायांचा त्यांना उपयोग झाला असण्याची शक्यताही नाकारता येत नाही. पण एक गोष्ट नेहमी लक्षात ठेवायला हवी की प्रत्येकाची शरीरप्रकृती भिन्न असते. आणि रोगाची वरून जी लक्षणं दिसतात तो रोग इतरही अनेक आनुषंगिक गोष्टींशी संलग्न असतो. तेव्हा आपलं शरीर या सल्ल्यांचा उपयोग करण्यासाठीचं क्षेत्र बनवू नका. सल्ले देणाऱ्यांनीही ही गोष्ट लक्षात ठेवावी की वैद्यकीय ज्ञानावाचूनचे असले सल्ले कुणालाही देण्यापासून दूरच राहावं. विशेषत: रोग्याचं मनोबल खचेल किंवा त्याच्या काळजीत भर पडेल अशी उदाहरणं त्याच्यासमोर ठेवू नयेत.

दुपारच्या जेवणानंतरची वामकुक्षी ही निदान ज्येष्ठांच्या बाबतीत अगदी नैसर्गिक गोष्ट असते. तेव्हा विचारपूस करायला जाणाऱ्यांनी ही वेळ टाळावी. एका नातेवाइकांनी त्यांच्या आजारपणातला सांगितलेला अनुभव ऐकण्यासारखा आहे. हे गृहस्थ जवळजवळ महिनाभर आजारी होते. दुसरे एक वृद्ध गृहस्थ या आजारी गृहस्थांच्या घराजवळच काही कामासाठी आले होते. त्यांना ही बातमी नुकतीच कळली होती. इथवर आलोच आहे तर यांनाही भेटून जावं अशा विचाराने ते त्यांच्याकडे पोहोचले. आजारी गृहस्थ झोपेतून उठले नव्हते. घर काही फार मोठं नव्हतं. या गृहस्थांच्या अनपेक्षित आगमनामुळे सगळेच उठून उभे राहिले. आलेल्या गृहस्थांनी तक्रारीच्या सुरात आजाऱ्याशीच बोलायला सुरुवात केली. ''अरे हे काय चाललंय काय भल्या माणसा, महिनाभर अंथरुणावर पडून आहात आणि आम्हाला साधं कळवलंसुद्धा नाही? आधी कळलं असतं, तर मी केव्हाच येऊन गेलो असतो.''

हे सांगितल्यानंतर या नातेवाइकांनी आपलं मन माझ्यासमोर उघड करत म्हटलं होतं, ''आपण होऊन आजारीपणाबद्दल कळवलं तर रोज कुणीना कुणीतरी येऊन दुपारच्या झोपेचं खोबरं करून टाकतं. शिवाय दिवसभर केवळ व्यवहार म्हणून येणाऱ्या अशा मंडळींचं आतिथ्य करण्यात घरातलं एक माणूस गुंतून पडतं.''

हा मुद्दाही लक्षात घेण्यासारखा आहे. काही पेशंट्सचे नातेवाईक हॉस्पिटलमध्ये चौकशी करायला आलेल्यांचं देखील आतिथ्य करण्यात धन्यता मानतात. होता होईल तो पेशंटच्या हजेरीत आदरातिथ्य करणं आणि स्वीकारणं दोन्हीही गैरच!

शरीर-आरोग्याचा अनेक घटकांशी संबंध असतो. हे घटक आंतरिक आणि बाह्य असे दोन्ही प्रकारचे असतात. शिवाय शरीररचनेत विविध रसायनांचा सहभाग असतो. त्यामुळे एका व्यक्तीला जे लागू पडतं ते दुसऱ्या व्यक्तीलाही तसंच आणि तितकंच लागू पडेल असं मानणं चुकीचं ठरेल. माझे एक ज्येष्ठ मित्र या वयातही

रोज पंधरा ते वीस किलोमीटर चालतात. या नियमित चालण्यानेच त्यांचे आरोग्य चांगले राहते असं ते मानतात. त्यामुळे आपल्या समवयस्कांना ते रोज किमान तीन-चार तास चालण्याचा सल्ला देतात. वास्तविक रोज पंधरा-वीस किमी चालणं हा सामान्य नियम नसून अपवाद आहे. शिवाय ही फक्त काहींची धारणा आहे. श्वसन, दमा किंवा हृदयरोगाचा त्रास असणाऱ्या एखाद्या व्यक्तीने हा सल्ला मानला तर त्याचा दुष्परिणामच होईल. एखादा नव्वदी ओलांडलेला माणूस शारीरिक आणि मानसिक अशा दोन्ही स्तरांवर सक्षम असतो. अशी उदाहरणं क्वचित दिसतात. त्यामुळे अशा व्यक्तींना एक प्रश्न वारंवार विचारला जातो. तुमच्या दीर्घायुष्याचं रहस्य काय? उत्तरादाखल ही माणसं वेगवेगळ्या गोष्टी सांगतात. त्र्याण्णव वर्षांचे एक डॉक्टर सांगत असत की पस्तीस वर्षांपासून ते दोन्ही वेळा बाजरीची भाकरीच खातात त्यामुळेच या वयातही त्यांचं मन आणि शरीर दोन्ही स्वास्थ्यपूर्ण आहेत. बाजरीची भाकरी हे स्वास्थ्याचं एकमेव कारण असेल तर ज्यांचा रोजचा आहार बाजरी हाच असतो अशा खेड्यातील कुटुंबातील काही तरुण मंडळींचं अकाली निधन का झालं असावं? बाजरी स्वास्थ्यवर्धक असेल, पण म्हणून बाजरीची भाकरी खाणं हे आरोग्याचं एकमेव कारण असू शकत नाही. काही वृद्ध मंडळी पाणी पिण्याला अतिशय महत्त्व देतात. रोज चार ते पाच लिटर पाणी प्यायल्यामुळेच आरोग्य चांगलं राहतं असं त्यांचं प्रामाणिक मत असतं. हे मतही बाजरीच्या भाकरीप्रमाणे मर्यादित स्वरूपातच स्वीकारायला हवं.

माझ्या तरुणपणीची एक घटना इतक्या वर्षांनंतरही माझ्या चांगलीच लक्षात राहिली आहे. माझ्या वडिलांचं आरोग्य बिघडलं होतं, ऑपरेशन करणं गरजेचं होतं, त्यासाठी त्यांना हॉस्पिटलमध्ये ॲडमिट केलं होतं. ऑपरेशन फार मोठं नव्हतं, साधसंच होतं. पण ते पार पडल्यावर काही दिवस त्यांना शुश्रूषेसाठी हॉस्पिटलमध्ये राहावं लागलं होतं. त्या काळात माझे एक लांबचे काका त्यांना भेटायला अले. वडील आणि काका या दोघांत आधी एक-दोन वेळा काही कारणाने वादावादी झाली होती. त्यानंतर कुठेही एखाद्या कार्यात किंवा कार्यक्रमात भेट झाली तरी जुजबी बोलण्यापलीकडे दोघांचे संबंध नव्हते. त्या दिवशी आमच्या खोलीत येऊन त्यांनी वडिलांची विचारपूस केली, त्यांनीही योग्य ती उत्तरं दिली. नंतर कशी कुणास ठाऊक बोलण्याची गाडी जुन्या प्रसंगाकडे वळली आणि दोघांचे एकमेकांवर आरोप-प्रत्यारोप सुरू झाले. मुळात काकांचा आवाज मोठा होता तो आणखीच वाढला. त्याचा परिणाम म्हणून वडिलांचा रागाचा पारा चढला. इतका की हॉस्पिटलच्या नर्सला खोलीत येऊन पेशंटला शांत करावं लागलं आणि त्या काकांना बाहेर काढावं लागलं. नंतरचा संपूर्ण दिवस वडील क्षुब्ध अशा अवस्थेत होते. त्यांच्या प्रकृतीतला सकारात्मक प्रतिसाद दुसऱ्या दिवशी कमी झाला होता.

असं नेहमी घडत नाही, पण चुकूनसुद्धा घडू नये याची काळजी घ्यायला हवी. भेटायला येणाऱ्यांनी फारशी जवळीक नसेल, केवळ औपचारिकता असेल तर मोजकेच क्षण थांबून थोडंच बोलावं, शेअरबाजाराशी निगडित व्यवसाय असलेल्या पेशंटसमोर शेअरबाजार किती कोसळला आहे किंवा कोणत्या कंपन्यांचे शेअर्स घसरले आहेत इ. बोलणं कॉमनसेन्सचा अभाव दर्शवतं.

काही ज्येष्ठ नागरिकांना आपल्या दुखण्याबद्दलची प्रत्येक गोष्ट भेटायला येणाऱ्या प्रत्येकाला पुन्हा पुन्हा सांगाविशी वाटते. एखाद्या रोगावरचे तज्ज्ञ डॉक्टर कोण कोण आहेत, त्यातले सर्वांत सुप्रसिद्ध कोण, त्यांची अपॉइन्टमेन्ट मिळायलाच महिना- दीड महिना लागतो हे सगळं सांगण्यात त्यांना विशेष समाधान वाटतं. इतकंच नव्हे तर आपण कसा वशिला वापरून त्या डॉक्टरांची चारदोन दिवसांत अपॉइन्टमेन्ट मिळवली हे सांगताना त्याची मान ताठ होते. या डॉक्टरांची फी किती जबर आहे, त्यांनी सांगितलेल्या चाचण्या, त्याचे रिपोर्ट्स हे सगळं किती खर्चीक आहे हे सांगायचीही त्यांना हौस असते. ऐकणाऱ्याला त्यात फारसा रस नसतो. त्यामुळे हे सगळं बऱ्याच अंशी अकारण ठरतं.

कधीकधी आजारीपण हे blessings in disguise असू शकतं. पडून राहण्याचा हा काळ वाचन आणि विचार करण्याची क्षमता असेल तर उत्तमप्रकारे कारणी लावता येतो. एखादी कॅसेट, सीडी किंवा तत्सम काही शांतपणे ऐकण्याची ही संधी आहे. आप्तजन आणि स्नेही यांच्या वर्तनाचं, आपल्या त्यांच्याबद्दलच्या कल्पनांचं अवलोकन करण्याचे हे क्षण आहेत. कुणी सांगावं, आपल्या काही धारणा त्यानंतर बदलून जातील.

आपल्याकडे अजून रूढ न झालेली पण हळूहळू वाढीस लागत असलेली एक प्रथाही चांगली आहे. पेशंटला भेटायला जाताना त्याच्या आवडीचं एखादं फूल किंवा लहानसं पुस्तक नेणं अतिशय प्रतीकात्मक आहे. काही वेळा आपण शहाळं, मोसंबी किंवा अशा प्रकारची इतर फळं घेऊन जातो. यातून आजाऱ्याला दिलासा मिळतो. सद्भावनांच्या अशा प्रतीकांनी आजाऱ्याच्या चेहेऱ्यावर प्रसन्नता येते. काही वेळा अशा लहानशा कृतीतून मोठा परिणाम साधला जातो.

प्रसन्नतेची प्राप्ती

फारसी धर्माचे संस्थापक अषो झरथुष्ट्र नवजात शिशू म्हणून जन्माला आले नाहीत. फारसी धर्मग्रंथाप्रमाणे ते जन्मले, तेव्हा त्यांचं वय ऐंशी वर्षांचं होतं - म्हणजेच ते वृद्धावस्थेत होते. अशा प्रकारच्या कथा अन्य धर्मांच्या संस्थापकांबद्दलही त्या त्या धर्माच्या ग्रंथातून सांगितल्या गेल्या आहेत. भगवान बुद्धांनी जन्मल्याबरोबर वेगवेगळ्या दिशेला सात पावलं टाकली अशी कथा आहे. श्रीकृष्णाने जन्मल्याबरोबर लगेच आपल्या मातापित्यांना वसुदेव-देवकीला पूर्ण-स्वरूप दर्शन दिलं होतं अशी कथा भागवतात आहे. धर्मसंस्थापकांबद्दल कालांतराने असा भक्तिप्रवाह निर्माण होतोच.

अषो जन्मले तेच ऐंशी वर्षांचे! एवढंच नव्हे, तर जन्मल्यावर प्रत्येक मूल रडतं त्याऐवजी अषो खळखळून हसले होते असा उल्लेख आहे. ऐंशीव्या वर्षी असं खळखळून हसणं हे फार सूचक आहे. खळखळून हसण्यासाठी जे मुक्त वातावरण हवं, मनाची जी ताणरहित, सहज अवस्था हवी त्याचं हे निर्देशक आहे. ऐंशीचं वय ही मृत्यूच्या सन्मुख असण्याची अवस्था मानली जाते. आठ दशकांच्या अनुभवांच्या ओझ्याखाली माणूस दबलेला असतो. इतकंच नव्हे तर आपण सगळे आयुष्यभर बहुतेक वेळा कृत्रिमपणेच हसत असतो. मुक्त हास्याचे क्षण आले तरी ते मोजके आणि अल्पजीवी असतात, याचंही भान या वेळेपर्यंत आलेलं असतं. पण अषो जन्मल्याबरोबर असा संदेश देतात - विशेषतः आयुष्याच्या पैलतीराकडे डोळे लावून बसलेल्या वृद्धांना - की तुमचं हास्य मावळू देऊ नका.

हे हास्य म्हणजे केवळ ओठाच्या स्नायूंचा व्यायाम नव्हे तर चित्ताची प्रसन्नता. मन दडपणाखाली नसावं, मोकळं असावं, शिवाय तिथे प्रसन्न अशी शांती वास

करत असावी ही आवश्यक आणि आदर्श अवस्था आहे, मात्र ती आदर्श आणि आवश्यक असली तरी आपोआप अस्तित्वात येत नाही. त्यासाठी प्रत्येक ज्येष्ठ नागरिकाने स्वत:ला तयार करावं लागतं.

जग किती वेगाने धावतंय हे आपण सारेच जाणतो. सकाळची फॅशन किंवा सकाळचा विचारसुद्धा संध्याकाळपर्यंत जुना ठरावा अशा वेगाने आपण सगळे कुठेतरी जात आहोत, आवडो वा न आवडो, आपल्याला हे मान्य करायला हवं की या भन्नाट वेगाने निघालेल्या मानवाचं-आपणा सगळ्यांचं - गंतव्यस्थान कोणतं आहे हे कदाचित आपल्यापैकी कुणालाच ठाऊक नाही. नवीन पिढी या शर्यतीत पहिला नंबर मिळवण्याच्या ईर्षेने वेड्यासारखी धावते आहे. जुनी पिढी म्हणजे ज्येष्ठ नागरिक मात्र धावत नसून त्यांना फरफटावं लागत आहे. काही वृद्ध याला अपवाद असतील; स्वत:च्या ध्येयाकडे निश्चित अशा दिशेने आणि स्वेच्छेने ते धावत असतील. पण हा नियम नसून अपवाद आहे. बहुतेक वृद्धांच्या बाबतीत मात्र या गतीने धावणं नव्हे तर फरफटणंच चाललेलं असतं.

'फरफटणे' या शब्दातच अनिच्छा-इच्छेचा अभाव अभिप्रेत आहे. जे काम अनिच्छेने-म्हणजेच नाइलाजाने, विवशतेने, दुसरा कुठलाही पर्याय नसल्यामुळे केलं जातं ते करताना मन ताणरहित आणि प्रसन्न कसं असेल? हे एक अवघड कोडं आहे आणि कदाचित अषोचं ते हास्य आपल्याला हे कोडं उकलण्याचा मार्ग दाखवतं.

आध्यात्मिक क्षेत्रात ज्यांनी निश्चित अशी सिद्धी प्राप्त केली आहे, अशा एका संतांच्या भेटीचं सौभाग्य (सद्‌भाग्य) काही वर्षांपूर्वी मला प्राप्त झालं. माझं नाव आणि माझ्या साहित्यातील योगदानाबद्दल माहीत असल्याचं त्यांनी सांगितलं, तेव्हा ती मला माझ्या भाग्याची परिसीमा वाटली. बोलण्याच्या सहज ओघात काही मुद्दे निघाले तेव्हा पुढे बोलण्यापूर्वी त्यांनी मला एक अट घातली: इथून पुढे आपल्यात जे बोलणं होईल त्याबद्दल कुणालाही सांगायचं नाही किंवा त्याविषयी लिहायचंही नाही. अर्थातच मी ही अट स्वीकारली. त्यानंतर अर्धा तास अतिशय गहन पण तितक्याच रसप्रद विषयावर ते बोलले. त्या काळात त्यांची प्रकृती काहीशी नाजूक होती. निरोप घेताना मी आदराने नमस्कार केला तेव्हा त्यांनी हसून म्हटलं, "आणखी काही विचारायचं आहे?" मी प्रसन्नपणे अगदी सहज म्हटलं, "फक्त आशीर्वाद द्या." उत्तरादाखल त्यांनी प्रतिप्रश्न केला.

"माझ्यात आशीर्वाद देण्याची क्षमता आहे असं तुम्हाला खरंच वाटतं?"

मी म्हटलं, "हो, म्हणून तर मागतो आहे."

म्हणाले, "बोला, काय आशीर्वाद हवा आहे?"

"बस, एकच आशीर्वाद द्या की मन सदैव प्रसन्न आणि शांत राहावं."

"अशी इच्छा आहे?" त्यांनी विचारलं.

"हो," मी म्हटलं, "तशी इच्छा नक्कीच आहे."

"तर मग शांती आणि प्रसन्नता कशी मिळणार?" अगदी बालसुलभ निरागसतेने ते म्हणाले, "इच्छा संपल्याशिवाय चित्तात शांती आणि प्रसन्नता कशी वास करेल?"

जणू समस्त मानवजातीचं समग्र तत्त्वज्ञान त्या शेवटच्या वाक्यात सामावलं होतं!

भगवान बुद्धांनी इच्छा संपवण्यासाठी अष्टांगमार्ग सांगितला होता. इथे आपल्याला या अष्टांगमार्गाची चर्चा करायची नाहीये. इतकंच सुचवायचं आहे की, इच्छांचा अग्नी कमी केला नाही तर आत्ता या वयात शांती आणि प्रसन्नता लाभणार नाही.

ओशो रजनीशांनी त्यांच्या व्याख्यानात एक सुरेख कथा सांगितली आहे. वाहत्या पाण्याच्या प्रवाहात जे पोहू शकतात ते सहज समोरच्या काठावर पोहोचतात. पण ज्यांना पोहता येत नाही ते हात-पाय हलवून प्रयत्न करतात, शेवटच्या श्वासापर्यंत डुबक्या घेतात आणि शेवटी बुडतात. एकदा बुडाले, हात-पाय मारायचं थांबलं की लगेच त्यांचा देह पाण्याच्या पृष्ठभागावर तरंगायला लागतो. जिवंत असताना त्याला पाण्यावर राहायचं होतं, तेव्हा हात-पाय मारूनही ते जमत नव्हतं. आता कोणत्याही प्रयत्नावाचून त्याचा देह पाण्यावर तरंगतो आणि शेवटी कुठेतरी काठाशीसुद्धा पोहोचतो.

यातला मुख्य मुद्दा प्रवाहाविरुद्ध पोहण्याचा प्रयत्न करण्याचा आहे. ज्येष्ठ नागरिक जर वैचारिक प्रवाहाच्या ओघात, समाजजीवनाच्या परिवर्तनात, कौटुंबिक जीवनात अशा प्रत्येक क्षेत्रात प्रवाहाच्या विरुद्ध नव्हे तर ओघाबरोबर जात राहिले, तर अषोंइतकी शांती आणि प्रसन्नता हाती लागली नाही तरी किमान बुडून जाण्याच्या भयापासून सुटका मिळवू शकतील.

परिवर्तनाचा झपाटा इतका अकल्प्य आहे की सर्वसामान्य ज्येष्ठ नागरिकाला त्याच्याशी जुळवून घेणं अवघड होत चाललं आहे. त्यामुळे अगदी नकळत त्याच्या मनात एक अप्रीती, हताशा वाढत जाते आहे. एक पंचाहत्तरीचे गृहस्थ या परिवर्तनाच्या वेगाबद्दल बोलताना अगदी सुटकेच्या स्वरात म्हणाले होते, "आता मी आयुष्याच्या शेवटापाशी आलो आहे हे मी माझं भाग्य समजतो. पंचाहत्तरऐवजी चाळीस-पंचेचाळीस वर्षांपूर्वी जन्मलो असतो - म्हणजेच आत्ता चाळिशीत असतो तर या वेगाशी जुळवून घेता आलं नसतं. शाळेतल्या ॲडमिशनपासून बँकेत खातं उघडण्यापर्यंत आमच्यावेळी सगळं इतकं सोपं होतं की आज यातली एकही गोष्ट मला जमणार नाही. सगळीकडे क्लिष्टता वाढली आहे, अविश्वास वाढला आहे, भौतिक गोष्टींचं महत्त्व वाढलं आहे. सुखसोयी नक्कीच वाढल्या आहेत, पण

सगळ्यातला सोपेपणा नाहीसा झाला आहे.''

शांती आणि प्रसन्नतेसाठी एखादा रेडिमेड फॉर्म्युला बाजारात उपलब्ध नाही. स्वत:ला मानसिक चिकित्सक किंवा मनोवैज्ञानिक म्हणवणारे तज्ज्ञ जी सूत्रं आणि उपचार सांगतात ते केवळ बाह्योपचार आहेत. चेहेऱ्याला सुगंधित पावडर लावल्याने त्वचेचा मूळ रंग बदलत नाही; त्यासाठी माणसाला स्वत:चा आहार, विहार इ. पासून संपूर्ण जीवनशैलीत आमूलाग्र बदल करावा लागतो. ज्याप्रमाणे पक्वान्नाची गोडी दुसऱ्याच्या जिभेने चाखता येत नाही, त्याप्रमाणे शांतीसाठी, प्रसन्नतेसाठी माणसाने स्वत:लाच बदलायला हवं.

यावरचा पहिला उपाय म्हणजे जिथे गरज नसेल अशा अनावश्यक कौटुंबिक किंवा सामाजिक कार्यक्रमात स्वत:कडे महत्त्व घेण्याची मानसिकता कमी करायला हवी. कुटुंबात रोजच्या रोज जे घडत असतं ते आपल्याला सांगून सवरूनच व्हायला हवं हा आग्रह सोडणं शहाणपणाचं आहे. कालपर्यंत घरातला मुलगा-सून किंवा अगदी तुमचा जीवनाचा जोडीदारसुद्धा घराबाहेर पडताना कुठे, केव्हा जातोय हे तुम्हाला माहीत असणं हा तुम्ही तुमचा अधिकार समजत होतात. आता तो अधिकार नव्हे, तर ती अनावश्यक माहिती समजायला लागा. एखाद्या विशाल सरोवरात पडणारा पाण्याचा एक थेंबदेखील आवर्तन निर्माण करतो. आणि अशा मनात उमटणाऱ्या प्रत्येक आवर्तनाचा प्रभाव बराच वेळ टिकतो हा आपला स्वानुभव आहे. तेव्हा अशी आवर्तनं निर्माणच होणार नाहीत असा मार्ग स्वीकारावा. कौटुंबिक किंवा व्यवहार म्हणून चांगल्या-वाईट दोन्ही प्रकारच्या प्रसंगाना होता होईल तो जाणं टाळा. कारण असं की अशा प्रसंगी एकत्र येणाऱ्यांच्या मनात, अंत:स्तरावर कितीतरी हिशेब चाललेले असतात. एकत्र आल्यावर त्यांच्या हिशेबी वागण्या-बोलण्याने तुमच्या मनावर तरंग उमटणारच. ज्या घटनेशी तुमचं काहीही देणंघेणं नाही, किंवा जी घटना तुम्ही कधी ऐकलीसुद्धा नसती ती अशा वेळी तुम्ही ऐकता, तुमच्या कानावर पडते. मग तुम्हाला त्यावर स्वत:चं होकारार्थी वा नकारार्थी मत प्रकट करावं लागतं. अकारणच तुम्ही एका अनोळखी प्रवाहात ओढले जाता. आजवर असं अकारण ओढलं जाणं तुम्हाला आवडलंही असेल, पण आता हे असं अकारण ओढलं जाणं तसंच चालू ठेवलंत तर ज्या शांती आणि प्रसन्नतेची अपेक्षा आहे त्यापासून दूरच राहाल. या दोन्ही गोष्टी एका वेळी होणार नाहीत. आपल्याला अप्रिय वाटली तरी एक गोष्ट मान्य करायला हवी की सत्तरीनंतर माणसाची ग्रहणशक्ती कमी होत जाते. बँकेतली बचत कमी झाली की आपण त्या पैशाचा वापर अधिक महत्त्वाच्या गोष्टींसाठीच करतो. त्याप्रमाणे क्षीण होत चाललेली आंतरशक्ती - मन:शक्ती महत्त्वाच्या गोष्टींसाठी खर्च करायला हवी. मॅक्डोनल्डचा पिझ्झा-बर्गर खाण्यावर पैसे खर्चून टाकले तर वैद्यकीय उपचारासाठी शिल्लक

राहणार नाहीत. पण या वयात तो महत्त्वाचा आहे. रोजच्या जगण्यात अशा अनेक लहानमोठ्या घटना असतात ज्यात अकारण भाग घेण्याची वृत्ती थांबवायला हवी. मनाची क्षुब्धता कमी करण्याचा हा पहिला उपाय आहे.

कित्येक माणसं सामाजिक सेवेच्या नावाने अशी अशांती स्वत:वर ओढवून घेत असतात. सामाजिक संस्थांमधील प्रतिष्ठेसाठीची चढाओढ इतकी घृणास्पद असते! तिचा स्पर्श तुमच्या मनात अशांती निर्माण केल्याशिवाय राहणार नाही. कुठेतरी अध्यक्षपद मिळाल्याने तुमचा अहंकार सुखावेल, तुमची सामाजिक प्रतिष्ठा वाढली आहे असा भ्रमही निर्माण होईल, पण हे अळवावरचं पाणी आहे, बाटलीत ऊन भरण्याचा खेळ आहे. थोड्याच काळात हे लक्षात येईल. पण तोवर मनाच्या सरोवरात अपार प्रकंप निर्माण झालेले असतील.

माणसाने वृद्धत्व आल्यावर स्वत:ला सगळ्यातून वजा करावं असा याचा अर्थ मुळीच नाही. खरी गोष्ट अशी की आजवर आपल्याला बेरीज करण्यात रस होता. आता जे काही प्राप्त केलं आहे त्याचा भागाकार करा, विभाजन करा आणि शेवटी जो शेष राहील त्याचा आस्वाद घेणं याचं नाव प्रसन्नता किंवा मन:शांती! हा एखादा आध्यात्मिक सांगावा नव्हे, तर केवळ व्यावहारिक समीकरण आहे. आणि या समीकरणाचं उत्तर बरोबर येण्यासाठी इतकचं करायचं - 'स्व'ला 'स्व'मध्येच स्थित करून बाह्य गोष्टींचं विगलन.

एका नित्य घडणाऱ्या घटनेतून ही गोष्ट समजून घ्यायचा प्रयत्न करू या.

समजा तुम्ही तुमच्या बेडरूममध्ये किंवा अन्य एखाद्या खोलीत आराम करत आहात किंवा वर्तमानपत्र वाचत आहात. दरम्यान ड्रॉइंग रूममधल्या फोनची बेल वाजते. ती तुमच्या कानावर पडते. कुणीतरी रिसीव्हर उचलला आणि मग कॉर्डलेस घेऊन किंचित लांब जाऊन काहीतरी बोलणं झालं. हे बोलणं तुम्हाला ऐकू आलं नाही. फोनवर कोण बोललं हेही तुम्हाला कळलं नाही. एक गोष्ट नक्की! तो फोन तुमच्यासाठी नव्हता, असता तर घरातल्या कुणीतरी तुमच्या खोलीत येऊन तुम्हाला कॉर्डलेस दिला असता. समजा कॉर्डलेस नसता तर हाक मारली असती. काही वेळाने ड्रॉइंग रूममध्ये जाऊन तुम्ही जर कुणाला विचारलंत की कुणाचा फोन होता तर ही अकारण पृच्छा आहे. इतकंच नव्हे, तर मनाच्या शांत जळात दगड फेकून निष्कारण तरंग निर्माण करण्यासारखं आहे. घरातल्या ज्या कुणाला फोन आला होता त्याचं बोलून झालं आहे. त्यात तुमच्यासाठी काही असेल तर तेच कुणीतरी सांगेल. अशा वेळी ही ज्यादा माहिती तुम्हाला शांती आणि प्रसन्नतेच्या विरुद्ध दिशेला नेईल. ज्यादा माहितीची साठवण करून तुमच्या मनाचा बाथरूमवरचा अडगळ साठवण्याचा माळा करू नका.

इथं एक गोष्ट सांगायला हवी ती म्हणजे काही मंडळींनी वयाची सत्तरी

गाठेपर्यंत आपल्या मनाचा असा अडगळ साठवण्याचा माळा करून टाकलेला असतो. जीवनात इतर कोणत्याही गोष्टीत रस न घेतल्यामुळे या माळ्यावर साठलेली अडगळ हीच त्यांची समृद्धी असते. आणि त्यातच त्यांना स्वारस्य असतं. माळ्यावर साठवलेल्या काही वस्तूंचा कधीतरी उपयोग होतो. तरीही दरवर्षी आपण दिवाळीच्या आधी हा माळा न विसरता साफसूफ करत असतो. त्या वेळी अशा कित्येक गोष्टी आढळतात ज्या आपण वर्षानुवर्षं जपून ठेवलेल्या असतात, पण वापरण्याची वेळ कधी आलेली नसते. काही वेळा तर असंही लक्षात येतं की काही गोष्टी बदलल्या आहेत त्यामुळे या साठवलेल्या वस्तू निरुपयोगी झाल्या आहेत. त्यानंतरही तुम्ही त्या गोष्टी फेकून दिल्या नाहीत, तर तुमच्या माळ्यावर काही दिवसांनी वाळवी, कोळिष्टकं, जाळी-जळमटं आणि झुरळं याशिवाय काहीही दिसणार नाही. विशेषत: साठी ओलांडल्यावर आजवर जे केलं, ज्या मार्गाने चाललो, जे काही घडलं, घडवलं त्या सर्व बाबतीत परिवर्तन करण्याची वेळ आली आहे. आणि असं करण्यात गमावण्यासारखं काही नाही, असलंच तर मिळवण्यासारखं आहे.

आता चित्ताची प्रसन्नता म्हणजे नेमकं काय ते समजून घेऊ या. याबद्दल आपल्या मनात नेमकेपणा, स्पष्टता नसते. टीव्हीवर आपण एखादी क्रिकेट मॅच पाहत असतो, सामना अटीतटीचा असेल, उत्कंठेचं, एक्साइटमेंटचं वातावरण असेल, विजय आपल्या आवडत्या टीमच्या आवाक्यात येत असेल, अशा वेळी आपल्याला खूप मजा येते, गंमत वाटते. जिथे डोकं अक्कल वापरण्याची मुळीच गरज नसते किंवा जे पाहताना अक्कल खुंटीला टांगूनच ठेवायची असते अशी एखादी सिरियल -हल्ली बहुतेक सगळ्याच सिरियल अशा असतात- आपण बघत असतो, तेव्हाही आपल्याला मजा वाटते. ही मजा म्हणजे प्रसन्नता नव्हे. कधीतरी आपण चांगलं संगीत ऐकतो किंवा एखादे छानसे पुस्तक वाचतो. तेव्हा मनाला आनंद वाटला असं आपण म्हणतो. मजा ही नैसर्गिक स्तरावर असते, तर आनंद सांस्कृतिक स्तरावरचा असतो. हा फरक अशासाठी की मॅच किंवा सिरियल संपली की मजाही संपते. पण संगीत किंवा साहित्यासारख्या कलेच्या संस्पर्शाने जो आनंद मिळतो त्याची अनेक दिवसांनंतर आठवण जागी झाली तरी मन आनंदाने भरून जातं. पण या आनंदाची आठवण झाल्यावरच तो मनाला सुखवतो. त्याचा मनावर कायमचा परिणाम असत नाही. प्रसन्नता ही मनाची अशी अवस्था आहे जिच्यासाठी मॅच, सिरियल, संगीत, साहित्य किंवा इतर कोणत्याही बाह्य उपकरणांची गरज नसते. याचा अर्थ असाही नव्हे की प्रसन्नचित्तामध्ये विषाद प्रवेशच करत नाही. विषाद, दु:ख हाही मनुष्यसहज भाव आहे. त्यामुळे एखादी मोठी घटना किंवा विचार आपल्याला खिन्नतेकडे नेतो. उदा. कुरुक्षेत्रावरील महायुद्धाच्या वेळी पहिल्याच

दिवशी, तीर सुटण्याच्या क्षणी अर्जुनाच्या मनात विषाद प्रकटला होता. म्हणजेच विषाद वाटतच नाही असं नाही, पण विषादातसुद्धा मानसिक संतुलन कायम राहील इतकी स्वस्थता मनाला शिकवता आली तर प्रसन्नता टिकते. ज्येष्ठांनी मनाला या प्रसन्नतेच्या मार्गावर नेण्यासाठी आपापले धोरण आखायला हवे. त्यासाठी एखादं गणिती समीकरण नाही. पोहण्याचा आनंद वाहत्या पाण्यात, हात-पाय मारण्यात असतो, पाठीला बांधून पाण्यावर तरंगता येईल पण ते पोहणं नव्हे. आपल्याला एखाद्या गोष्टीत मजा येते, काही गोष्टींचा आनंद आपण लुटतो, पण प्रसन्नता ही प्राप्त करावी लागते - मिळवावी लागते.

सुंदर माझं घर

'आता या वयात आईबाबांना आणखी काय हवं?' सरकारदरबारी उच्च पद भूषणवणारे एक चिरंजीव आपल्या आईवडिलांविषयी बोलताना सहज म्हणाले. 'त्यांना लागणाऱ्या सगळ्या गोष्टी त्यांना वेळच्या वेळी मिळतील याकडे माझी पत्नी सुलोचना जातीने लक्ष देते. त्यांचे कपडे धुऊन आले की घरातला गडी इस्त्री करून ते त्यांच्या खोलीत नेऊन ठेवण्यात कधीही निष्काळजीपणा करत नाही. त्यांना डॉक्टरकडे जायचं असलं, काही औषधं आणायची असली तर त्या सगळ्याची सोय आमच्या सोसायटीतच आहे. मी त्यांना बजावून ठेवलंय की त्यांना कुठे बाहेर जायचं असेल आणि ड्रायव्हर कुठे दुसरीकडे अडकला असेल तर त्यांनी रिक्षा किंवा टॅक्सी करूनच जायचं.' आपण आईवडिलांची कशी, किती सेवा करतो याबद्दल मुलाने सविस्तर माहिती दिली.

"फारच छान! तुमच्या या मातृपितृभक्तीमुळे तुमचे आईवडील निश्चितच आनंदात असतील, प्रसन्न असतील," मी म्हटलं.

"दुर्दैवाने तसं नाही आहे," मुलाने आपली व्यथा व्यक्त केली. "इतकं करूनही दोघं सदैव नाराज असतात. त्यांच्या चेहऱ्यावर अगदी क्वचितच आनंद, प्रसन्नता दिसते."

मुलाशी हे बोलणं झाल्यावर काही दिवसांनी या आईवडिलांच्या भेटीचा योग आला. पतिपत्नी दोघंही ऐंशीच्या पुढचे होते. स्वभावाने सालस होते. आरोग्यही चांगलं म्हणावं असं होतं. सहज बोलताना मी म्हटलं, "तुम्हा दोघांना खरंच सुखी म्हणायला हवं, काय नाहीये तुमच्याजवळ?"

"खरं सांगू?" वृद्ध गृहस्थ दृष्टी खाली वळवत म्हणाले, "ज्याच्यावाचून

चालू शकतं ते सगळं आहे माझ्यापाशी, पण ज्याच्यावाचून चालत नाही अशा कितीतरी गोष्टींची उणीव आहे.'' त्यांचं बोलणं काहीसं गूढ होतं. त्यातून नेमका अर्थ निघत नव्हता म्हणून किंचित सावधपणे मी म्हटलं, ''अहो, आता या वयात आपण बहुतेक सगळ्याच गोष्टींवाचून चालवून घ्यायला शिकायला हवं, नाही का? आजवर आपल्याला ज्या काही गोष्टींची सवय असते, त्या गोष्टी आता नसल्या तरी...''

''अहो, मुद्दा एखाद्या वस्तूचा, गोष्टीचा नाहीये,'' माझं बोलणं मधेच थांबवत ते उद्गारले. ''भौतिक गोष्टींबद्दल बोलायचं तर माझ्याकडे सगळं काही आहे, पण...''

''पण काय?''

''मुलगा मोठ्ठा सरकारी अंमलदार आहे, मला ठाऊक आहे. त्याच्या कामांना अंत नाही, त्याला अनंत कामं असतात हेही मला ठाऊक आहे. सकाळी आठला बाहेर पडतो तो रात्री आठला परत येतो, कधीकधी नऊसुद्धा वाजतात. दमलाभागलेला घरी आला की सरळ आपल्या खोलीत जातो. कधीकधी तर सकाळी केव्हा बाहेर पडला हे देखील कळत नाही आम्हाला. सूनबाई, किट्टी पार्टी, ब्यूटी पार्लर या गोष्टींत बिझी असतात. त्यांनासुद्धा दिवसभरात आमच्याजवळ येऊन बसायला वेळ नसतो. नातवंड त्यांचा अभ्यास, मित्र आणि टीव्ही पाहण्यात इतकी गर्क असतात की त्यांना बोलावलं तरी येत नाहीत. यामुळे सगळ्यात राहूनही एकटं असल्यासारखं वाटत असतं. अख्या घरात आमच्याजवळ बसून गप्पा मारायला दहा-वीस मिनिटंसुद्धा नाहीत कुणापाशी! वेळच नाही कुणाला.'' ही होती वडिलांची व्यथा!

या सगळ्या प्रकारात कुणाही एकाची बाजू बरोबर आहे असं म्हणता येणार नाही. आजच्या कौटुंबिक जीवनात पतिपत्नी आणि मुलांचं आयुष्यसुद्धा असं झालं आहे की काही वर्षांपूर्वीचे सगळ्यांचे प्राधान्यक्रम पूर्णपणे बदलले आहेत. दिवसातून किमान एकदा तरी संपूर्ण कुटुंब एकत्र बसून जेवत आहे हे सुरेख दृश्य आता दिसेनासं झालं आहे. घरातल्या प्रत्येकाचा चहासुद्धा वेगवेगळ्या वेळी होणारी अनेक कुटुंब आहेत. नातवंडांच्या नव्या पिढीला रोजच्या जेवणात आपले परंपरागत खाद्यपदार्थ आवडेनासे झाले आहेत. त्यांच्या आवडीचे पदार्थ जुन्या पिढीला तोंडातसुद्धा टाकवत नाहीत. टीव्हीच्या पडद्यावर अखंड चाललेल्या कार्यक्रमांचा या मुलांवरचा जबरदस्त पगडा जुन्या पिढीतल्या कुणालाही अस्वस्थ करणाराच आहे. या वडीलधाऱ्या गृहस्थांच्या बोलण्यातून हीच वेदना व्यक्त होत होती. घरात मुलगा, सून, नातवंडं कुणीही या वडीलधाऱ्यांची कोणत्याही प्रकारे अडचण होऊ देत नव्हते, पण घरातल्या एखाद्या खोलीत फर्निचर असावं तसे आजी-आजोबा जणू एक खोली अडवून राहत होते - तेवढंच त्यांचं मूल्य होतं. घरातली माणसं केव्हा येतात, केव्हा

जातात, हे या दोघांना क्वचितच कळायचं. सुट्टीच्या दिवशी सगळं कुटुंब फिरायला म्हणून बाहेर पडायचं, संध्याकाळी जेवूनच घरी परतायचं, येताना आजी-आजोबांसाठीही काहीतरी पार्सल यायचं...

नाहीतरी हल्ली आपल्या कुटुंबजीवनात एकमेकांबद्दल अविश्वास आणि उपेक्षेची वृत्ती वाढीला लागली आहे. प्रत्येकाला स्वत:च्या तथाकथित स्वातंत्र्याच्या कल्पनेने असंकाही पछाडलं आहे की इतर कुणाकडे पाहण्यात कुणाला स्वारस्यच नाही. सगळे एकत्र राहतात म्हणून कौटुंबिक जीवनातला विवेक आणि व्यवहार सांभाळला जातो एवढंच. पण एकत्रपणातील जवळिकीची ऊब कमी होत चालली आहे. घर म्हणजे जणू 'राहण्याचं ठिकाण' बनत चाललं आहे.

उत्तर आयुष्यात माणसाला सर्वांत जास्त गरज असते ती सोबतीची आणि सहकाराची, भौतिक गोष्टींची नव्हे. अगदी लहानसहान गोष्टीही किती उग्र स्वरूप धारण करू शकतात हे त्या त्या प्रसंगातून जातानाच कळतं. उत्तरावस्थेत प्रतिकारशक्ती कमी होणं हे नैसर्गिक असतं, त्याचबरोबर मनही हळवं बनतं. वृद्धांनीसुद्धा हा निसर्गनियम लक्षात घेऊन एवढ्यातेवढ्या गोष्टीवरून वाईट वाटून घेऊ नये. त्याचप्रमाणे मुला-सुनेनेही स्वत:च्या प्राधान्यक्रमात किंचित बदल करून थोडी तडजोड करून घरातील वृद्धांसाठी वेळ काढावा. केवळ त्यांचे कपडे जागेवर ठेवणं आणि औषधं आणून देण्याची सोय करून देणं पुरेसं नसतं. त्यांच्याबरोबर कधीतरी - जमलं तर नियमितपणे - थोडा वेळ घालवला तर त्यांना अधिक बरं वाटेल. या वेळात चर्चा किंवा वादविवादापेक्षा आजच्या काळाच्या संदर्भात त्यांचे अनुभव ऐकणं, यातून त्यांना जे समाधान लाभेल, ते तुम्ही खरेदी करून आणलेल्या कोणत्याही महागड्या गोष्टीपेक्षा अधिक मौल्यवान असेल.

माझे वडील त्यांच्या वृद्धावस्थेत अशा खूप गोष्टी सांगायचे. काही वेळा तर तीच तीच गोष्ट पुन:पुन्हा सांगायचे. त्यांचं उपदेशात्मक बोलणं - तेही पाल्हाळिक शैलीतलं - ऐकणाऱ्याला कंटाळवाणं वाटायचं. एखाद्या वेळी कुणाचा असा कंटाळा प्रकट झाला, तर नाराज होऊन म्हणायचे - काय सांगतो ते नीट समजून घ्या. असं ऐकण्याची संधी आता फार काळ मिळणार नाही. पुन्हा असं ऐकायला मिळणार नाही. तेव्हा कंटाळा आला तरी सहन करून ऐकून ठेवा. नाहीतर मग पश्चात्ताप होईल.

त्यांच्या बोलण्यात तथ्यांश होता - हे कदाचित तेव्हा कळत नव्हतं, पण आज नीटच कळलं आहे. वर ज्या घटनेबद्दल सविस्तर लिहिलं आहे त्याच संदर्भातली आणखी एक घटनाही सांगण्यासारखी आहे. ही देखील सांगोवांगीची किंवा कपोलकल्पित नाही. मी स्वत: पाहिलेली ही घटना आहे.

इथल्या एका सार्वजनिक बागेत वेळ मिळाला की अधूनमधून मी चक्कर

मारायला जातो. ही बाग अतिशय आखीवरेखीव आहे. तिची देखभालही चांगली केली जाते. तिथे शांतपणे चालण्यासाठी वॉक-वे आहे. तिथे फिरणाऱ्या काही ज्येष्ठ नागरिकांशी माझी भेट होते. आवश्यक तेवढं फिरून झाल्यावर ही मंडळी तिथे असलेल्या बाकांवरून बसतात. कधीमधी माझ्याबरोबर फिरणारे एक ओळखीचे गृहस्थ त्या दिवशी माझ्या शेजारी बाकावर बसले. नेहमी हे गृहस्थ चपला काढून मांडी घालून बाकावर बसत. त्या दिवशी मात्र ते पाय खाली सोडून बसले होते. मग लक्षात आलं की त्यांनी रोजच्या चपलांऐवजी आज नव्या पिढीचे 'जॉगिंग शूज' घातले होते. धोतर आणि जॉगिंग शूज हे कॉम्बिनेशन कसंतरीच दिसत होतं. मी गमतीने म्हटलं, ''काय राव, आता या वयात धोतरावर जॉगिंग शूज म्हणजे 'बुड्ढी घोडी लाल लगाम' छाप दिसतंय!''

माझं बोलणं ऐकून तेही हसले आणि म्हणाले, ''हे असले तसले जॉगिंग शूज नव्हेत, महाराज! घातल्यावर लिटरभर रक्त वाढल्यासारखं वाटतंय. ऐकून तुम्हीसुद्धा थक्क व्हाल,'' त्यानंतर त्यांनी सांगितलेली गोष्ट अशी :

त्यांचा एकोणीस वर्षांचा नातू कॉलेजच्या तिसऱ्या वर्षात शिकत होता. शिक्षणात तर हुशार होताच, पण इतर गोष्टींतही त्याला रस होता. या तीन वर्षांत त्याला कॉलेजकडून तीन-चार रोख बक्षिसं मिळाली होती. शिवाय या काळात वाढदिवस, दसरा, दिवाळी अशा शुभप्रसंगी त्याला घरातल्या मंडळींनी शकुनाचे म्हणून जे पैसे दिले ते सगळे त्याने साठवले. तीन वर्षांत त्याच्याजवळ सहा हजार रुपये जमले होते. गेल्या आठवड्यात त्याचा वाढदिवस होता. त्या दिवशी कुणाला काहीही न सांगता या मुलाने घरातल्या सगळ्यांसाठी - आईवडील, आजी-आजोबा, एक लग्नाची आत्या आणि धाकटी बहीण - काही ना काही भेटी आणल्या होत्या. आजोबांच्या पायाचं माप घेऊन हे शूज घेऊन आला होता. आजोबा रोज फिरायला जाताना चपला घालतात, त्याऐवजी त्यांनी जॉगिंग शूज घातले तर त्यांना चालायला छान वाटेल या हिशेबाने तो हे बूट घेऊन आला होता. वाढदिवशी सगळ्यांनी आशीर्वाद दिल्यावर त्याने आपली जादूची पोतडी उघडली आणि सगळ्यांना अशा भेटी देऊन आश्चर्यचकित केलं!''

एवढं सांगेपर्यंत गृहस्थांचा गळा दाटून आला होता. डोळे पाणावले होते. शेवटी म्हणाले, ''असले बूट मी आयुष्यात कधी घातले नाहीत. चपला घालून चालण्यात मला काही अडचणही वाटत नाही. उलट बुटात पाय बांधून ठेवायची सवय नसल्यामुळे हे घालून चालताना जरा अवघडच वाटतं. पण नातवाने हौसेने आणले आहेत ना, म्हणून रोज घालून येतो.''

पाहायला गेलं तर अगदी क्षुल्लक घटना आहे. तरीही मानवी मनाला प्रभावित करण्याचं प्रचंड सामर्थ्य तिच्यात आहे. समजूतदार मुलगा-सून आणि नातवंडं,

आजी-आजोबांच्या भावनांना कशी हात घालू शकतात - स्पर्श करू शकतात याचं हे छानसं उदाहरण आहे. लेखाच्या सुरुवातीला दिलेलं उदाहरण आणि हे उदाहरण, दोन्ही किती बोलकी आहेत!

आजचे सत्तरी ओलांडलेले वृद्ध एक वाक्य पुन:पुन्हा उच्चारत असतात. आम्ही लहान होतो तेव्हा आमच्या घरात वडिलांचा खूप धाक होता. सगळं घर त्यांचा शब्द वरच्यावर झेलायचं!

यात मुळीच अतिशयोक्ती नाही. साठ-सत्तर वर्षांपूर्वी कर्त्या पुरुषाचा - मग ते वडील असोत वा आजोबा - संपूर्ण घराला धाक असायचा. तुमची स्वत:ची बाल्यावस्था, किशोरावस्था किंवा तारुण्यसुद्धा आठवून पाहा. तुमच्या अनेक आवडीनिवडींवर आणि एकूणच जडणघडणीवर त्या वडिलांच्या किंवा आजोबांच्या कडक धोरणाचा प्रभाव असेल. त्यांना जे आणि जसं आवडेल ते आणि तसंच घरातल्या सगळ्यांना करावं लागत असे. त्यांच्यासमोर काही बोलायची कुणाची प्राज्ञा नसे. घरातल्या सुनांना सासवांचा धाक असे हे आपण पाहिलं आहे. या धाकामुळे, जरबेमुळे कुटुंबात एक प्रकारची शिस्त निर्माण होत असे हे मान्य, पण नव्या पिढीच्या काही आशाआकांक्षाही त्या धाकाखाली चुरडल्या जात हेही तितकंच खरं! आमच्या तरुणपणी आमच्या कपड्यांची निवडही वडीलच करत असत. रंगीत पट्ट्यापट्ट्यांची लुंगी नेसण्याचं वेड त्या काळी नव्याने आलं होतं. एकदा मी अशी लुंगी घ्यायचा विषय काढताच वडील कडाडले होते. 'खबरदार, ती तसली लुंगी घातलीत तर! तसल्या लुंग्या ते मुसलमान घालतात.' त्यांच्या समोर आम्ही कधीही लुंगी नेसू शकलो नाही. जी गोष्ट लुंगीची तीच ब्रेड किंवा पावाची. आम्हा मुलांना ब्रेड खावासा वाटला, तरी असले पदार्थ घरी आणायला वडिलांची परवानगी नव्हती. पाव किंवा ब्रेड खाल्ल्याने ब्राह्मणाचा देह विटाळतो असं त्यांचं मत होतं. आणि त्यांच्या या मताविरुद्ध काही बोलण्याची वा करण्याची शक्यताच नव्हती.

आजच्या सत्तरी ओलांडलेल्या वृद्धांनी अनुभवलेली ही अगदी सामान्य परिस्थिती होती. हे वृद्ध जेव्हा आपल्या वडिलांच्या राज्यात होते तेव्हा त्यांना स्वत:च्या नव्हे, तर वडिलांच्या किंवा आजोबांच्या इच्छेप्रमाणे जगावे लागत होते. अर्थात त्यात कुणाला काही गैरही वाटत नव्हतं. व्यक्तिस्वातंत्र्य नावाच्या गोष्टीचा तेव्हा उदय झालेला नव्हता.

मात्र आज हे वृद्ध आपल्या वडिलांप्रमाणे आपल्या कुटुंबावर आपला धाक राखू शकत नाहीत. ज्येष्ठ नागरिकांच्या या पिढीने लहानपणी आपल्या वडिलांच्या किंवा आजोबांच्या आवडीनिवडी लक्षात ठेवल्या होत्या. आता ते स्वत: आजोबा झाले आहेत, पण स्वत:च्या आवडीनिवडी कुटुंबावर लादू शकत नाहीत. उलट आता तर त्यांनी मुलगा-सून आणि नातवंडांच्या आवडीनिवडी देखील हसतमुखाने स्वीकाराव्यात,

पचनी पाडाव्यात अशी परिस्थिती आहे. हे युगपरिवर्तन आहे. ज्याच्याशी जुळवून घेणं अवघड असा या परिवर्तनाचा वेग आहे. परिवर्तनाच्या या सुदर्शनचक्राने सध्याच्या वृद्ध नागरिकांचा एका अर्थाने बळी घेतला आहे.

तीच गोष्ट वृद्ध स्त्रियांची! एखाद्या ज्येष्ठ स्त्रीने नवोढा म्हणून जेव्हा गृहप्रवेश केला असेल, त्या वेळी सासूचे पाय चेपण्यापासून कामाचा जो बोजा तिच्यावर पडायचा तो आठवला तर आजचं परिवर्तन चकित करणारं आहे. एका दृष्टीने पाहता स्त्रीवरील भार तितकाच आहे, त्याचा प्रकार बदलला आहे. आज सासू झालेल्या स्त्रियांनी हे लक्षात घ्यायला हवं. आमची सासू आम्हाला असं बोलायची किंवा आमच्याकडून अशी कामं करवून घ्यायची असं सगळं आठवून जर स्वत:ही तेच धोरण चालवायला गेलात तर सगळंच बिनसेल. एके काळी सूनच काय मुलगासुद्धा आई किंवा वडिलांना विचारल्याशिवाय, त्यांची परवानगी घेतल्याशिवाय कुठे हिंडायला-फिरायला जात नव्हता. यात मुलगा किंवा सून दोघांनाही काही अनुचित वाटत नव्हतं. त्याच मुला-सुनेला आज सासूसासरे बनल्यावर ते विसरावं लागेल. आपलं कुटुंब जीवन हे एका छपराखाली राहणाऱ्याचे 'राहण्याचे ठिकाण' बनू लागले आहे. कौटुंबिक जिव्हाळा कमी होऊ लागला आहे हे आपले दुर्दैव आहे.

हे दुर्दैवी वास्तव बदलणं आता शक्य नाही. हे लक्षात घेऊन ते सह्य करण्याचे उपाय करणं शहाणपणाचं ठरेल. आज जीवनात अशा काही घटना घडत आहेत ज्या पाहाताना मन घायाळ होतं, भावना गोठून जातात, संवेदना कंप पावतात. अशा वेळी माणसाने बुद्धीला प्राधान्य द्यायला हवं, बुद्धी आणि भावना यात संघर्षाचा प्रसंग आला तर निर्णय बुद्धीच्या मदतीने घ्यायला हवा. आपल्या भावना निर्दयपणे चिरडून टाकाव्या किंवा विसरून जाव्यात असा याचा अर्थ नाही. इतकंच म्हणायचं आहे की बुद्धी आणि भावनांच्या संघर्षाच्या प्रसंगी बुद्धीला ५१ टक्के महत्त्व द्यावं आणि भावनांना ४९ टक्क्यांच्या पुढे वाढू देऊ नये.

संपूर्ण गाव स्वच्छ नीटनेटकं असावं हा एक आदर्श आहे. पण वास्तवात तसे कुठेच दिसत नाही. असं असलं तरी स्वच्छता आपल्याला सगळ्यांनाच आवडते. आता या वयात संपूर्ण ग्रामस्वच्छता अभियान चालवणं शक्य नाही. तेव्हा हे अभियान आपल्या घरापुरतं, आपल्या अंगणापुरतं मर्यादित ठेवू या. अशी पाच-पंचवीस अंगणं जरी स्वच्छ, सडासंमार्जन केलेली असतील तरी आपले डोळे तर निवतीलच, पाहणाऱ्यांच्या डोळ्यांनाही गारवा लाभेल.

नफा आणि नुकसान : नीती आणि नियम

या लेखमालेत इथवर आपण ज्येष्ठ नागरिकांच्या कौटुंबिक, सामाजिक, आर्थिक, आध्यात्मिक, मानसिक, इ. विविध प्रकारच्या समस्यांचा विचार केला. पण ज्येष्ठ नागरिक हा एक राजकीय प्रश्नही आहे. आधुनिक विज्ञान आणि वाढत्या शिक्षणामुळे आरोग्याबद्दलची जागरूकता वाढली. त्याचे फळ म्हणजे ज्येष्ठ नागरिकांची वाढणारी आयुर्मर्यादा. एक अब्ज जनसंख्येच्या आपल्या देशात ज्येष्ठ नागरिकांची संख्या किमान दोन कोटी असावी. २०१०मध्ये झालेल्या जनगणनेतून आपल्याला ताजे आकडे मिळतील. पण ही संख्या दहा कोटीच्या आत असणार नाही हे निःसंशय. ज्येष्ठ नागरिकांची ही वाढत जाणारी संख्या देशाच्या अर्थकारणावर दिवसेंदिवस भाररूप बनत आहे. केवळ आपल्याच देशात नव्हे तर अमेरिका किंवा जपानसारख्या समृद्ध देशांतही ज्येष्ठ नागरिकांबाबतच्या आर्थिक धोरणात येत्या काही दशकांत बदल झाला नाही तर परिस्थिती अवघड बनेल अशी धोक्याची घंटा वाजू लागली आहे.

आपण आपल्या देशाचंच उदाहरण पाहू. आपल्या देशातही ज्येष्ठांची संख्या आणि आरोग्य दोन्हीचा आलेख वर चढणारा आहे. त्यातही सरकारी कर्मचाऱ्यांच्या पेन्शनची रक्कम महागाईशी निगडित असल्यामुळे सरकारी तिजोरीवरील बोजा वाढत आहे. एखाद्या सरकारी कर्मचाऱ्याला निवृत्तीनंतरच्या पंधरा वर्षांच्या काळात मिळणारी पेन्शनची एकूण रक्कम ही त्याच्या तीस ते पस्तीस वर्षांच्या सेवाकाळात मिळालेल्या एकूण पगाराच्या रकमेपेक्षा अधिक होते, असं एक साधं गणित मांडता येतं. त्याच्या पत्नीचं वय त्याच्यापेक्षा पाच ते दहा वर्षांनी कमी असतं असं धरलं तर त्याच्या मृत्यूनंतरही पुढची पाच ते दहा वर्षं त्याच्या पत्नीला फॅमिली पेन्शन

मिळत राहील. आणि पेन्शन महागाई निर्देशांकाशी निगडित असल्याने बेफाम वाढणाऱ्या महागाईमुळे पेन्शनची रक्कमही अनपेक्षितरीत्या वाढत आहे. सहज आसपास पाहिलं तर अशा कितीतरी वृद्धा नजरेस पडतील ज्यांना त्यांच्या पतीच्या शेवटच्या पगाराच्या तिप्पट ते चौपट रक्कम फॅमिली पेन्शन म्हणून मिळते. सरकारच्या आर्थिक धोरणात या बाबीकडे अजून पुरेसं लक्ष दिलेलं नाही, पण दिल्याशिवाय चालणार नाही.

इथे पेन्शनला विरोध दर्शवणं हा उद्देश नाही. पेन्शन किंवा अशाच प्रकारच्या निश्चित आयोजनाद्वारे प्रत्येक ज्येष्ठ नागरिकाची काळजी घेणं हे सरकारचं कर्तव्य आहे. पण त्या बरोबरच निवृत्त होणाऱ्या ज्येष्ठ नागरिकाचे स्वास्थ्य आणि अनुभव लक्षात घेऊन त्याला कुठे ना कुठे कार्यरत ठेवण्याचे नियोजनही व्हायला हवे. आजच्या दहा कोटी ज्येष्ठ नागरिकांपैकी किमान तीन कोटी तरी असे असतील ज्यांना कोणत्या ना कोणत्या सेवाक्षेत्रात कामाला लावता येईल. ज्येष्ठ नागरिकांनीही निवृत्तीकाळात हातावर हात ठेवून स्वस्थ बसण्याऐवजी स्वतःच्या अनुभवाचा फायदा देशाला द्यायला हवा. मात्र इथून पुढच्या काळात त्यांनी मिळणाऱ्या आर्थिक मोबदल्याला कमी महत्त्व द्यायला हवे.

एक अशीही सूचना केली जाते की सध्या निवृत्तीची वयोमर्यादा ५८ ते ६५च्या दरम्यान कोणतीही, मनाला येईल ती ठरवली जाते. याऐवजी वर्तमान आरोग्य आणि आयुर्मान लक्षात घेऊन त्याचा पुनर्विचार केला जावा. निवृत्तीची मर्यादा वाढवण्यातली सर्वांत मोठी अडचण अशी की त्यामुळे तरुण आणि अधिक शिक्षितांची रोजगाराची संधी कमी होते. यावर उपाय म्हणजे नवीन रोजगार - नोकऱ्या उपलब्ध करून देणे. याशिवाय साठ-बासष्टाच्या पुढच्या ज्या ज्येष्ठांची नोकरी चालू राहील त्यांना कॉन्ट्रॅक्ट पद्धतीने ठरावीक रक्कम द्यावी. त्यामुळे नव्या तरुणांनाही नोकऱ्या मिळतील आणि कार्यक्षमताही वाढेल.

मात्र हे सगळं सामाजिक समतोल राखण्याच्या दृष्टिकोनातून व्हायला हवं. यात कुठल्याही एका वर्गाला कमी किंवा अधिक लाभ देण्याचा हेतू नसावा. एक मुद्दा संपूर्ण समाजाने आणि राज्यकर्त्या सरकारनेही लक्षात ठेवायला हवा की ज्येष्ठ नागरिकांच्या खांद्यावर बसूनच आपण आपला वर्तमानकाळ जगत आहोत. या ज्येष्ठांनी आपल्या आयुष्यातली सर्वोत्तम काळातली चाळीस वर्षे आपापली बुद्धी, निष्ठा, मिळालेली संधी या सगळ्याला अनुसरून कुटुंब, समाज आणि पर्यायाने देशासाठी काही ना काही केलं आहे. इथून पुढे त्यांची कार्यक्षमता आणि शारीरिक स्वास्थ्यही कमी होत जाणार आहे. अर्थार्जनाच्या क्षेत्रातील त्यांचं योगदान नसल्यासारखेच असणार आहे, तरीही ते जगत असतील. आयुष्याच्या शेवटच्या श्वासापर्यंत आपल्या क्षमतेनुसार समाजाचं ऋण फेडणं हा प्रत्येक ज्येष्ठ नागरिकाचा धर्म आहे.

त्याच वेळी त्यांना त्यांच्या धर्माचं पालन करता यावं यासाठी त्यांच्या काही हक्कांचं पूर्णतः रक्षण करणं हा समाज आणि सरकारचाही धर्म आहे. यासाठीचे काही मार्गदर्शक मुद्दे मांडण्याचा इथे प्रयत्न केला आहे.

प्रत्येक ज्येष्ठ नागरिक पेन्शनर असत नाही. आयुष्यभर असंघटित उद्योगक्षेत्रात काम करणाऱ्यांकडे निवृत्तीनंतर पेन्शन तर नसतंच, पण व्यवस्थित जगता येईल एवढी बचतही नसते. जी थोडीफार बचत असते किंवा प्रॉव्हिडंट फंडाची रक्कम हाती येते ती बचत तीस-चाळीस वर्षांपूर्वीच्या स्वस्ताईच्या काळातली असते. सध्याच्या चलनफुगवट्यामुळे ती रक्कम अगदीच मामुली ठरते. अशा ज्येष्ठांना त्या रकमेवरच गुजराण करायची असते. आपण असं गृहीत धरू या की त्यांची मुलंबाळं आता स्वतंत्रपणे सुस्थिर झाली आहेत आणि ज्येष्ठांना विशेष असे सामाजिक वा व्यावहारिक खर्चही करायचे नसतात. तरीही पतिपत्नी या दोघांच्या निर्वाहासाठी आजच्या काळात दहा हजार रुपये तरी मिळायला हवेत. वाढत्या वयामुळे त्यांच्या वैद्यकीय गरजाही इथून पुढे वाढणार असतात. अगदी साधा सर्दी-पडशाचा त्रास झाला आणि आपण डॉक्टरकडे गेलो तरी शंभराची नोट संपते.

ही वस्तुस्थिती लक्षात घेऊन सरकारने ज्येष्ठांना बँक डिपॉझिट्सवर किमान २ टक्के अधिक व्याज द्यावं. सध्या व्याजाचा दर ७ टक्क्यांच्या आसपास आहे. एखाद्या ज्येष्ठ नागरिकाच्या दहा लाखांच्या बचतीवर त्याला जेमतेम ७०-८० हजार रुपये मिळू शकतात. म्हणजेच महिन्याला ६ ते ७ हजार. ही रक्कम अपुरी आहे. म्हणूनच त्यांना २ टक्के अधिक व्याज दिलं, तर त्यांना व्याजापोटी थोडी अधिक रक्कम मिळेल. या योजनेचा काही संपन्न ज्येष्ठ नागरिक गैरफायदा घेण्याचीही शक्यता आहे. काही ज्येष्ठ नागरिकांनी आपल्या संपूर्ण कुटुंबाची बचत तात्पुरती स्वतःच्या नावावर ठेवून अधिक व्याज मिळवलं तर ती फसवणूक ठरेल. इथे मूळ उद्देशच नष्ट होईल. यावर उपाय म्हणून २ टक्के अधिक व्याज मिळणाऱ्या डिपॉझिटला व्यक्तिनिहाय मर्यादा घालता येईल. त्यांच्याकडून ॲफिडेविट देखील घेता येईल. एवढं करूनही फसवणुकीचे प्रकार होतील, गैरफायदा घेतला जाईल. पण आज देशभरात पैशाचे जे गैरव्यवहार, घोटाळे चालू आहेत, त्यांच्या तुलनेत ज्येष्ठ नागरिकांकडून केली गेलेली ही फसवणूक अगदीच नगण्य असेल. मुळात दहा लाख ही फार मोठी रक्कम नाही आणि तरीही एवढी बचत असलेल्या ज्येष्ठ नागरिकांची संख्या संपूर्ण देशाच्या लोकसंख्येच्या प्रमाणात अगदी क्षुल्लक असेल.

प्रत्येक ज्येष्ठ नागरिकाच्या इथून पुढच्या जीवनात वैद्यकीय समस्यांचं प्रमाण थोडंफार वाढणार हे उघड आहे. सर्दी-पडशासारख्या बारीकसारीक आजारावरील उपचारही खर्चीक बनले आहेत. हृदयरोग, ब्लडप्रेशर, डायबेटिस, संधिवात अशा रोगांविरुद्धची प्रतिकारशक्ती वयाबरोबर क्षीण होत जाते. या सगळ्या आजारांवरील

उपचारांचा खर्च सामान्य माणसाचं कंबरडं मोडणारा असतो. एखाद्या वेळी अचानक रात्रीबेरात्री नर्सिंग होमची पायरी चढण्याची वेळ आली, तर काही हजारांची रक्कम काउन्टरवर भरून घेतल्यानंतरच रोग्याचं नाव विचारलं जातं. त्यानंतर रक्ताच्या तपासण्या, एक्स-रे, सोनोग्राफी, एमआरआय, औषधांच्या याद्या... या सगळ्याची रांग लागते. हा सगळा खर्च भागवणं सामान्य ज्येष्ठ नागरिकाला फार अवघड असतं. सध्याच्या तरुण पिढीच्या विचारांची दिशा पाहता मुलं आपल्या पालकांसाठी अशा प्रकारचा खर्च करतील किंवा नाकारतील दोन्हीही शक्य आहे. कल्याणकारी म्हणवणाऱ्या कोणत्याही देशाच्या सरकारला अशा ज्येष्ठ नागरिकांची पुरेशी वैद्यकीय काळजी घ्यायला हवी.

हे कसं करता येईल?

प्रत्येक शहरात म्युनिसिपल कॉर्पोरेशनने चालवलेली किंवा सरकारी हॉस्पिटल्स असतात. कुणी म्हणेल की आर्थिकदृष्ट्या ज्यांना परवडत नसेल अशा ज्येष्ठांनी या हॉस्पिटलमध्ये जावं. तात्त्विकदृष्ट्या हे म्हणणं चुकीचं नाही. पण प्रत्यक्षात ज्यांनी या हॉस्पिटलचा कारभार पाहिला व अनुभवला आहे ते दुसऱ्यांदा तिथे जाणार नाहीत. हल्ली प्रत्येक मोठ्या शहरात थ्री स्टार, फाइव्ह स्टार किंवा सेव्हन स्टार म्हणता येतील अशी अद्ययावत हॉस्पिटल्स अस्तित्वात आली आहेत. शिक्षणाप्रमाणेच वैद्यकीय सेवेचंही आता व्यवसायात रूपांतर झालं आहे. डॉक्टर आणि त्यांच्या उपचारांची तत्त्वे आता चरक, धन्वंतरी आणि सुश्रुताने घालून दिलेली तत्त्वे राहिलेली नाहीत. चॅरिटेबल ट्रस्टकडून चालवल्या जाणाऱ्या या हॉस्पिटल्सना सरकारने जवळजवळ मोफत किंवा अत्यंत कमी दराने भूखंड दिलेले असतात. इमारतींसाठी ज्यादा एफएसआय दिलेला असतो. हॉस्पिटलच्या सगळ्या यंत्रसामग्रीवरचे सर्व प्रकारचे कर पूर्णपणे माफ केलेले असतात किंवा कमी केलेले असतात. या सगळ्यावरून लक्षात येतं की या हॉस्पिटल्सना जी सूट दिलेली असते ती सामान्य नागरिकांनी भरलेल्या करातूनच दिलेली असते. हे पाहता ज्येष्ठ नागरिकांना अशा हॉस्पिटल्समधून अग्रक्रमाने नि:शुल्क सेवा किंवा अत्यंत कमी दरात उपचार मिळावेत असा कायदा व्हावा व त्याची अंमलबजावणी व्हावी.

अशा हॉस्पिटल्समध्ये काही कॉट्स गरिबांसाठी राखीव असाव्यात अशी कायद्याने तरतूद केलेली असते. पण अशी व्यवस्था म्हणजे एखादी धर्मशाळा किंवा अस्पृश्यांची वस्ती नव्हे. त्यांची सगळी व्यवस्था, लाखो रुपये भरणाऱ्या इतर रुग्णांप्रमाणेच व्हायला हवी. खऱ्या अर्थाने अशी व्यवस्था कोणत्याही हॉस्पिटलमध्ये दृष्टीस पडत नाही किंवा त्याला मोठ्या प्रमाणात प्रसिद्धी दिली जात नाही. होता होईल तो याबाबत 'गोपनीयता' पाळण्यात येते.

ज्येष्ठ नागरिकांना रेल्वे प्रवासात सूट देण्यात येते. पुरुषांना ही सूट ३० टक्के

तर स्त्रियांना ५० टक्के अशी आहे. यातील फरकामागचं लालूप्रसादीय तर्कशास्त्र असं की पुरुष अधिक प्रवास करतात आणि महिला प्रवाशांचं प्रमाण कमी असतं. मुळात ६०, ७०, ८०चा माणूस रेल्वेप्रवासातली गर्दी पाहता अकारण प्रवास करणं टाळतोच. त्यातही ज्येष्ठ वृद्धा एकट्याने जाऊच शकत नाहीत. या ज्येष्ठ नागरिकांना तत्काळ बुकिंग करायचं असेल तर ही सूट मिळत नाही. तत्काळ बुकिंगमधील ही सूट नाकारणाऱ्यांचा बुद्ध्यंक सामान्य बुद्ध्यंकापेक्षा खालचा असावा अशी शंका आल्याशिवाय राहत नाही. खरंतर सगळ्याच ज्येष्ठांना ५० टक्के सूट द्यायला हवी, एवढंच नव्हे तर तत्काळ बुकिंगमध्येही ही सूट कायम ठेवायला हवी. ज्याप्रमाणे पाच वर्षांच्या आतील बालकाला विनातिकीट प्रवास करण्याचा हक्क आहे, ५ ते १२ वर्षांमधील मुलं अर्ध्या तिकिटावर प्रवास करतात, सव्वीस वर्षांपर्यंतच्या मान्यताप्राप्त शिक्षणसंस्थातील विद्यार्थ्यांना सवलतीच्या दराने तिकीट किंवा मासिक पास काढता येतो, त्याचप्रमाणे प्रत्येक ज्येष्ठ नागरिकाला, मग ती स्त्री असो वा पुरुष, रेल्वे तिकिटावर ५० टक्के सूट मिळायला हवी.

सवलतीच्या दराने काढलेल्या तिकिटावर प्रवास करणाऱ्या ज्येष्ठ नागरिकांनी वयाचा दाखला जवळ ठेवणं अपेक्षित असतं. पुरावा जवळ नसेल तर दंडही आकारण्यात येतो. एखादा पंचावन्नच्या पुढचा नागरिक स्वतःचं वय साठ सांगून खोट्या तिकिटावर प्रवास करेल, पण तिशीचा नागरिक स्वतःला साठीचा दाखवण्याचा मूर्खपणा करणार नाही. ज्याप्रमाणे पाच वर्षांखालील बालकाच्या वयाचा पुरावा मागितला जात नाही त्याप्रमाणे अर्ध्या तिकिटावर प्रवास करणाऱ्या मुलाकडूनही वयाच्या दाखल्याची मागणी केली जात नाही. ही बाब प्रवाशांच्या प्रामाणिकपणावर सोडली जाते. ज्येष्ठ नागरिकांच्या सवलतीबाबतही हेच धोरण असावं. यात चार-दोन टक्के फसवणूक होण्याची शक्यता मान्य करूनही बहुतांश ज्येष्ठांना मोठाच दिलासा मिळेल. माणसाच्या, विशेषतः ज्येष्ठ नागरिकाच्या प्रामाणिकतेबद्दल शंका न घेण्याने सरकारपक्षी होणारे नुकसान क्षुल्लक असेल. पण ज्येष्ठांना मिळणारे मानसिक समाधान तुलनेने अधिक असेल.

विमानप्रवासातही दशकभरापूर्वी एअर इंडिया (इंडियन एअरलाइन्स)कडून ज्येष्ठांना सवलतीच्या दराने तिकीट मिळत असे. आज तो कायदा असूनही ज्येष्ठांना त्याचा फायदा मात्र मिळत नाही. आज या क्षेत्रात कित्येक खासगी कंपन्यानी प्रवेश केला आहे. इंडियन एअरलाइन्सची ज्येष्ठांसाठीची सवलत मूळ भाड्यावर असते. हे मूळ भाडे आंतरराष्ट्रीय प्रमाणित दराप्रमाणे ठेवावे लागते. आज खासगी कंपन्या आपले मूळ भाडे आंतरराष्ट्रीय दरापेक्षाही कमी ठेवतात आणि त्यावर विविध प्रकारचे टॅक्सेस लावले जातात. त्यामुळे घडतं असं की पाच हजाराच्या तिकिटाचं मूळ भाडं एक हजाराच्याही आत असतं. आज जर कुणी आंतरराष्ट्रीय दराने मूळ भाडं लक्षात

घेऊन सवलत मागायचं ठरवलं तर पाच हजाराचं तिकीट दहा हजाराला पडेल अशी चमत्कारिक परिस्थिती निर्माण झाली आहे. हवाईप्रवासाच्या तिकिटाचे दर प्रत्येक कंपनीगणीक आणि क्षणोक्षणी बदलत असतात - अगदी शेअरबाजारातल्या आकड्यांप्रमाणे! या मागचं तर्कशास्त्र किंवा याचे मापदंड कुणालाच कळत नाहीत. या गोंधळात ज्येष्ठ नागरिकांना देऊ केलेली विमानप्रवासातली सूट अर्थहीन ठरते. का कुणास ठाऊक, पण या गोष्टीकडे एखाद्या सामाजिक संस्थेचं वा कार्यकर्त्याचं लक्ष गेलेलं दिसत नाही.

आजच्या कॉम्प्लेक्स जगात एखाद्या व्यक्तीचा, एखाद्या परिस्थितीचा वा एखाद्या प्रश्नाचा स्वतंत्र विचार करता येत नाही. वरिष्ट नागरिकांकडेही असेच व्यापक संदर्भात पाहणे, विचार करणे आणि मूल्यमापन करणे घडायला हवे. त्यांच्या प्रश्नांची उकलही समग्रतेचं भान ठेवून व्हायला हवी. यामुळे ज्येष्ठांचा काही गोष्टीत फायदा होईल तर काही बाबतीत तोटा, पण समाज-संतुलनासाठी हे आवश्यक आहे.

एखादी व्यावसायिक संस्था तिच्या फायद्या-तोट्याचा हिशेब करताना जे गणिती धोरण स्वीकारते ते संपूर्ण राष्ट्राला वा समाजाला स्वीकारता येणार नाही. राष्ट्राने, समाजाने, दूरवरच्या हिताचा विचार करून मानवी मूल्यांच्या आधारे नीतिनियम तयार करायला हवेत, अन्यथा वरवर दिसणारे फायदे ही फसवणूक ठरेल.

स्वर्गाच्या दारात/प्रवेशद्वाराशी

आयुष्याच्या अखेरच्या काळात माझ्या वडिलांनी एकदा स्वत:चा फोटो काढून घेण्याची इच्छा व्यक्त केली होती. घरातल्या अल्बममध्ये त्यांचे पुष्कळ फोटो होते. इतकंच नव्हे, तर वीसएक वर्षांपूर्वी काढलेला त्यांचा एक फोटो फ्रेम करून भिंतीवर लावलेला देखील आहे. मी एका फोटोग्राफर मित्राला बोलावून त्यांचे वेगवेगळे तीन-चार फोटो काढून घेतले, तेव्हा ते म्हणाले होते - आता अखेरच्या काळातला एखादा फोटो घरात असायला हवा, कारण माझ्या हयातीनंतर असाच फोटो भिंतीवर असायला हवा.

काही वर्षांपूर्वी भावनगरला आमच्या जुन्या घरी जाणं झालं. आता वावर नसलेल्या त्या घरातल्या एका कपाटात जुने फ्रेम केलेले दोन-तीन फोटो सापडले. या फोटोत कुठले तरी काका होते, मामा होते, भाभू होते, आजी होत्या... माझ्या मुलांना आणि नातवंडांना मी हे फोटो दाखवले, तेव्हा त्यातला एकही चेहेरा त्यांना ओळखता आला नाही. या स्वर्गवासी झालेल्या सगळ्यांच्या मांडीवर मी बसलो होतो, अंगाखांद्यावर खेळलो होतो, पण त्यांची तिसरी किंवा चौथी पिढी त्यांचे चेहेरे ओळखू शकत नव्हती. इतकंच नव्हे, तर त्यांची नावंसुद्धा त्यांना माहीत नव्हती.

आपल्यापैकी बरीच मंडळी पितृश्राद्ध किंवा मातृश्राद्धाच्या निमित्ताने सिद्धपूरला गेली असतील. श्राद्धक्रियेत तर्पणविधी करताना स्वर्गस्थ आई किंवा वडिलांच्या नावाबरोबरच पितामह, पितामही, मातासह, मातामही आणि त्याच्याही आधीच्या एका पिढीच्या नावांचा उच्चार केला जातो. अशा वेळी बऱ्याचदा आपल्याला आधीच्या तिसऱ्या चौथ्या पिढीतली नावं आठवत नसतात. मग नावावाचूनच आपण तर्पणविधीचा संकल्प करतो.

या गोष्टी काय सुचवतात?

प्रत्येक ज्येष्ठ नागरिकाने आता ही गोष्ट सतत लक्षात ठेवावी की आणखी काही काळाने आज ज्या घरात आपण राहत आहोत त्या घराच्या भिंतीवर आपण एक फोटो बनून जाणार आहोत. काही काळ या फोटोंची काळजी घेतली जाईल. विशिष्ट दिवशी त्या फोटोला फुलांचे हारही घातले जातील. मात्र त्यानंतर जेव्हा केव्हा घराच्या दुरुस्तीचं काम निघेल किंवा भिंतींचे रंग बदलतील, जेव्हा मुलांची आणि त्यांच्या मुलांची अभिरुची बदलेल तेव्हा हे फोटो नव्या भिंतीवर बरे दिसणार नाहीत म्हणून तिथून काढले जातील. कुटुंबातील एखादी वृद्ध व्यक्ती हयात असेल तर तो फोटो देवघरात ठेवला जाईल. कालांतराने तिथूनही तो अदृश्य होईल आणि त्याची रवानगी माळ्यावर होईल. तिथे तो काही काळ राहिला तरी एक दिवस त्याच घरातली नवी पिढी विचारेल, 'हा कुणाचा फोटो इथे उगाच जागा अडवून बसला आहे?'

हे सगळं ऐकायला, वाचायला थोडं अवघड वाटतंय, मनाला काहीसं क्षोभकारकही आहे. पण असलं तरी ते निखळ व्यावहारिक वास्तव आहे आणि ते स्वीकारल्यावाचून चालणार नाही.

जन्माला आलेला प्रत्येक जीव आयुष्याच्या शेवटाच्या कल्पनेने भयभीत होतोच. याचं कारण असं की आयुष्याच्या समाप्तीनंतर देहाचं काय होतं हे आपणा सर्वांना ठाऊक आहे. पण ज्याला आपण जीव असे संबोधतो त्याचं काय होतं हे आपल्याला मुळीच माहीत नाही. या अज्ञानापोटीच हे मृत्यूचं भय असतं. ही भीती कमी करण्यासाठी मृत्यूनंतर जिवाचं काय होतं याबद्दल विविध धर्मांनी वेगवेगळ्या प्रकारे सांगितलं आहे. सत्कृत्ये करणारा स्वर्गात जातो आणि तिथे कोणकोणती सुखं असतात याबद्दल लिहिलं गेलं आहे, तर दुष्कृत्ये करणारा नरकात जातो आणि तिथे कोणत्या यातना सहन कराव्या लागतात याचीही चर्चा केली आहे. याबद्दलचा अधिकृत पुरावा आपल्यापाशी नसला, तरी या मागे माणूस आयुष्यात अधिकाधिक सत्कार्ये करत राहावा हाच उद्देश आहे.

माणसाला जगायला आवडतं. मृत्यूनंतरही आपण जिवंत असावं - स्थूल रूपात नसलो तरी सूक्ष्म स्वरूपात - अशी एक इच्छा त्याच्या सुप्तमनात सदैव वास करत असते. वाढत्या वयाबरोबर ही इच्छा तीव्र होत जाते. असं न होता जगण्यापासून कायमची मुक्ती मिळण्याची इच्छा असावी ही अतिशय आदर्श परिस्थिती आहे. पण तिची प्राप्ती मोजक्याच लोकांना होते. आपल्या धर्मशास्त्रात असंही सांगितलं आहे की, अंतकाळी पित्याच्या देहापासून आत्मा अलग होतो तेव्हा तो अंशरूपाने पुत्रात प्रवेश करतो. याचा अर्थ असा की पिता आता पुत्राच्या देहात राहून जगतो. एक वेदोक्ती असंही सांगते की जीवात्म्याचा अंश एकापाठोपाठ एक

अशा सात पिढ्यांपर्यंत सतत खाली उतरतो आणि सातव्या पिढीच्या अंताबरोबर तो पूर्णपणे मुक्त होतो. या कल्पनेला अनुसरूनच कदाचित आपण सात पिढ्यांच्या संबंधाचा उल्लेख करतो आणि म्हणूनच भाऊ-बहिणीचं नातं असलेल्या स्त्री-पुरुषांचा विवाह सात पिढ्यापर्यंत निषिद्ध मानला गेला असावा.

माणसाचं एकूण आयुष्य शंभर वर्षांचं मानलं जातं. हे संपूर्ण आयुष्य जगण्याची माणसाने इच्छाही धरावी. अट एकच की यातली शेवटची वर्षं एखाद्या समाजकार्यासाठी वेचली जावीत. आध्यात्मिक चिंतन, मनन आणि त्याचा प्रसार हेही एक समाजोपयोगी कार्यच आहे. असं काही घडलं नाही, तर मात्र दीर्घायुष्य हा आशीर्वाद नव्हे तर शाप बनण्याची शक्यता अधिक आहे. चित्तवृत्तींचा निरोध करून, त्यांना ताब्यात ठेवून ज्येष्ठ नागरिकांना स्वस्थपणे जगता आलं नाही तर शारीरिक स्वास्थ्य चांगले असूनही हे दीर्घायुष्य तापदायक ठरेल. याचं महत्त्वाचं कारण हे की प्रत्येक माणसाला दीर्घायुष्याचं वरदान मिळालेलं नसतं. त्यामुळे घडतं असं की कुटुंबातील आप्तजन - मुलगा-सून, मुलगी-जावई, धाकटा भाऊ-बहीण - यांच्यापैकी काहींची जीवनयात्रा समाप्त होते आणि या दीर्घायुषी ज्येष्ठाला हे उघड्या डोळ्यांनी पाहावं लागतं. सहन करावं लागतं. ऋग्वेदातील एक ऋचेत यज्ञदेवतेकडून ऋषी असं वरदान मागतात : हे देव, माझ्या नंतर आलेले माझ्या आधी जाणार नाहीत असे वरदान मला द्या. दुर्दैवाने काही ज्येष्ठांच्या बाबतीत असे आशीर्वाद फळाला येत नाहीत. त्यांच्या मागून आलेले त्यांच्या आधी निघून जायला लागतात, तेव्हा कुणाही संवेदनशील व्यक्तीला वाटेल अशी अपराधीपणाची भावना त्यांच्या मनात व्यापून राहते.

आयुष्याचा अंत केव्हा येईल हे आपण कुणीच जाणत नसलो, तरी आजवरची परंपरा आणि आधुनिक वैद्यकीय ज्ञानाची प्रगती पाहता माणसाची सत्तर वर्षांच्या आयुष्याची अपेक्षा ही वाजवी मानता येईल. सत्तरी ओलांडल्यावर आता आपलं कार्य पूर्ण झालं आहे असं मानूनच त्याने पुढचे व्यवहार करावेत. एखादं काम अर्धवट राहिलं असेल तर ते सत्त्वर पूर्ण करण्यामागे लागावं. १९७४ साली कांदिवलीत झालेल्या गुजरात साहित्य परिषदेच्या ज्ञानसत्राचं उद्घाटन स्वामी आनंदांच्या हस्ते व्हावं अशी माझी इच्छा होती. मी त्यांना विनंतीचं पत्र लिहिलं, त्याच्या उत्तरादाखल त्यांनी लिहिलं होतं : 'आता कुठेही जात-येत नाही. जुन्या संबंधांचा विसर पाडत आहे. नवीन संबंध तयार होऊ देत नाही. तुम्ही पण इथवर येऊन मला आग्रह करू नका. वाईट वाटून घेऊ नका.' काहीशा तुटक, रोखठोक वाटणाऱ्या या शब्दांत जे परमसत्य दडलेलं आहे ते प्रत्येक ज्येष्ठ नागरिकाने समजून घेण्यासारखे आहे.

काही ज्येष्ठ भूतकाळाबद्दल, घडून गेलेल्या गोष्टींबद्दल अधिकच विचार करताना दिसतात. सुरुवातीच्या काळात आपण काय काय कष्ट भोगले याच्या

त्याच त्याच कथा पुन:पुन्हा सांगत बसतात. याउलट काही ज्येष्ठ मंडळी अशीही असतात जी सद्य:स्थितीबद्दल - वर्तमानकाळावर नाखूश असतात. सतत आपल्या भूतकाळातील एकच विशेष काळ एखाद्याला दु:खमय वाटला असेल, तर दुसऱ्याला तोच काळ सुखाचा गेला असण्याची शक्यता असते. जगणं सुखाचं आहे किंवा दु:खाचं याबद्दल गणिती पद्धतीच्या अचूकतेने सांगणं अवघड आहे. भूतकाळातील ज्या घटना तुम्हाला आज सुखद वाटत असतील, कुणी सांगावं, आज या वयात त्या घटना पुन्हा घडल्या तर दु:खद वाटू शकतील. याच्या उलटही घडू शकतं. त्या काळच्या काही घटना आज तुम्हाला दु:खद वाटतात, पण त्या आज प्रत्यक्षात घडल्या तर त्याचं दु:ख तितकं तीव्र वाटणार नाही. यावरून इतकच म्हणता येईल की सुखाची वा दु:खाची अनुभूती स्थलकाल सापेक्ष असते. जीवनात सर्वत्र आनंदच आहे तुम्हाला तो घेता यायला हवा अशा प्रकारच्या अनेक गोष्टी धर्मग्रंथातून, उपदेशकांनी आणि मोठमोठ्या कवींनीही अधूनमधून सांगितल्या आहेत. भगवान तथागत बुद्धांचं प्रतिपादन मात्र याच्या अगदी विरुद्ध आहे- 'हे जगत दु:खमय आहे आणि या दु:खातून मुक्त होण्यासाठी माणसाने सर्व इच्छांचे दमन केले पाहिजे.' फ्रॉइड नावाच्या मनोवैज्ञानिकाचं म्हणणं आणखी एका टोकाचं आहे. तो म्हणतो की जोवर माणूस जिवंत असतो तोवर तो दु:खमुक्त होऊ शकत नाही. त्याच्या मते याचं कारण असं की माणसाच्या मनात अपार वासना असतात. या वासनांवर नियंत्रण न ठेवता त्याने मुक्तपणे जगायचं ठरवलं तर समाजात सर्वत्र अंधाधुंदी पसरेल. बळी तो कान पिळी अशा जंगलाच्या कायद्याचं राज्य सर्वत्र पसरेल आणि अशा अवस्थेत सगळेच दु:खी होतील. याउलट माणसाने आपल्या भावनांचं दमन केलं तर तो मनातल्या मनात असंतुष्ट राहील, मनातल्या मनात कुढत राहील. अशा अवस्थेतही त्याचं जीवन दु:खमयच असेल. अशा रीतीने या जगात माणसासाठी केवळ दु:खच निर्माण झालं आहे.

या विविध ज्ञानचर्चांचा सारांश एवढाच की जीवनात आपण कधी दु:खी असतो तर कधी सुखी असतो. या सुखाची आणि दु:खाची कारणं तटस्थपणे शोधण्याचा प्रयत्न केला तर कदाचित आतून एकच उत्तर मिळेल; दु:खाचं कारण तुम्ही स्वत:च होता आणि सुखाचं कारण कुणीतरी दुसरं होतं. एवढं जर कळलं तर इथून पुढचे दिवस आणि विशेषत: अंतिम क्षणही कदाचित अधिक शांतिपूर्ण बनतील.

फोटो बनून घरातल्या भिंतीवर स्थान प्राप्त करण्यापासून मोठ्या रस्त्यावरील एखाद्या सार्वजनिक संस्थेशी आपलं नाव जोडलं जाण्यापर्यंत... माणसाला प्रसिद्धीची, नावाची प्रचंड हाव असते. अनेक वर्षांपूर्वी भावनगरच्या महाराजांनी - स्वर्गीय तख्तसिंहजींनी - त्या काळातील अद्ययावत म्हणता येईल असं हॉस्पिटल सुरू केलं होतं. इथे सामान्य जनांना अगदी स्वस्त दराने वैद्यकीय सेवा प्राप्त होत असे. त्या

काळात हॉस्पिटलचं नाव होतं सर तख्तसिंहजी हॉस्पिटल. जवळजवळ शतकभर हे नाव एखाद्या चलनी नाण्याप्रमाणे लोकांमध्ये प्रचलित होतं. गेल्या तीन-चार दशकांत प्रसारमाध्यमांनी भाषा आणि सुसंस्कृततेवर जे अत्याचार चालवले आहेत त्याचं फळ म्हणून हे सर तख्तसिंहजी हॉस्पिटल सगळीकडे 'सरटी' हॉस्पिटल बनून गेलं आहे. भावनगरच्या एका पोस्ट-ग्रॅज्युएट तरुणाला मी 'सरटी' हॉस्पिटल म्हणजे काय असा प्रश्न विचारला असता त्याने दिलेलं उत्तर मोठं मासलेवाइक होतं. तो म्हणाला, 'हे सर्टिफाइड हॉस्पिटल आहे, आणि 'सरटी' हा सर्टिफाइडचा शॉर्टफॉर्म आहे, वर सर्टिफाइडचा अर्थ तो 'सरकारी' हॉस्पिटल असा करत होता. या सगळ्या प्रकारात तख्तसिंहांचं नाव कुठेच शिल्लक राहिलेलं नव्हतं.

'नाम रहंता ठक्करा, नाणा नही रहंत
कीर्तिकेरा कोटडा, पाड्या नही पडंत.'

नाव राहतं, पैसा राहत नाही, कीर्तिरूपी मंदिरं कुणी पाडली तरी पडत नाहीत - असं लोकसाहित्यात म्हटलं असलं तरी त्यातला सत्यार्थ इतकाच की तुमच्या ज्यादा संपत्तीचा वापर समाजहितासाठी केला जायला हवा. असे केल्याने प्रतिष्ठा प्राप्त होते. मात्र ही प्रतिष्ठाही कालांतराने नामशेष होते. काळाच्या उदरात सगळंच गडप होतं.

राष्ट्रकवी झवेरचंद मेघाणींनी जीवन आणि मृत्यूला एक अतिशय रम्य उपमा दिली आहे. ज्याप्रमाणे जननी नवजात शिशूला थोडा वेळ उजवीकडे स्तनपान करवते आणि थोडा वेळ डावीकडे, त्याप्रमाणे प्रकृती प्रत्येक जिवाला काहीवेळ जीवनाकडे आणि काहीवेळ मृत्यूकडे घेऊन जाते. जननीचा स्तन उजवा असो वा डावा, दुग्धपान करणाऱ्या शिशूला काही फरक पडत नाही. त्याचप्रमाणे माणूस जीवन आणि मृत्यूचा स्वीकार करायला शिकला, तर त्याची मृत्यूची भीती कमी होईल.

एक झेनकथा इथे आठवते. एका शिष्याला एके दिवशी रात्री स्वप्न पडलं. स्वप्नात त्याला दिसलं की त्याच्या गुरूचं निधन झालं आहे आणि तो निराधार झाला आहे. त्याला धक्का बसला, तो मोठमोठ्याने रडू लागला. आजूबाजूला झोपलेले सगळे जागे झाले. त्याचं बोलणं ऐकून सगळ्यांनी त्याचं सांत्वन केलं. स्वयं गुरुजीही तिथेच होते. म्हणाले, "अरे वत्सा, ते केवळ स्वप्न होतं. आता तुला दिसतंय ना की मी अगदी स्वस्थ आहे?" शिष्य क्षणभर गप्प झाला आणि म्हणाला, "तुम्ही म्हणता की तुमचा मृत्यू ही माझी स्वप्नावस्था होती. पण मला ते सगळं सत्य वाटत होतं. मला आता अशी शंका येते आहे की थोड्या वेळापूर्वी मी स्वप्नात तुमचा मृत्यू पाहिला. तो मला खरा वाटला, पण खोटा होता. त्याचप्रमाणे आता मी तुम्हाला जिवंत पाहतो आहे, पण ते स्वप्न नव्हे याची खात्री काय? मला भीती

वाटतेय की थोड्या वेळाने हे स्वप्न भंग पावेल आणि... मग...''

जीवन आणि मृत्यूचं गहन तत्त्वज्ञान इथे अगदी सोपं करून सांगितलं आहे. कोणतीही अवस्था क्षणिक असते. ती असते तेव्हा भरीव, सॉलिड वाटत असली तरी वास्तवात तीही अदृश्य होणार आहे. जीवन असो वा मृत्यू, काहीच चिरंतन नाही, कायमचं नाही. ज्येष्ठ नागरिकांनी आता स्वत:ला मृत्यूच्या समीप मानून या तत्त्वज्ञानाचा स्वीकार करायचा प्रयत्न करायला हवा. इथून पुढे जगरहाटीप्रमाणे सगळी कामं चालत राहावीत, उत्साहाने करत राहावीत; पण आता त्याबद्दल जवळीक, ममत्व निर्माण होणार नाही याबद्दल जागरूक राहायला हवं, अमुक एखादं काम करण्यासारखं आहे म्हणून करतो आहे या विचाराने करावं, त्यातून मिळणाऱ्या मोबदल्याच्या अपेक्षेने नव्हे.

केव्हा आणि कुठे जन्म घ्यावा याची निवड आपल्याला करता येत नाही. केव्हा आणि कुठे जीवनसमाप्ती करावी हेही आपल्या हाती नाही. ही दोन्ही टोकं कोणत्या तरी दुसऱ्या अधिक शक्तिमान हातात आहेत. त्याला तुम्ही कोणतंही नाव द्या; परमात्मा म्हणा वा प्रारब्ध. ते जे काही असेल त्यावर आपलं नियंत्रण नाही. तेव्हा जन्म आणि मृत्यू या दोन टोकांच्या मधली जी वर्षं आपल्याला बहाल करण्यात आली आहेत ती वर्षं, विशेषत: वृद्धावस्था प्राप्त झाल्यानंतरची वर्षं आपण अशा प्रकारे घालवायला हवीत की-

बायबलमधील एक कथानक इथे लक्षात घेण्यासारखं आहे. मॅकडुगल नावाची एक स्त्री सगळं आयुष्य दुराचारात जगली आणि मृत्यू पावली. मृत्यूनंतर तिचा आत्मा परमेश्वराच्या अंगणात जाऊन उभा राहिला. तेव्हा घराचा दरवाजा बंद होता. आतून मायकेल या देवदूताने तिला विचारलं- 'हे जीवा, ईश्वराच्या चरणी अर्पण करण्यासाठी तू कोणकोणती सत्कार्य बरोबर आणली आहेस?' बिचारी मॅकडुगल ओशाळून म्हणाली, 'देवा, पापाच्या गाठोड्याशिवाय दुसरं काहीच माझ्यापाशी नाही.'

आपला मायकेल जेव्हा बंद दारापलीकडून हा प्रश्न आपल्याला विचारेल तेव्हा त्याला उजळ माथ्याने हिशेब देता यावा याच्या तयारीसाठी शुभकामनांसह- ॐ शांति: शांति: शांति:

■

अ-मृत पंथाचा यात्री

'शांतिनिकेतन - विश्वभारती'चे संस्थापक, ज्येष्ठ साहित्यिक
रवीन्द्रनाथ टागोर यांचा जीवनपट.

गुजराती लेखक
दिनकर जोषी

अनुवाद
डॉ. सुषमा करोगल

रवीन्द्रनाथ ठाकूर, विश्वकवी.नोबेल पारितोषिक मिळवणारे पहिले भारतीय. आपल्या राष्ट्रगीताचे रचनाकर्ते!

हा आहे त्यांचा शब्दबद्ध केलेला जीवनप्रवास. भरलेल्या घरात लहानपणापासून एकटे पडलेले रवीन्द्र आपल्या कवितांमध्येच रमणारे, कवितांसाठी प्रेरणा देणाऱ्या भाभीराणींमुळे मिळालेली उभारी आणि त्यांच्या जाण्यामुळे परत निर्माण झालेली पोकळी, वडिलांच्या आज्ञेखातर पण मनाविरुद्ध बघितलेले जहागिरीचे काम, त्यातूनच येत गेलेली आजूबाजूच्या समाजाची जाण त्यांना घडवत गेली. रवीन्द्रनाथांच्या संपूर्ण आयुष्यावरच मृत्युचे मोठे सावट राहिले आहे. एकामागून एक प्रियजनांचा चिरवियोग त्यांना अजूनच एकटे करत गेला. शांतिनिकेतन शाळा, तिच्यासाठी करावी लागणारी धडपड; वेगवेगळ्या कलांची आवड, त्या निमित्ताने देशोदेशीच्या लोकांशी भेटी. संपर्क, नोबेल पुरस्कार, त्यामुळे मिळणारे मानसन्मान अशा वाटांवर त्यांचे आयुष्य चालत राहिले. अ-मृत पंथाचा हा यात्री मात्र एकला चालो रे म्हणत चालत राहिला...